അത്ഭുതങ്ങ:

AF758836

Nadakkavu, Kozhikode, Kerala, 673011
www.insightpublica.com
e-mail: insightpublica@gmail.com
Athbudhangalude Baku
Author: **Biju Padoli**
Travelogue (Malayalam)
First Edition: March 2024

Printed and Published by
InsightinPublica Printers & Publishers Pvt. Ltd.
ISBN 978-93-5517-541-0
₹249

അത്ഭുതങ്ങളുടെ ബാക്കി

ബിജു പടോളി

INSIGHT PUBLICA

കണ്ണൂർ ജില്ലയിലെ പയ്യന്നൂരിൽ ജനനം. തായിനേരി S.A.B.T.M ഹൈസ്കൂൾ, പയ്യന്നൂർ കോളേജ്, NMAM ഇൻസ്റ്റിറ്റ്യൂട്ട് ഓഫ് ടെക്നോളജി എന്നിവിടങ്ങളിൽ വിദ്യാഭ്യാസം. ഇപ്പോൾ വ്യാപാരിയാണ്. ഇന്ത്യയിൽ പത്തോളം സംസ്ഥാനങ്ങളിലും ഇന്ത്യക്ക് പുറത്ത് ഇരുപതിലേറെ രാജ്യങ്ങളിലും യാത്ര ചെയ്തിട്ടുണ്ട്.

ഭാര്യ: അഥീന, മക്കൾ: അഭിമന്യ, അരുന്ധതി.

വിലാസം: തായിനേരി, പയ്യന്നൂർ.

പി. ഒ കണ്ണൂർ ജില്ല ഫോൺ : 8547874787

ബിജു പടോളി

സമർപ്പണം

നിരവധി സുഹൃത്തുക്കളുടെയും അഭ്യുദയകാംക്ഷികളുടെയും ആഗ്രഹത്തിന്റെയും നിർദ്ദേശത്തിന്റെയും ഫലമാണ് ഈ പുസ്തകം. എങ്കിലും രണ്ട് പേരുകൾ എടുത്തുപറയേണ്ടതുണ്ട്. ഒന്ന്; സുഹൃത്തും വഴികാട്ടിയുമായ നാരായണേട്ടൻ (Narayanan.K, Muthiyalam, Rtd Branch Manager, RAIDCO) രണ്ട്; തന്റെ വിലപ്പെട്ട സമയം ഈ പുസ്തകത്തിന്റെ ആദ്യരൂപം വായിക്കാനും തെറ്റുകൾ ചൂണ്ടിക്കാട്ടുവാനും മാറ്റിവച്ച സുഹൃത്ത് അനില ടീച്ചർ (Anila.P.T, Adur). ഇവർ രണ്ടുപേരും ഇല്ലെങ്കിൽ ഈ പുസ്തകം ജനിക്കുമായിരുന്നില്ല.

ആമുഖം

യാത്രകൾ ഒരു ലഹരിയായി എന്നിൽ പടർന്നുകഴിഞ്ഞ നാൾ മുതൽ കേരളത്തിലും ഇന്ത്യയിലും വിദേശങ്ങളിലുമായി നിരവധിയായ യാത്രകൾ നടത്തിയെങ്കിലും , അവയിൽ ചിലതിനെക്കുറിച്ച് ഫേസ്ബുക്ക് പേജിൽ കുറിച്ചിട്ട ചില യാത്രാവിവരണങ്ങൾ വായിച്ച സുഹൃത്തുക്കളുടെ നിർദ്ദേശപ്രകാരമാണ് ഒരു പൂർണ്ണമായ യാത്രാവിവരണം എഴുതാനായി പുറപ്പെട്ടത്. ആദ്യമായി എഴുതുമ്പോൾ പരിചയക്കുറവും ഭാഷാപ്രാവീണ്യമില്ലായ്മയും നന്നായി പ്രതിഫലിച്ചിട്ടുണ്ടാകും എന്നത് തീർച്ചയാണെങ്കിലും യാത്രയുമായി ബന്ധപ്പെട്ട കാര്യങ്ങൾ ഒന്നൊഴിയാതെ വിവരിക്കാൻ കഴിയുന്നതും ശ്രമിച്ചിട്ടുണ്ട്.

ഒരു യാത്ര ഏറ്റവും കൂടുതൽ ആസ്വാദ്യകരമാകുന്നത്, സന്ദർശിക്കുന്ന സ്ഥലത്തെക്കുറിച്ചും അതിന്റെ ചരിത്രത്തിലുള്ള സ്ഥാനത്തെക്കുറിച്ചും സമഗ്രമായി മനസ്സിലാക്കിയിട്ട് സന്ദർശിക്കുമ്പോഴാണ്. ചരിത്രപ്രാധാന്യമുള്ള ചില സ്ഥലങ്ങൾ സന്ദർശിക്കുന്ന വേളയിൽ, അക്കാലത്തെ ഒരാളായി അറിയാതെ മാറിപ്പോകുന്നതായും, കാഴ്ചകൾ ഒരു സിനിമ പോലെ കാണുന്നതായും പലപ്പോഴും എനിക്ക് തോന്നിയിട്ടുണ്ട്. ഞാൻ വായിച്ചറിഞ്ഞതും മനസ്സിലാക്കിയതുമായ അസിർബൈജാൻ എന്ന രാജ്യത്തിന്റെ ചരിത്രം വളരെ ഹ്രസ്വമായി പ്രതിപാദിക്കാൻ ആത്മാർഥമായി ശ്രമിച്ചിട്ടുണ്ട്. പ്രതികൂലമായ കാലാവസ്ഥയും സമയക്കുറവും കാരണം നേരത്തേ തീരുമാനിച്ചിരുന്ന ചില സ്ഥലങ്ങൾ സന്ദർശന ലിസ്റ്റിൽ നിന്നും ഒഴിവാക്കേണ്ടിവന്നിരുന്നെങ്കിലും ഹ്രസ്വമായ അഞ്ചാറ് ദിവസങ്ങൾക്കൊണ്ട് പരമാവധി സ്ഥലങ്ങൾ സന്ദർശിക്കാനും

അവയെക്കുറിച്ചുള്ള പ്രധാനപ്പെട്ട കാര്യങ്ങൾ അപ്പപ്പോൾ കുറിച്ചിടാനും സാധിച്ചു. അങ്ങിനെ സന്ദർശിച്ച സ്ഥലങ്ങൾ ഓരോന്നും ഓരോ അദ്ധ്യായങ്ങളിലായി മറ്റ് വിശദീകരണങ്ങളോടെ വിവരിക്കാനാണ് ഈ പുസ്തകത്തിലൂടെ ശ്രമിച്ചിട്ടുള്ളത്.

നൂറ്റാണ്ടുകളോളം കടലിനടിയിലായിരുന്ന ഗോബുസ്താൻ മലകളിലെ ഗുഹകൾ ആദിമമനുഷ്യന്റെ വാസസ്ഥാനമായി മാറിയപ്പോൾ മുതൽ ആരംഭിച്ച അധിനിവേശം പിന്നീട് മഹത്തായ പേർഷ്യൻ സംസ്കാരത്തിന്റെ ഭാഗമായിരുന്നപ്പോഴും, അറേബ്യൻ പടയോട്ടത്തിലൂടെ ഇസ്ലാമികവത്കരണം നടന്നപ്പോഴും , മംഗോളുകളുടെ ആക്രമണങ്ങളിലൂടെ കടന്നുപോയപ്പോഴും സാർ ചക്രവർത്തിയുടെ അധീനതയിലായപ്പോഴും തുടർന്ന് സോവിയറ്റ് ഭരണത്തിൻ കീഴിൽ ആയിരുന്നപ്പോഴും തുടർന്നുകൊണ്ടിരുന്നു. ഇവിടെ സാമ്രാജ്യങ്ങൾ പടുത്തുയർത്തിയ രാജാക്കന്മാരെക്കുറിച്ചും അവർ നടത്തിയ എണ്ണമറ്റ പടയോട്ടങ്ങളെക്കുറിച്ചും അവർ കൊണ്ടുവന്ന വ്യത്യസ്തമായ ഭാഷ, സംസ്കാരം, വിശ്വാസപ്രമാണങ്ങൾ എന്നിവയെക്കുറിച്ചും അറിഞ്ഞുകൊണ്ട് നടത്തിയ ഈ യാത്ര ഒരിക്കലും മറക്കാനാവാത്ത അനുഭവം തന്നെയാണ്.

ബിജു പടോളി

ഉള്ളടക്കം

അസർബൈജാൻ: ചരിത്രം ചുരുക്കത്തിൽ

സഫാരി ചാനൽ മേധാവിയും കേരളത്തിലെ മാത്രമല്ല ലോകത്തിൽ തന്നെ അറിയപ്പെടുന്ന യാത്രികനുമായ സന്തോഷ് ജോർജ് കുളങ്ങര അസർബൈജാനിലേക്ക് നടത്തിയ യാത്രയുടെ ദൃശ്യവിവരണം കണ്ടപ്പോഴാണ് പുരാതന പേർഷ്യയുടെ ഭാഗമായിരുന്ന അസർബൈജാൻ എന്ന മനോഹരമായ രാജ്യത്തെക്കുറിച്ചും അതിന്റെ തലസ്ഥാന നഗരിയായ ബാക്കുവിനെക്കുറിച്ചും കൂടുതലായി അറിയുന്നത്. അതിന് മുൻപ് സോവിയറ്റ് യൂണിയന്റെ തകർച്ചക്ക് ശേഷം സ്വാതന്ത്ര്യം പ്രാപിച്ച ഒരു കൂട്ടം ചെറുരാജ്യങ്ങളുടെ പട്ടികയിലെ ഒരു പേര് മാത്രമായിരുന്നു അതെനിക്ക്.

ഏഷ്യാവൻകരയെയും യൂറോപ്പിനെയും ബന്ധിപ്പിക്കുന്ന കോക്കാസസ്(Caucasus) മേഖലയുടെ തെക്ക് ഭാഗത്തായാണ് അസർബൈജാന്റെ സ്ഥാനം. പടിഞ്ഞാറൻ ഏഷ്യയെയും കിഴക്കൻ യൂറോപ്പിനെയും മുത്തമിട്ട് കിടക്കുന്ന ഈ രാജ്യത്തിന്റെ വിസ്തൃതി 86600 ചതുരശ്ര കിലോമീറ്റർ ആണ്. ജനസംഖ്യയാകട്ടെ 2019 ലെ കണക്കനുസരിച്ച് 1.01 കോടിയും ആണ്. നമ്മുടെ നാടിനെ അപേക്ഷിച്ച് ജനസാന്ദ്രത കുറവാണെന്ന് പറയാം, കാരണം 38863 ചതുരശ്ര കിലോമീറ്റർ മാത്രം വിസ്തൃതിയുള്ള നമ്മുടെ കൊച്ചു കേരളത്തിലെ ജനസംഖ്യ 3.5 കോടിയാണ്. പ്രധാനമായും മൂന്നുതരം പ്രദേശങ്ങളാണ് അസർബെയ്ജാനിൽ കാണാൻ സാധിക്കുക. ഒന്ന് കാസ്പിയൻ കടലിന്റെ തീരപ്രദേശമാണ്. പ്രകൃത്യാലുള്ള അതിർത്തിയായിട്ട് രാജ്യത്തിന്റെ കിഴക്ക് ഭാഗം മുഴുവൻ

അത് വ്യാപിച്ചുകിടക്കുന്നു. കോക്കസസ് മലനിരകൾ ഉൾപ്പെടുന്ന പർവ്വതപ്രദേശങ്ങളാണ് രണ്ടാമത്തേത്. അസർബൈജാന്റെ ഭൂഭാഗത്തിന്റെ ഏകദേശം 40 ശതമാനത്തോളം ഈ പർവ്വതങ്ങൾ ആണ്. അതുകൊണ്ട് തന്നെ കാലാവസ്ഥയെ നിർണ്ണയിക്കുന്നതിൽ ഈ പർവ്വതപ്രദേശങ്ങൾ പ്രധാന പങ്ക് വഹിക്കുന്നു. മൂന്നാമത് കോക്കസസ് മലനിരകൾക്കും കാസ്പിയൻ കടലിനും ഇടയിലുള്ള വിശാലമായ താഴ്വര പ്രദേശങ്ങളാണ്.

ശിലായുഗം

ശിലായുഗം മുതൽ ഏറ്റവും ആധുനികമനുഷ്യർ വരെയുള്ള മനുഷ്യചരിത്രത്തിലെ എല്ലാ ഘട്ടങ്ങൾക്കും അസർബൈജാന്റെ മണ്ണ് സാക്ഷിയായിട്ടുണ്ട്. ഹോമോസാപ്പിയൻസ് (Homo Sappiens) എന്നറിയപ്പെടുന്ന ആധുനിക മനുഷ്യന്റെ പൂർവ്വികർ മുതൽ ഇങ്ങോട്ട് അവരുടെ വാസസ്ഥാനമായി ഇവിടം തിരഞ്ഞെടുത്തിരുന്നു എന്നത് കണ്ടെടുത്ത ഫോസിലുകളുടെ പഠനങ്ങളുടെ വെളിച്ചത്തിൽ മനസിലാക്കാൻ സാധിക്കും. ഗവേഷകർ കണ്ടെത്തിയ ഫോസിലുകളിൽ ഏറ്റവും പഴക്കമേറിയത് ഖോജാവിന്ദ് (Khojavend) ജില്ലയിലെ അസിഖ് (Asykh) ഗുഹയിൽ നിന്നും കിട്ടിയ 7 ലക്ഷം വർഷം പഴക്കമുള്ള എല്ലുകളുടെ ഫോസിലുകളായിരുന്നു.

പുരാതന ശിലായുഗം അഥവാ പാലിയോലിത്തിക് യുഗം (Paliolithic) അസർബൈജാനിൽ രൂപപ്പെട്ടുവന്നത് രണ്ടര ലക്ഷം വർഷങ്ങൾ മുൻപ് മുതൽ BC 12000 വരെയുള്ള കാലഘട്ടത്തിലാണ്. അതിനുശേഷം BC 8000 വരെയുള്ള മീസോലിത്തിക് (Mesolithic) യുഗത്തിലാണ് കൂട്ടം ചേർന്ന് വേട്ടയാടി ജീവിക്കുക (Hunter-Gather) എന്ന ജീവിതരീതിയിൽ നിന്നും ക്രമേണ മാറി അടുത്ത ഘട്ടമായ നിയോലിത്തിക് യുഗത്തിലേക്ക് മനുഷ്യൻ കാലെടുത്തുവയ്ക്കുന്നത്. മീസോലിത്തിക് കാലഘട്ടത്തിലെ ശേഷിപ്പുകൾ ശിലാലിഖിതങ്ങളായും ഗുഹാചിത്രങ്ങളായും ഗോബുസ്താൻ ദേശീയ പാർക്കിൽ (Gobustan National Park) സംരക്ഷിക്കപ്പെട്ടുവരുന്നുണ്ട്. ഈ യാത്രയിൽ ആ കാഴ്ചകൾ കാണാൻ എനിക്ക് അവസരം ലഭിച്ചിരുന്നു.

വലിയ മൃഗങ്ങളെ സംഘം ചേർന്ന് ആക്രമിച്ച് കീഴ്പ്പെടുത്തുകയും അത് കൂട്ടായി ഭക്ഷിക്കുകയും ചെയ്തിരുന്ന കാലത്ത് സ്ഥിരമായ ഒരു വാസസ്ഥാനം മനുഷ്യന് ഉണ്ടായിരുന്നില്ല. ചെറു സംഘങ്ങളായി ഒരു പ്രത്യേക സ്ഥലത്ത് താമസിക്കുകയും ധാരാളമായി കൃഷി ചെയ്യാൻ ആരംഭിക്കുകയും ചെയ്യുന്നത് നിയോലിത്തിക് യുഗത്തിലാണ്(Neolithic Age). തന്റെ ജീവനോപാധിയായ കൃഷിയും

കൃഷിസ്ഥലവും ഉപേക്ഷിച്ച് മറ്റൊരിടത്തേക്ക് പോകാൻ നിയോലിത്തിക് മനുഷ്യന് കഴിയുമായിരുന്നില്ല. ബിസി 7000 മുതൽ ബിസി 6000 വരെയുള്ള കാലഘട്ടം നിയോലിത്തിക് യുഗമായി കണക്കാക്കപ്പെടുന്നു. അസർബൈജാനിലെ അഗസ്റ്റാഫാ (Agstafa) ജില്ലയിലും സമീപപ്രദേശങ്ങളിലും നിയോലിത്തിക് മനുഷ്യർ ജീവിച്ചിരുന്നതിന്റെ തെളിവുകൾ ധാരാളമായി ലഭിച്ചിട്ടുണ്ട്.

ലോഹയുഗം(Metal Ages)

ചെമ്പിന്റെയും മറ്റ് ലോഹങ്ങളുടെയും നിക്ഷേപം ധാരാളമുള്ള കോക്കാസസ് പർവ്വതപ്രദേശങ്ങൾ തങ്ങളുടെ താമസത്തിനും അതിജീവനത്തിനും അനുയോജ്യമാണെന്ന് മനസ്സിലാക്കാൻ തുടങ്ങിയത് ബിസി 6000 മുതൽ ബിസി 4000 വരെയുള്ള കാലഘട്ടങ്ങളിലാണ്. ചാൽക്കോലിത്തിക് (Chalcolithic) എന്നാണീ കാലഘട്ടം അറിയപ്പെടുന്നത്. മൃഗങ്ങളെ വേട്ടയാടുന്നതിനും മൽസ്യം പിടിക്കുന്നതിനും കൃഷി ചെയ്യുന്നതിനും ഒക്കെ ശിലകൾ കൊണ്ടുള്ള ആയുധങ്ങളും ഉപകരണങ്ങളും ഉപയോഗിച്ചിരുന്ന ശിലായുഗത്തിന്റെ അന്ത്യവും പകരം ലോഹനിർമ്മിതമായ ഉപകരണങ്ങളും ആയുധങ്ങളും കണ്ടെത്താനും ഉപയോഗിക്കാനും തുടങ്ങുന്ന പുതിയ ഒരു യുഗത്തിന്റെ ആരംഭവും ഉൾകൊള്ളുന്നതിനാൽ ചാൽക്കോലിത്തിക് കാലം മനുഷ്യചരിത്രത്തിലെ ഏറ്റവും നിർണ്ണായകവും വളരെ പ്രാധാന്യമുള്ളതുമാണ്. കോക്കാസസ് പർവ്വതനിരകളുടെ പല ഭാഗങ്ങളിൽ നിന്നും കണ്ടെടുത്ത ആദ്യകാല ലോഹനിർമ്മിത ഉപകരണങ്ങളുടെയും ആയുധങ്ങളുടെയും അവശിഷ്ടങ്ങൾ ഈ കാലഘട്ടത്തെക്കുറിച്ചുള്ള വ്യക്തമായ അറിവിലേക്ക് വെളിച്ചം വീശുന്നു.

ബിസി 4500 മുതൽ ബിസി 2500 വരെയുള്ള കാലഘട്ടത്തിലാണ് വെങ്കലയുഗം (Bronze Age) അസർബൈജാനിൽ നിലനിന്നിരുന്നത്. ഗവേഷകർ വെങ്കലയുഗത്തെ ആദ്യകാല, മധ്യകാല, അവസാനകാല വെങ്കലയുഗം എന്നിങ്ങനെ വീണ്ടും മൂന്നായി തിരിച്ചിട്ടുണ്ട്. ഇതിൽ ആദ്യകാല വെങ്കലയുഗത്തിൽ രൂപം കൊണ്ടതാണ് കുറ-അറാസ് (Kura-Araz) സംസ്കാരം. ബിസി 4000 മുതൽ ബിസി 2000 വരെയാണ് ഈ സംസ്കാരം നിലനിന്നത്. പേരുപോലെ തന്നെ അസർബൈജാനിൽ കൂടി ഒഴുകുന്ന കുറ നദിയുടെയും ഇന്നത്തെ അർമാനിയയിൽ കൂടി ഒഴുകുന്ന അറാസ് നദിയുടെയും തീരങ്ങളിൽ തുടങ്ങി വലിയ വിസ്തൃതിയിലേക്ക് വ്യാപിച്ചിരുന്നതാണീ സംസ്കാരം. ഇന്നത്തെ ഇറാൻ, അസർബെയ്ജാൻ, അർമേനിയ, തുർക്കി തുടങ്ങിയ രാജ്യങ്ങളുടെ ഭാഗങ്ങളിൽ ഇത് പടർന്നു പന്തലിച്ചിരുന്നു. അർമേനിയയിലെ അരാരത്

പർവത താഴ്വരകളിൽ നിന്നും കുറ-അറാസ് സംസ്കാരാവശിഷ്ടങ്ങൾ ധാരാളമായി കണ്ടെടുത്തിട്ടുണ്ട്. നഗരവശിഷ്ടങ്ങളും വിവിധതരം പാത്രങ്ങളും വെങ്കല ഉപകരണങ്ങളും ഇവയിൽ പെടുന്നു. ഈ സംസ്കാരത്തിന്റെ അവസാന കാലമായപ്പോഴേക്കും സ്വർണം, വെള്ളി എന്നിവ കൊണ്ടുള്ള ആഭരണങ്ങൾ ഉപയോഗിച്ചിരുന്നു എന്നതിന് തെളിവുകൾ ലഭിച്ചിട്ടുണ്ട്. യൂറോപ്പിന്റെ പലഭാഗങ്ങളിൽ നിന്നുള്ള കുടിയേറ്റം ഗണ്യമായി കൂടുകയും പരസ്പരം കൂടിക്കലരുകയും ചെയ്തതോടെ ബിസി 2000 ഓടെ ഈ സംസ്കാരം ക്രമേണ നശിക്കുകയും മറ്റൊരു ജീവിതരീതിയിലേക്ക് രൂപാന്തരം സംഭവിക്കുകയും ചെയ്തു....

ചിത്രപ്പണികളോട് കൂടിയ മൺ പാത്രങ്ങളും മറ്റും ധാരാളമായി നിർമ്മിക്കുകയും ഉപയോഗിക്കുകയും ചെയ്തിരുന്ന കാലഘട്ടമായിരുന്നു വെങ്കലയുഗത്തിലെ മധ്യകാലം. പിന്നീട് വന്ന അവസാനകാല വെങ്കലയുഗത്തിലാണ് ടാലിഷ്-മുഗൻ (Talysh-Mugan) സംസ്കാരം രൂപപ്പെട്ടുവന്നത്. വടക്ക് പടിഞ്ഞാറൻ ഇറാനിലും അസർബൈജാന്റെ തെക്ക് കിഴക്കൻ മേഖലയിലും വ്യാപിച്ച് കിടക്കുന്ന ടാലിഷ് മലനിരകൾ അതുപോലെ തന്നെ ഇറാന്റെ വടക്ക് കിഴക്കൻ മേഖലയിലും അസർബൈജാന്റെ തെക്ക് ഭാഗങ്ങളിലും വ്യാപിച്ച് കിടക്കുന്ന മുഗൻ എന്നറിയപ്പെടുന്ന സമതലപ്രദേശങ്ങളിലുമാണ് ഈ സംസ്കാരം ഉടലെടുക്കുകയും പുഷ്ടിപ്പെടുകയും ചെയ്തത്. വെങ്കലവും ഇരുമ്പും ഉപയോഗിച്ചുകൊണ്ടുള്ള വാൾ അടക്കമുള്ള ആയുധനിർമ്മാണവും ഉപയോഗവും കൈകൊണ്ട് നിർമ്മിച്ച പാത്രങ്ങളും ചായക്കപ്പുകളും ഈ കാലഘട്ടത്തിന്റേതായ കണ്ടെടുക്കപ്പെട്ട അവശിഷ്ടങ്ങളിൽ പെടുന്നു...അങ്ങനെ മൊത്തത്തിൽ പറഞ്ഞാൽ വെങ്കലയുഗത്തിലെയും ഇരുമ്പ് യുഗത്തിലെയും മനുഷ്യന്റെ ജീവിതത്തിലേക്ക് വെളിച്ചം വീശുന്ന നിരവധിയായ കണ്ടെത്തലുകൾ അസർബൈജാൻ എന്ന രാജ്യത്തിന്റെ വ്യത്യസ്ത പ്രദേശങ്ങളിൽ നടത്തപ്പെട്ടിട്ടുണ്ട്

അധിനിവേശ ചരിത്രം

അസർബൈജാൻ എന്ന രാജ്യത്തിന്റെ ചരിത്രം എന്നത് അധിനിവേശങ്ങളുടെ ചരിത്രം കൂടിയാണ്. കീഴടക്കിയ ചക്രവർത്തിമാരുടെയും അവരുണ്ടാക്കിയ സാമ്രാജ്യങ്ങളുടെയും ഇംഗിതങ്ങൾക്കനുസരിച്ച് തങ്ങളുടെ ജീവിതത്തിന്റെ താളക്രമം പലവുരു മാറ്റേണ്ടിവന്ന ജനതയാണ് ഇവിടെ ജീവിച്ചവർ. ചരിത്രാതീത കാലം മുതൽക്കേ ഇവിടേക്ക് പലരും കടന്നുവന്നു. അതിൽ ഏറ്റവും പ്രാധാന്യമർഹിക്കുന്നത് ബിസി ആറാം നൂറ്റാണ്ടിലെ പേർഷ്യൻ അധിനിവേശമാണ്. സൈറസ് ദി ഗ്രേറ്റ് (Cyrus The Great) എന്ന ഇറാനിയൻ ചക്രവർത്തി

ചെറു രാജ്യങ്ങളെ കീഴ്പ്പെടുത്തിക്കൊണ്ട് സ്ഥാപിച്ച പേർഷ്യൻ സാമ്രാജ്യം (Persian Emperor Or Achaemenid Emperor) ക്രമേണ കിഴക്കൻ യൂറോപ്പ് മുതൽ ഇൻഡസ് താഴ്വര വരെയുള്ള വളരെ വിസ്തൃതമായ പ്രദേശത്ത് വളർന്ന് പന്തലിച്ചു. മനുഷ്യ ചരിത്രത്തിലെ അതുവരെയുള്ളതിൽ വച്ച് ഏറ്റവും വലിയ സാമ്രാജ്യമായി അത് മാറി. കേന്ദ്രീയമായ ഭരണക്രമവും, പ്രധാനപ്രദേശങ്ങൾ തമ്മിൽ ബന്ധിപ്പിക്കുന്ന റോഡ് സംവിധാനങ്ങളും തനതും ബൃഹത്തായതുമായ സൈനിക സംവിധാനങ്ങളും, സാമ്രാജ്യാതിർത്തിക്കകത്ത് മുഴുവൻ പ്രചാരത്തിലാക്കിയ പൊതുഭാഷയും ഒക്കെ പേർഷ്യൻ സാമ്രാജ്യത്തിന് വലിയ ഭരണവിജയം നൽകി. ഇറാന്റെ തൊട്ടടുത്തുള്ള അസർബൈജാൻ ഉൾപ്പെടുന്ന പ്രദേശങ്ങളും സ്വാഭാവികമായും പേർഷ്യൻ സാമ്രാജ്യത്തിന്റെ കീഴിലായി.

250 വർഷത്തോളം നീണ്ടുനിന്ന പേർഷ്യൻ ഭരണകാലത്ത് അവരുടെ സംസ്കാരവും ഭാഷയും ഒക്കെ അസർബൈജാനിലും പ്രചരിക്കപ്പെട്ടു. പേർഷ്യൻ സാമ്രാജ്യകാലത്ത് രൂപപ്പെട്ട് പിന്നീട് സാമ്രാജ്യമാകെ പ്രചരിപ്പിക്കപ്പെട്ട ഒന്നാണ് സൊറോസ്ട്രിയൻ മതം. വളരെ പെട്ടെന്ന് തന്നെ പല പ്രാകൃത മതങ്ങളെയും പിന്തള്ളി അഗ്നി ആരാധനയ്ക്ക് പ്രാമുഖ്യമുള്ള സൊറോസ്ട്രിയനിസം അസർബൈജാനിലും വൻ സ്വീകാര്യത ലഭിക്കുകയുണ്ടായി. ബിസി 330 ഇൽ അലക്സാണ്ടർ ദി ഗ്രേറ്റ് ചക്രവർത്തി പേർഷ്യൻ സാമ്രാജ്യത്തെ ശിഥിലമാക്കിയതോടെ അസർബൈജാനിലെ പേർഷ്യൻ ആധിപത്യം അവസാനിക്കുകയായിരുന്നു. ബിസി 323 ഇൽ അലക്സാണ്ടർ ദി ഗ്രേറ്റ് മരണമടയുകയും അസർബൈജാൻ ഉൾകൊള്ളുന്ന പേർഷ്യ ഗ്രീക്ക് പാരമ്പര്യമുള്ള സേലിയൂസിഡ്(Seleucid Empire) സാമ്രാജ്യത്തിന്റെ അധീനതയിൽ ആവുകയും ചെയ്തു. ബിസി 247 കഴിഞ്ഞപ്പോൾ ഈ സാമ്രാജ്യവും നാമാവശേഷമായി...പിന്നീട് അസർബൈജാന്റെ ചില ഭാഗങ്ങൾ അർമേനിയൻ സാമ്രാജ്യത്തിന്റെ കീഴിലായിരുന്നു. CE 428 വരെ ആ ഭരണം നിലനിന്നു.

സൈറസ് ദി ഗ്രേറ്റ് ചക്രവർത്തിയുടെ പേർഷ്യൻ സാമ്രാജ്യം തകർന്നതിൽ പിന്നെ കുറേ കാലത്തോളം ഈ പ്രദേശങ്ങളെല്ലാം ചെറിയ രാജ്യങ്ങളായി തുടർന്നു. എന്നാൽ CE 224 ൽ അർദാഷിർ ഒന്നാമൻ(Ardashir I) എന്ന ഇറാനിയൻ രാജാവിന്റെ നേതൃത്വത്തിൽ വീണ്ടും ഈ ചെറുരാജ്യങ്ങളെ കീഴടക്കി സസാനിഡ് (Sasanid Dynasty) എന്ന പേരിൽ പുതിയൊരു പേർഷ്യൻ സാമ്രാജ്യം ഉദയം ചെയ്തു. CE 252 കഴിയുമ്പോഴേക്കും അസർബൈജാന്റെ മിക്ക ഭാഗങ്ങളും സസാനിയൻ സാമ്രാജ്യത്തിന് കീഴിലായി. ഏറ്റവും കൂടുതൽ കാലം പേർഷ്യ ഭരിച്ച രാജവംശമായി സസാനിയൻ രാജവംശം മാറി. എന്നാൽ

അറേബ്യയിലെ രണ്ടാം ഖലീഫയായ ഉമറിന്റെ കാലം മുതൽ ആരംഭിച്ച ഇസ്ലാം അധിനിവേശം താമസിയാതെ പേർഷ്യയിലും എത്തിച്ചേർന്നു. ഏഴാം നൂറ്റാണ്ടിൽ സസാനിയൻ ഭരണത്തെ യുദ്ധത്തിൽ തോൽപിച്ച അറേബ്യൻ സൈന്യം ഇറാനിൽ നിന്നും അസർബൈജാനിലെക്കും തങ്ങളുടെ സാമ്രാജ്യാധിപത്യം വ്യാപിപ്പിച്ചു. എട്ടും ഒമ്പതും നൂറ്റാണ്ടിൽ ഖലീഫ ഭരണത്തിനെതിരായുള്ള പല യുദ്ധങ്ങളും നടന്നെങ്കിലും അതൊന്നും ഫലം കണ്ടില്ല എന്ന് മാത്രമല്ല ഒമ്പതാം നൂറ്റാണ്ടോടുകൂടി അസർബൈജാൻ പൂർണമായും ഇസ്ലാമികവത്കരിക്കപ്പെട്ടു.

ഒമ്പതാം നൂറ്റാണ്ടിന്റെ അന്ത്യത്തോടുകൂടി ഖലീഫ ഭരണത്തിന്റെ ശക്തി കുറഞ്ഞുവന്നു. അതിന്റെ ഫലമായി ഇറാനിൽ നിന്നുള്ള ഇസ്ലാമിക രാജവംശങ്ങൾ അസർബൈജാനിലെ പല പ്രദേശങ്ങളും ഭരിക്കുകയുണ്ടായി. ഷദാദി രാജവംശം (Shaddadids CE 951-1199), സാജിദ് രാജവംശം (Sajid Dynasty CE 889-929), സല്ലാരി രാജവംശം (Sallarid Dynasty CE 941-979), ശിർവാൻഷാഹ് രാജവംശം (Shirvanshah CE 861-1539) തുടങ്ങിയ രാജവംശങ്ങൾ ഇതിൽ ഉൾപ്പെടുന്നു. ഇതിൽ ഏറ്റവും പ്രധാനപ്പെട്ടത് ശിർവാൻഷാഹ് രാജവംശത്തിന്റെ ഭരണമായിരുന്നു. കാരണം ഏറ്റവും കൂടുതൽ കാലം അസർബൈജാൻ ഭരിച്ച മുസ്ലിം രാജവംശം ശിർവൻഷാമാരുടേതായിരുന്നു. ഇന്നത്തെ ബാക്കു ഉൾപ്പെടെയുള്ള സ്ഥലങ്ങൾ ശിർവൻഷായുടെ അധീനതയിലുള്ള സ്ഥലങ്ങളായിരുന്നു.

വിദേശ മണ്ണിൽ നിന്നും അസർബൈജാൻ ഉൾപ്പെടുന്ന പേർഷ്യയുടെ മണ്ണിൽ പടനയിക്കുകയും ആധിപത്യം സ്ഥാപിക്കുകയും ചെയ്തവരിൽ തുർക്കിവംശജരും ഉൾപ്പെട്ടിരുന്നു. എട്ടാം നൂറ്റാണ്ടിൽ തുർക്കിയിലെ ഓഘൂസ് യബ്ഗു സ്റ്റേറ്റ് (Oghus Yabgu State)എന്നറിയപ്പെടുന്ന പ്രദേശത്ത് താമസിച്ചുവന്നിരുന്നത് സെൽജൂക്കുകൾ (Seljuks) എന്നറിയപ്പെടുന്ന ഗോത്രക്കാരായിരുന്നു. സിർ ദാര്യ (Syr Darya) നദിയുടെ പടിഞ്ഞാറൻ കരയിൽ താമസമാക്കിയിരുന്ന ഒരു വലിയ കൂട്ടം സെൽജൂക്കുകൾ പേർഷ്യയിലേക്ക് കുടിയേറുകയും അവിടെയുള്ള പ്രാദേശിക ഭരണകൂടങ്ങളുമായി നടത്തിയ നിരവധിയായ യുദ്ധങ്ങൾക്കൊടുവിൽ സെൽജൂക് സാമ്രാജ്യം എന്ന പേരിൽ തങ്ങളുടെതായ സാമ്രാജ്യം സ്ഥാപിക്കുകയും ചെയ്തു. മറ്റുള്ള അധിനിവേശങ്ങളെപ്പോലെ ആയിരുന്നില്ല സെൽജൂക്കുകളുടേത്. ഇവർ തദ്ദേശീയരായ പേർഷ്യൻ ജനങ്ങളുമായി ഇടകലരുകയും അവരുടെ സംസ്കാരവും ഭാഷയും സ്വീകരിക്കുകയും ചെയ്തു. പേർഷ്യൻ ഭാഷയെ അവർ ഔദ്യോഗിക ഭാഷയായി പ്രഖ്യാപിക്കുകയും കല, സാഹിത്യം എന്നിവയെ പ്രോത്സാഹിപ്പിക്കുകയും ചെയ്തു.

പന്ത്രണ്ടാം നൂറ്റാണ്ടിൽ ചെങ്കിസ് ഖാന്റെ (Genghis Khan CE 1158-1227) വരവോടെയാണ് മംഗോൾ വംശജരുടെ സാമ്രാജ്യാധിപത്യം ആരംഭിക്കുന്നത്. മംഗോൾ സാമ്രാജ്യത്തിന്റെ സ്ഥാപകനും ആദ്യത്തെ ചക്രവർത്തിയും ആയിരുന്നു ചെങ്കിസ് ഖാൻ. ലോകം കണ്ട ഏറ്റവും പ്രഗത്ഭനായ യുദ്ധപ്പോരാളിയായിരുന്ന അദ്ദേഹം ഏഷ്യ, യൂറോപ്പ് വൻകരകളിലെ ഭൂരിഭാഗം പ്രദേശങ്ങളും കീഴടക്കി തന്റെ സാമ്രാജ്യത്തോട് കൂട്ടിച്ചേർത്തു. 1227 ഇൽ മരിക്കുന്നതിന് മുൻപ് തന്റെ മകനായ ഒഗേഡി ഖാനെ (Ogedei Khan) സിംഹാസനം ഏല്പിച്ചു. പിതാവിന്റെ വഴി തന്നെയാണ് മകനും സ്വീകരിച്ചത്. അസർബൈജാനും ഇറാനും ഒക്കെ ഇദ്ദേഹം പിടിച്ചടക്കി തന്റെ സാമ്രാജ്യത്തോട് കൂട്ടിച്ചേർത്തു. പല പട്ടണങ്ങൾക്കും വലിയ നാശം വരുത്തിയാണ് മംഗോളുകൾ തങ്ങളുടെ മുന്നേറ്റം നടത്തിയത്.

തുർക്കി-മംഗോൾ പരമ്പരയിൽ പെട്ടതും ചെങ്കിസ്ഖാന്റെ കുടുംബത്തിലെ അംഗവുമായിരുന്ന തിമൂർ (Timur) ആയിരുന്നു തിമൂറിഡ് സാമ്രാജ്യം സ്ഥാപിക്കുകയും അസർബൈജാൻ ഉൾപ്പെടുന്ന പേർഷ്യ അടക്കം അനേകം പ്രദേശങ്ങളിൽ പടയോട്ടം നടത്തുകയും തന്റെ സാമ്രാജ്യത്തിന്റെ ഭാഗമാക്കുകയും ചെയ്തത്. ചെങ്കിസ്ഖാനെ പോലെ തന്നെ പ്രഗത്ഭനായ യുദ്ധപ്പോരാളി ആയിരുന്നു തിമൂർ. പതിനാലാം നൂറ്റാണ്ടിലാണ് അസർബൈജാനിൽ തിമൂറിന്റെ ആധിപത്യം ആരംഭിക്കുന്നത്. CE 1405 ൽ തിമൂറിന്റെ മരണത്തെ തുടർന്ന് അദ്ദേഹത്തിന്റെ മകനായ ഷാരുഖ് (Shah Rukh) ചക്രവർത്തിപദത്തിലേക്ക് ഉയരുകയും 1447 വരെ ഭരണം നടത്തുകയും ചെയ്തു.

ഏഴാം നൂറ്റാണ്ടുമുതൽ നടന്ന തുടർച്ചയായ അറേബ്യൻ അധിനിവേശങ്ങൾക്ക് ശേഷം പേർഷ്യയിൽ ഉടനീളം ഇസ്ലാം പ്രചരിക്കപ്പെടുകയും ക്രമേണ ഈ പ്രദേശങ്ങൾ സുന്നി ഇസ്ലാം ഭൂരിപക്ഷ പ്രദേശങ്ങളായി മാറുകയും ചെയ്തു എന്ന് കാണാം. എന്നാൽ പതിനാറാം നൂറ്റാണ്ട് ആയപ്പോഴേക്കും ഇസ്ലാമിലെ മറ്റൊരു വിഭാഗമായ ഷിയാ ഇസ്ലാമിന് പ്രാമുഖ്യം ലഭിക്കുകയും ഒട്ടേറെ രക്തച്ചൊരിച്ചിലുകൾക്ക് ശേഷം പേർഷ്യ ഒരു ഷിയാ ഇസ്ലാമിക ഭൂരിപക്ഷ പ്രദേശമാവുകയും ചെയ്തു. പേർഷ്യയുടെ ഭാഗമായിരുന്ന അസർബൈജാനും ഷിയാ ഇസ്ലാമിനെ പുൽകി. ഇറാന്റെയും അസർബൈജാന്റെയും ചരിത്രത്തിലെ ഒരു പ്രധാനപ്പെട്ട ഏടാണ് ഈ മാറ്റം. പേർഷ്യയുടെ ഷിയാ ഇസ്ലാമിലേക്കുള്ള മാറ്റത്തിന്റെ ചരിത്രം അന്വേഷിച്ചു പോയിക്കഴിഞ്ഞാൽ എത്തിപ്പെടുക പതിമൂന്നാം നൂറ്റാണ്ടിൽ ജീവിച്ചിരുന്ന സൂഫി ആചാര്യനായിരുന്ന സാഹിദ് ഗിലാനി(Zahed Gilani)യുടെ (CE 1216-1301) അടുത്താണ്.

ഇറാനിലെ ഗിലാൻ പ്രവിശ്യയിലെ പ്രധാന സൂഫി പണ്ഡിതനായിരുന്നു സാഹിദ് ഗിലാനി. സാഹിദിയ (Zahediyeh) എന്ന സൂഫി ചിന്താസരണികൾക്ക് രൂപം കൊടുത്തത് ഇദ്ദേഹമായിരുന്നു. തന്റെ മരണത്തിന് മുൻപേ സാഹിദിയ സൂഫി പ്രസ്ഥാനത്തിന്റെ നേതൃസ്ഥാനം തന്റെ മകളുടെ ഭർത്താവും പ്രധാന ശിഷ്യനുമായിരുന്ന സഫി അദ് ദിൻ അർദബിലി (Safi Ad Din Ardabili CE1253-1334) യെ ഏൽപ്പിക്കുകയും ചെയ്തു. സാഹിദിയാ സൂഫിസത്തിൽ അഗാധ പാണ്ഡിത്യമുള്ള ആളായിരുന്നു സഫി അദ് ദിൻ. അദ്ദേഹം തന്റേതായ ചില ആശയങ്ങൾ അതിനോട് കൂട്ടിച്ചേർക്കുകയും നിലവിലുള്ളവ മാറ്റം വരുത്തുകയും ചെയ്ത് പുതിയൊരു ചിന്താപദ്ധതിക്ക് രൂപം കൊടുത്തു. ഇതിന് പഴയ സാഹിദിയ എന്ന പേരിന് പകരം സഫാവിയ്യ (Safaviyya) എന്ന പേരും സ്വീകരിച്ചു. പതുക്കെയാണെങ്കിലും സഫാവിയ്യ സൂഫിസത്തിന് മികച്ച പ്രചാരം ലഭിച്ചു. ഒരു പ്രാദേശിക മത ചിന്താധാര എന്നതിൽ നിന്നും മാറി ഇസ്ലാമിക ലോകത്തെ കൂടുതൽ രാജ്യങ്ങളിലേക്ക് അതിന്റെ സ്വീകാര്യത വർധിച്ചുവന്നു....

സഫി അദ് ദിൻ ന്റെ മരണശേഷം ഏതാണ്ട് 170 വർഷം കഴിഞ്ഞപ്പോഴേക്കും ഇറാനിലെ രാഷ്ട്രീയ കാലാവസ്ഥ സഫാവിയ്യ പ്രസ്ഥാനത്തിന് അനുകൂലമായി. ഈ സാഹചര്യം മുതലാക്കിക്കൊണ്ട് രാഷ്ട്രീയവും സൈനികവുമായ ശക്തി ഉപയോഗിച്ച് ഇസ്മയിൽ ഒന്നാമൻ സഫാവിഡ് (Safavid Dynasty CE1501-1736)എന്ന പേരിൽ ഇറാനിൽ ഒരു ഭരണക്രമം കൊണ്ടുവന്നു. എണ്ണൂറിലേറെ വർഷക്കാലം അറബികളും തുർക്കികളും മംഗോൾ വംശജരും ഭരിച്ച് ചിന്നഭിന്നമാക്കിയിരുന്ന ഇറാനെ ഒരൊറ്റ രാജ്യമാക്കി മാറ്റുന്നതിൽ ഇസ്മയിൽ ഒന്നാമൻ വിജയിച്ചു. മാത്രമല്ല ഇറാൻ എന്നൊരു ആശയവും അതിലൂന്നിയുള്ള ഒരു സ്വത്വബോധവും ജനങ്ങളിൽ സൃഷ്ടിക്കുവാൻ അദ്ദേഹത്തിന് സാധിച്ചു. ഇസ്ലാമിക പ്രവാചകനായ മുഹമ്മദ് നബിയുടെ സഹചാരിയും മകളുടെ ഭർത്താവും നാലാമത്തെ ഖലീഫയും ഒക്കെ ആയിരുന്ന അലിയുടെ (Ali Ibn Abi Talib) കുടുംബവുമായുള്ള ബന്ധം ഇസ്മായിൽ ഒന്നാമൻ ഉൾപ്പെടെയുള്ള സഫാവിഡ് രാജാക്കന്മാർ അവകാശപ്പെട്ടിരുന്നു. അതുകൊണ്ട് തന്നെ ഇസ്മായിൽ ഒന്നാമൻ ഇമാമിയ്യ (Imamiyyah or Twelver Islam) എന്ന ഷിയാ ഇസ്ലാമിലെ പ്രധാന വിശ്വാസപ്രമാണങ്ങളെ സ്വീകരിക്കുകയും അത് ഇറാനിലെ ഔദ്യോഗിക മതമായി പ്രഖ്യാപിക്കുകയും ചെയ്തു. ശക്തരായ സുന്നി മതരാഷ്ട്രങ്ങളായ തുർക്കി, ഉസ്ബെക്കിസ്ഥാൻ പോലുള്ള രാജ്യങ്ങൾക്ക് ഇടയിൽ ഒരു പ്രത്യേക മതരാഷ്ട്രമായി ഇറാൻ നിലകൊള്ളാൻ ഇത് കാരണമാവുകയും ചെയ്തു....

അക്കാലത്തെ ഒരു രീതി അനുസരിച്ച് രാജാവിന്റെ മതമാണ് രാജ്യത്തിന്റെയും മതം. രാജാവ് ഒരു പുതിയ മതം സ്വീകരിച്ചാൽ ജനങ്ങളും അത് സ്വീകരിക്കേണ്ടി വരും. സോറോസ്ട്രിയൻ മതമുണ്ടായിരുന്ന ഒരു പ്രദേശത്തെ എങ്ങിനെയാണ് ഇസ്ലാം അധിനിവേശക്കാലത്ത് ഇസ്ലാമിലേക്ക് മാറ്റിയത് അതുപോലെ വീണ്ടും നിരവധി രക്തച്ചൊരിച്ചിലുകൾ അരങ്ങേറുകയുണ്ടായി. ഇസ്മയിൽ ഒന്നാമൻ ഇറാനെ ഏകീകരിക്കാൻ എല്ലാ ഭാഗത്തേക്കും പടയോട്ടം നടത്തി, അതിൽ ഷിയാ ഇസ്ലാമിനെ സ്വീകരിക്കാത്ത ചെറു നാട്ടുരാജ്യങ്ങളെ ഒക്കെ പരാജയപ്പെടുത്തി രാജാക്കന്മാരെയും പ്രജകളെയും വധിക്കുകയോ നിർബന്ധമായി മതംമാറ്റം നടത്തുകയോ ചെയ്തു. അതിൽ ഏറ്റവും എടുത്തുപറയേണ്ട ഒന്നാണ് അസർബൈജാനിലെ ബാക്കു ഉൾപ്പെടുന്ന പ്രദേശങ്ങൾ ഭരിച്ചിരുന്ന സുന്നി മുസ്ലിം ഭരണാധികാരി ആയിരുന്ന ഷിർവാൻഷായുമായി നടന്ന യുദ്ധം. യുദ്ധത്തിൽ പരാജയപ്പെട്ട രാജാവിനെ വധിക്കുകയും നിർബന്ധിതമായി ആ പ്രദേശം മുഴുവൻ ഷിയാ വിശ്വാസത്തിലേക്ക് മാറ്റുകയും ചെയ്തു. ഇറാനിലെ ഈ മതപരിവർത്തനത്തിന്റെ അലയൊലികൾ അസർബൈജാനിലും ആഞ്ഞടിച്ചു. സുന്നി മുസ്ലിങ്ങൾ ഭൂരിപക്ഷമായിരുന്ന അസർബൈജാൻ സഫാവിഡ് രാജാക്കന്മാരുടെ കാലത്ത് ഷിയാ വിശ്വാസത്തിലേക്ക് പൂർണമായും മാറ്റപ്പെട്ടു. ഇന്ന് ലോകത്തിലെ രണ്ടാമത്തെ ഏറ്റവും വലിയ ഷിയാ ഇസ്ലാമിക രാജ്യമാണ് അസർബൈജാൻ.

രണ്ടാം പേർഷ്യൻ സാമ്രാജ്യം

സഫാവിഡ് സാമ്രാജ്യത്തിന്റെ തകർച്ചയ്ക്ക് ശേഷം തുർക്കി വംശജനും ഇറാനിയൻ സൈനികനുമായിരുന്ന നാദിർ ഷാ (Nader Shah) ഇറാനിൽ അധികാരത്തിൽ വന്നു. പഴയതുപോലെ മറ്റൊരു വലിയ പേർഷ്യൻ സാമ്രാജ്യം സ്ഥാപിക്കുക എന്നതായിരുന്നു നാദിർ ഷായുടെയും മോഹം. വളരെ പെട്ടെന്ന് തന്നെ അഫ്ഷാറിഡ് (Afsharid Dynasty) എന്ന പേരിൽ ഒരു സാമ്രാജ്യം സ്ഥാപിക്കാൻ അദ്ദേഹത്തിന് കഴിഞ്ഞു. അസർബൈജാന്റെ പ്രധാന ഭാഗങ്ങളും, മെസൊപ്പൊട്ടോമിയയും മധ്യേഷ്യയുടെ ഭൂരിഭാഗം സ്ഥലങ്ങളും നാദിർ ഷാ കയ്യടക്കി, തന്റെ സാമ്രാജ്യത്തോട് ചേർത്തു. ശേഷം സൈന്യവുമായി കിഴക്കോട്ട് സഞ്ചരിച്ചു. അവർ ഡൽഹി വരെ മുന്നേറി. മുഹമ്മദ് ഷാ (Nasir Ud Din Muhammed Sha) എന്ന പതിമൂന്നാമത്തെ മുഗൾ ചക്രവർത്തിയായിരുന്നു അന്ന് ഡൽഹി ഭരിച്ചിരുന്നത്. ഡൽഹിയിൽ നിന്നും 110 കിലോമീറ്റർ മാറി കർണാൽ എന്ന സ്ഥലത്ത് വച്ച് നാദിർ ഷായും മുഹമ്മദ് ഷായും യുദ്ധത്തിൽ ഏർപ്പെട്ടു. Battle Of Karnal

(24.02.1739) എന്നറിയപ്പെടുന്ന ആ സുപ്രധാനമായ യുദ്ധത്തിൽ നാദിർ ഷായുടെ സൈന്യം മുഗൾ സൈന്യത്തെ പരാജയപ്പെടുത്തുകയും ശേഷം ഡൽഹിയിലേക്ക് കടന്ന് അവിടം കൊള്ളയടിക്കുകയും ചെയ്തു. ആവശ്യത്തിന് സമ്പത്ത് കൈക്കലാക്കിയതിന് ശേഷമാണ് നാദിർ ഷായുടെ സൈന്യം പേർഷ്യയിലേക്ക് തിരിച്ചുപോയത്..

റഷ്യൻ അധിനിവേശം

1747-ൽ നാദിർ ഷാ കൊല്ലപ്പെടുന്നതുവരെ അഫ്ഷാരിഡ് ഭരണം നിലനിന്നു. അതിന് ശേഷം ഘാനൈറ്റുകൾ (Khanites) എന്നറിയപ്പെടുന്ന തുർക്കി വംശജരായ ചെറു ഗ്രൂപ്പുകൾ ആണ് അസർബെയ്ജാനെ ചെറുനാട്ടുരാജ്യങ്ങളാക്കി ഭരണം നടത്തിയിരുന്നത്. അക്കൂട്ടത്തിലെ പ്രധാനപ്പെട്ട ഒരുകൂട്ടരാണ് ഖാജർ രാജവംശം. ഇറാനിയൻ രാജവംശമാണെങ്കിലും ഇവരും തുർക്കി പാരമ്പര്യമുള്ളവരായിരുന്നു. 1789 മുതൽ 1925 വരെ ഇറാനിലെയും അസർബൈജാനിലെയും കുറെയേറെ പ്രദേശങ്ങൾ ഭരിച്ചിരുന്നത് ഇവരായിരുന്നു. പക്ഷെ 1790 മുതൽ ആരംഭിച്ച റഷ്യൻ അധിനിവേശത്തിൽ ഖാജർ രാജവംശം പരാജയപ്പെടുകയും സാർ ചക്രവർത്തിക്ക് കീഴ്പ്പെടുകയും ചെയ്തു. 1828 ൽ ആരംഭിച്ച പ്രസിദ്ധമായ റഷ്യൻ-പേർഷ്യൻ യുദ്ധത്തിൽ ഇറാൻ പൂർണമായും പരാജയപ്പെട്ടതോടെ അസർബൈജാനിലെ കുറെയേറെ പ്രദേശങ്ങളും കൂടി റഷ്യൻ ചക്രവർത്തിയുടെ അധീനതയിലായി.

1840 ആയപ്പോഴേക്കും അസർബൈജാൻ ഏതാണ്ട് പൂർണമായും റഷ്യൻ സൈനികഭരണത്തിലായി എന്ന് പറയാം. ഘാനൈറ്റുകൾ എന്നറിയപ്പെട്ടിരുന്ന പല നാട്ടുരാജ്യങ്ങളും നിലനിന്നിരുന്നെങ്കിലും അവർക്കെല്ലാം റഷ്യൻ ചക്രവർത്തിയുടെ നിയമങ്ങൾ അംഗീകരിക്കേണ്ടിയും നടപ്പാക്കേണ്ടിയും വന്നിരുന്നു. ഇതിന് വേണ്ടി ഓരോ പ്രവിശ്യകളിലും റഷ്യൻ സൈനിക ഉദ്യോഗസ്ഥർ നിയമിതരായി. ഇന്നത്തെ അസർബൈജാന്റെ തലസ്ഥാനമായ ബാക്കു ഉൾപ്പെടുന്ന പ്രദേശങ്ങൾ 1813 മുതലേ തന്നെ സാർ ചക്രവർത്തിയുടെ സാമ്രാജ്യത്തോട് കൂട്ടിച്ചേർത്തിരുന്നു. 1850-കൾ ആയപ്പോഴേക്കും ബാക്കു വൻതോതിൽ വ്യാവസായിക പുരോഗതി നേടി. അവിടെ നിലവിലുണ്ടായിരുന്ന പ്രാദേശിക കറൻസി പിൻവലിക്കുകയും പകരം റഷ്യൻ കറൻസിയായ റൂബിൾ പ്രചാരത്തിലാക്കുകയും ചെയ്തത് ഭീമമായ നിക്ഷേപങ്ങൾക്കാണ് വഴിയൊരുക്കിയത്. കാസ്പിയൻ കടൽ വഴിയുള്ള വ്യാപാരം പുരോഗതി പ്രാപിക്കാൻ തുടങ്ങിയതും ഇക്കാലഘട്ടത്തിലാണ്. 1859 ൽ ആദ്യത്തെ എണ്ണ റിഫൈനറി ബാക്കുവിൽ ആരംഭിച്ചത് മുതൽ എണ്ണനിക്ഷേപങ്ങളുടെ കലവറയായ ബാക്കുവും സമീപപ്രദേശങ്ങളും ഇതുവരെയില്ലാത്ത പുരോഗതിയുടെ പടവുകൾ ചവിട്ടിക്കയറി.

നേരത്തേ വെറും 10000 മാത്രം ഉണ്ടായിരുന്ന ബാക്കുവിലെ ജനസംഖ്യ 1900 ആണ്ടോടുകൂടി 250000 ആയി ഉയർന്നു. വൻ തോതിലുള്ള എണ്ണയുൽപ്പാദനവും വ്യവസായ പുരോഗതിയും അസർബൈജാന്റെ മറ്റു പ്രദേശങ്ങളിൽനിന്നും സമീപ രാജ്യങ്ങളിൽ നിന്നും ആളുകൾ ബാക്കുവിലേക്ക് കുടിയേറാൻ കാരണമായി. 1904 മുതൽ 1905 വരെ നടന്ന റഷ്യ-ജപ്പാൻ യുദ്ധം ബാക്കുവിൽ വലിയ രാഷ്ട്രീയ സാമ്പത്തിക പ്രതിസന്ധി സൃഷ്ടിച്ചു. ഓയിൽ ഫാക്ടറികളിലെ തൊഴിലാളികളുടെ വലിയ സമരത്തിന് ഇത് കാരണമായി. 1905 ഇൽ നടന്ന ആദ്യത്തെ റഷ്യൻ വിപ്ലവം പരാജയമാണെങ്കിലും ബാക്കുവിലെ തൊഴിലാളികൾക്കിടയിൽ അത് വലിയതോതിൽ സ്വാധീനം ചെലുത്തുകയുണ്ടായി. പക്ഷെ 1906 മുതൽ രാഷ്ട്രീയ സാമൂഹികാന്തരീക്ഷം വീണ്ടും പൂർവസ്ഥിതിയിൽ ആയി.

സോവിയറ്റ് ഭരണത്തിൽ

1917 ലെ പ്രസിദ്ധമായ ഒക്ടോബർ വിപ്ലവത്തിന് ശേഷം റഷ്യൻ ചക്രവർത്തി ഭരണം അവസാനിക്കുകയും ഒരു സ്വാതന്ത്രരാഷ്ട്രമാവാനുള്ള നീക്കങ്ങൾ അസർബൈജാനിൽ ആരംഭിക്കുകയും ചെയ്തു. 1918 മെയ് മാസം 28-ന് പ്രധാന രാഷ്ട്രീയ സംഘടനായ മുസാവത് (Musavat) അസർബൈജാൻ ഡെമോക്രാറ്റിക് റിപ്പബ്ലിക്ക് എന്ന പേരിൽ ഒരു സ്വതന്ത്ര രാഷ്ട്രമായി അസർബൈജാനെ പ്രഖ്യാപിക്കുകയുണ്ടായി. മാത്രമല്ല ഓട്ടോമൻ ചക്രവർത്തിയുടെ സഹായത്തോടെ ബ്രിട്ടന്റെയും രാഷ്ട്രീയ എതിരാളികളുടെയും എതിർപ്പ് മറികടന്ന് ബാക്കുവിലേക്ക് കടക്കുകയും 1918 സെപ്റ്റംബർ മാസം 15-ന് ബാക്കുവിനെ അസർബൈജാന്റെ തലസ്ഥാനമായി പ്രഖ്യാപിക്കുകയും ചെയ്തു. പക്ഷേ ഈ രാഷ്ട്രീയ മുന്നേറ്റത്തിന് വളരെ ചെറിയ ആയുസ്സ് മാത്രമേ ഉണ്ടായുള്ളൂ.

1920 ഏപ്രിൽ മാസം 28-ന് അസർബൈജാനിലെ ബോൾഷെവിക് പാർട്ടി അനുകൂലരുടെയും ബാക്കുവിലെ തൊഴിലാളികളുടെയും സഹായത്തോടെ റഷ്യയിൽ നിന്നും ചുവപ്പ് സൈന്യം (Red Army) ബാക്കുവിലേക്ക് കടന്നു. അർമേനിയയുമായുള്ള അതിർത്തിപ്രശ്നം കാരണം ഭൂരിഭാഗം അസർബൈജാനി സൈന്യവും സംഘർഷമേഘലയായ കാരബാക്കിൽ (Karabakh) വിന്യസിച്ചിരിക്കുകയായിരുന്നു. എങ്കിലും ബാക്കുവിലെ ഭൂരിഭാഗം വരുന്ന ജനങ്ങളും ബാക്കിയുള്ള സൈന്യവും ചുവപ്പുസേനയെ ശക്തമായി പ്രതിരോധിച്ചു. 20000 പേരുടെ മരണത്തിനിടയാക്കിയ യുദ്ധത്തിനൊടുവിൽ ബോൾഷെവിക്കുകൾ അസർബൈജാൻ പിടിച്ചടക്കുകയും അസർബൈജാൻ സോവിയറ്റ് സോഷ്യലിസ്റ്റ് റിപ്പബ്ലിക്ക് (Azerbaijan Soviet Socialist Republic) ആയി

പ്രഖ്യാപിക്കുകയും ചെയ്തു. ശേഷം അസർബൈജാനി ബോൾഷെവിക് വിപ്ലവ നേതാവും എഴുത്തുകാരനും ആയിരുന്ന നരിമാൻ നരിമാനോവ് (Nariman Narimanov) പുതിയ രാഷ്ട്രതലവനായി തിരഞ്ഞെടുക്കപ്പെട്ടു.

ശാസ്ത്രസാങ്കേതിക വിദ്യകളിലും വ്യാവസായിക ഉത്പാദനത്തിലും സോവിയറ്റ് യൂണിയൻ ആദ്യകാലത്ത് നേടിയ വമ്പിച്ച പുരോഗതി ബാക്കുവിനെയും സ്വാധീനിച്ചു. 1920 കളിലും മുപ്പതുകളിലും എല്ലാ മേഖലകളിലും ബാക്കു പുരോഗതി പ്രാപിച്ചു. എണ്ണയുത്പാദനം ഇരട്ടിയിലധികമായി. ഒരു സ്വതന്ത്ര സ്റ്റേറ്റ് ആയിരുന്നെങ്കിലും സോവിയറ്റ് യൂണിയന്റെ ഭാഗമായിരുന്നതുകൊണ്ട് ഭരണസിരാകേന്ദ്രം മോസ്കോ ആയിരുന്നു. 1945 ലെ രണ്ടാം ലോകമഹായുദ്ധത്തിൽ സോവിയറ്റ് യൂണിയൻ പങ്കെടുത്തപ്പോൾ ആവശ്യമായി വന്ന ഭൂരിഭാഗം പെട്രോളിയവും പ്രകൃതി വാതകവും ബാക്കുവിൽ നിന്നാണ് സംഭരിച്ചത്. എന്നാൽ 1960 ആയപ്പോഴേക്കും സോവിയറ്റ് യൂണിയന്റെ എണ്ണയുത്പാദനത്തിലും സാമ്പത്തിക വളർച്ചയിലും അസർബൈജാന്റെ വിശേഷിച്ചും ബാക്കുവിന്റെ പങ്ക് കുറഞ്ഞുവന്നു. ഇതിന് കാരണമായത് സമാനമായ തോതിൽ പല എണ്ണയുത്പാദന സ്രോതസ്സുകളും സോവിയറ്റ് യൂണിയന്റെ പല ഭാഗങ്ങളിലും ഉയർന്നു വന്നതാണ്. അസർബൈജാനെ സംബന്ധിച്ചിടത്തോളം ഈയൊരു കുറവ് ഏറെക്കുറെ പരിഹരിക്കപ്പെട്ടത് 1969 ൽ കമ്മ്യൂണിസ്റ്റ് പാർട്ടി ഓഫ് അസർബൈജാന്റെ ആദ്യത്തെ സെക്രട്ടറിയായി ബോൾഷെവിക് നേതാവായിരുന്ന " ഹൈദർ അലിയേവ് (Haider Aliyev) " നിയമിതനായതോട്ടുകൂടിയാണ്.

എണ്ണയുത്പാദനത്തിലുണ്ടായ കുറവ്, പരിഹരിക്കാൻ ഹൈദർ അലിയേവ് മറ്റ് വ്യവസായങ്ങളെ പ്രോത്സാഹിപ്പിച്ചു. അതിൽ ഏറെക്കുറെ അദ്ദേഹം വിജയം കാണുകയും ചെയ്തു. കോട്ടൺ ഉല്പാദനത്തിൽ റെക്കോർഡ് വളർച്ച നേടാനായത് ഇതിന്റെ ഭാഗമായാണ്. അത് മാത്രമല്ല എണ്ണത്തിൽ ന്യൂനപക്ഷമായ അർമേനിയക്കാരെയും തുർക്കി വംശജരെയും ഒഴിച്ച് ബാക്കിവരുന്ന ഭൂരിഭാഗം അസർബൈജാനികളെയും ഒരുമിച്ച് നിർത്തുന്നതിൽ അലിയേവ് വിജയിച്ചു. തന്റെ പ്രവർത്തന മികവ് കാരണം അദ്ദേഹത്തിന് സോവിയറ്റ് കമ്മ്യൂണിസ്റ്റ് പാർട്ടിയുടെ പോളിറ്റ് ബ്യൂറോയിൽ (1982-87) അംഗത്വം ലഭിച്ചു. ഒരു അസർബൈജാനിക്ക് സോവിയറ്റ് യൂണിയനിൽ ലഭിച്ച ഏറ്റവും വലിയ പദവി ആയിരുന്നു അത്.

സ്വാതന്ത്ര്യത്തിലേക്ക്

1985 മുതൽ 1991 വരെ സോവിയറ്റ് കമ്മ്യൂണിസ്റ്റ് പാർട്ടി ജനറൽ സെക്രട്ടറിയും സോവിയറ്റ് യൂണിയന്റെ എട്ടാമത്തെയും അവസാനത്തെയുമായ ഭരണാധിപനുമായ മിഖേൽ ഗോർബച്ചേവ് (Mikhail Gorbachev) ന്റെ ഭരണകാലത്ത് അർമേനിയയും അസർബൈജാനും തമ്മിൽ അതിർത്തിയിൽ തുടരുന്ന അസ്വസ്ഥകൾ അതിന്റെ മൂർദ്ധന്യാവസ്ഥയിൽ എത്തി. പലപ്പോഴായി ഉണ്ടാകുന്ന സംഘർഷങ്ങൾ രമ്യമായി പരിഹരിക്കുന്നതിന് പകരം സോവിയറ്റ് പട്ടാളത്തെ വച്ച് അടിച്ചമർത്തുകയായിരുന്നു ചെയ്തിരുന്നത്. രണ്ടു രാജ്യങ്ങളും സോവിയറ്റ് യൂണിയനിൽ അംഗങ്ങളായതിനാൽ അസർബൈജാന്റെ താല്പര്യങ്ങൾ പ്രത്യേകമായി സംരക്ഷിക്കാൻ അസർബൈജാനി കമ്മ്യൂണിസ്റ്റ് പാർട്ടിക്ക് സാധിച്ചില്ല. ഇത് ജനങ്ങളിൽ അതൃപ്തി ഉണ്ടാക്കി. സ്വാതന്ത്ര്യത്തിനുവേണ്ടിയുള്ള മുറവിളി പല രാഷ്ട്രീയ സംഘടനകളിൽനിന്നും പ്രധാന മാധ്യമങ്ങളിൽ നിന്നും ഉയരാൻ തുടങ്ങി. ഒരു കലാപത്തിലേക്ക് പോകും എന്ന് തോന്നിയപ്പോൾ 1990 ജനുവരി മാസത്തിൽ അടിയന്തിരാവസ്ഥ പ്രഖ്യാപിക്കുകയും സോവിയറ്റ് പട്ടാളത്തെ ഉപയോഗിച്ച് ജനങ്ങൾക്ക് നേരെ വെടിയുതിർക്കുകയും ചെയ്തു. കറുത്ത ജനുവരി എന്നറിയപ്പെടുന്ന ആ സംഭവത്തിന് ശേഷം 1991 ജൂലൈ മാസത്തിൽ ഗോർബച്ചേവിന് സ്ഥാനം ഒഴിയേണ്ടതായും വലതുപക്ഷ നേതാവായിരുന്ന ബോറിസ് യെൽട്സിൻ (Boris Yeltsin) റഷ്യയുടെ പുതിയ പ്രസിഡന്റ് ആവുകയും ചെയ്തു. തുടർന്ന് ഓഗസ്റ്റ് മാസം 30 ന് അസർബൈജാൻ പതിറ്റാണ്ടുകളുടെ സോവിയറ്റ് ഭരണത്തിൽ നിന്നും സ്വതന്ത്രമായി.

സ്വാതന്ത്ര്യലബ്ധിക്ക് ശേഷം നടന്ന ആദ്യ പ്രസിഡന്റ് തിരഞ്ഞെടുപ്പിൽ (1991 September 8) അസർബൈജാനി കമ്മ്യൂണിസ്റ്റ് പാർട്ടിയുടെ നേതാവായിരുന്ന അയാസ് മുത്തലിബോവ് (Ayaz Mutalibov) എതിരില്ലാതെ തിരഞ്ഞെടുക്കപ്പെട്ടു. 1991 ഒക്ടോബറിൽ സുപ്രീം സോവിയറ്റ് ഓഫ് അസർബൈജാൻ എന്ന് വിളിക്കുന്ന ഉന്നതാധികാര സമിതി അസർബൈജാൻ സ്വതന്ത്രമായി എന്ന് ഔദ്യോഗികമായി പ്രഖ്യാപിക്കുകയും കമ്മ്യൂണിസ്റ്റ് പാർട്ടിയെ പിരിച്ചുവിടുകയും ചെയ്തു. ആ വർഷം ഡിസംബറിൽ നടന്ന രാജ്യവ്യാപക റഫറണ്ടത്തിൽ ജനങ്ങൾ സുപ്രീം സോവിയറ്റിന്റെ സ്വാതന്ത്ര്യ പ്രഖ്യാപനത്തെ പിന്തുണച്ചു. തുർക്കി, ഇസ്രായേൽ, റൊമാനിയ, പാകിസ്ഥാൻ തുടങ്ങിയ രാജ്യങ്ങളാണ് അസർബൈജാന്റെ സ്വാതന്ത്ര്യത്തെ ആദ്യം അംഗീകരിച്ചത്...

അർമേനിയയുമായുള്ള അതിർത്തിപ്രശ്നം അപ്പോഴും ഒരു കീറാമുട്ടിയായി തുടർന്നുകൊണ്ടിരുന്നു. റഷ്യൻ സൈന്യത്തിന്റെ സഹായം

കിട്ടിയതോട്ടുകൂടി അർമേനിയ കാരബാഖ് മേഖലയിൽ താത്കാലിക വിജയം കൈവരിച്ചു. കൈവശമുണ്ടായിരുന്ന പ്രദേശങ്ങൾ ഓരോന്നായി അർമേനിയയുടെ നിയന്ത്രണത്തിലാകുന്നത് രാജ്യമൊട്ടാകെ പ്രതിഷേധങ്ങൾക്ക് വഴിവച്ചു. അർമേനിയയുടെ അതിർത്തിയിലെ വിജയവും മുത്തലിബോവിന്റെ സൈന്യത്തിന്റെ മുകളിലുള്ള നിയന്ത്രണമില്ലായ്മയും പ്രതിപക്ഷത്തിന്റെ രൂക്ഷവിമർശനങ്ങൾക്കും പൊതുവെ ഭരണവിരുദ്ധവികാരങ്ങൾക്കും കാരണമായി എന്ന് പറയാം. സമ്മർദ്ദം താങ്ങാനാവാതെ മുത്തലിബോവ് രാജിസന്നദ്ധത അറിയിച്ചെങ്കിലും, കുറച്ച് നാൾ കൂടി ഭരണം മുന്നോട്ട് പോയി. അധികം താമസിയാതെ തന്നെ അദ്ദേഹത്തിന് ഭരണത്തിൽ നിന്നും നിഷ്കാസിതനാകേണ്ടിവന്നു..

മുത്തലിബോവിന് ശേഷം 1992 ജൂൺ 7-ന് നടന്ന പ്രസിഡന്റ് തിരഞ്ഞെടുപ്പിൽ വലതുപക്ഷ രാഷ്ട്രീയത്തിന്റെ വക്താവും പോപ്പുലർ ഫ്രണ്ട് ഓഫ് അസർബൈജാൻ (PFA) നേതാവും കമ്മ്യൂണിസ്റ്റ് ഭരണത്തിൽ കുറേക്കാലം ജയിൽവാസം അനുഷ്ഠിച്ച ആളുമായ “അബുൽഫാസ് എൽക്കിബേ (Abulfaz Elchibey)” 54 ശതമാനം വോട്ട് നേടി പ്രെസിഡന്റായി തിരഞ്ഞെടുക്കപ്പെട്ടു. നിലവിലെ കമ്മ്യൂണിസ്റ്റുകൾക്ക് മികച്ച ഒരു സ്ഥാനാർത്ഥിയെ നിർത്താൻ സാധിക്കാത്തതാണ് എൽക്കിബേയുടെ വിജയം അനായാസമാക്കിയത്. ദീർഘകാലത്തെ കമ്മ്യൂണിസ്റ്റ് ഭരണക്രമം തീർത്തും മാറ്റി ജനാധിപത്യപരവും ആധുനികവുമായ ഒരു ഭരണവും ഭരണക്രമവും സ്ഥാപിക്കുക എന്നതായിരുന്നു പ്രഥമ പരിഗണന. അയൽരാജ്യങ്ങളായ തുർക്കിയുമായും ഇറാനുമായും മികച്ച ബന്ധം സ്ഥാപിക്കുക എന്നതും എൽക്കിബേയുടെ പ്രധാന നയമായിരുന്നു. പക്ഷെ അർമേനിയയുമായുള്ള സംഘർഷങ്ങൾ തന്നെയായിരുന്നു എൽക്കിബേയുടെയും പ്രധാന വെല്ലുവിളി. കമ്മ്യൂണിസ്റ്റ് നേതാവായിരുന്ന മുത്തലിബോവിനെ അധികാരത്തിൽ നിന്നും താഴെയിറക്കാൻ ഏതൊരു വിഷയമാണോ PFA യും എൽക്കിബേയും ഉയർത്തിക്കൊണ്ടുവന്നത് അതേ വിഷയം തന്നെയായിരുന്നു അവരെയും വേട്ടയാടിയത്. സമ്പത്തിന്റെ ഭൂരിഭാഗവും അതിർത്തിയിലേക്കൊഴുകിയപ്പോൾ രാജ്യം ക്രമേണ സാമ്പത്തിക മാന്ദ്യത്തിലേക്ക് കൂപ്പുകുത്തി. ഇത് ജനങ്ങളിൽ അതൃപ്തി ഉണ്ടാക്കുകയും 1993 ഓഗസ്റ്റ് 29 ന് നടന്ന ഇടക്കാല വോട്ടെടുപ്പിൽ 98 ശതമാനം വോട്ടോടുകൂടി പഴയ കമ്മ്യൂണിസ്റ്റ് നേതാവായിരുന്ന ഹൈദർ അലിയേവിനെ (Haider Aliyev) പ്രസിഡന്റ് ആയി തിരഞ്ഞെടുത്തു.

സാമ്പത്തികമായി തീരെ തകർന്നുകിടക്കുന്ന സ്വന്തം രാജ്യത്തെ കരകയറ്റാൻ ഹൈദർ അലിയേവ് ആശ്രയിച്ചത് എണ്ണ വ്യവസായത്തെ തന്നെയായിരുന്നു. ബ്രിട്ടീഷ് പെട്രോളിയവുമായി ചേർന്നുള്ള പുതിയ

കരാറുകൾ കാസ്പിയൻ കടലിലെ എണ്ണ ഖനനം ത്വരിത ഗതിയിലാക്കുക യും പടിഞ്ഞാറൻ വിപണികളിൽ മുന്നേറാൻ സഹായിക്കുകയും ചെയ്തു. 1998 ഒക്ടോബറിൽ നടന്ന തിരഞ്ഞെടുപ്പിൽ അദ്ദേഹം തന്നെ വീണ്ടും പ്രെസിഡന്റായി തിരഞ്ഞെടുക്കപ്പെട്ടു. പുതിയ ഭരണത്തിൽ അദ്ദേഹം ആരംഭിച്ച തുർക്കിയുമായുള്ള എണ്ണ വ്യാപാരക്കരാറുകളും ജോർജിയ യിലേക്ക് സ്ഥാപിച്ച പ്രകൃതിവാതക പൈപ്പ് ലൈനുകളും അസർബെ യ്ജാനെ സാമ്പത്തികമായി വളരെയേറെ സഹായിക്കുകയുണ്ടായി. ആധുനിക അസിർബൈജാന്റെ നിർമ്മാണത്തിൽ ഹൈദർ അലി യേവിന്റെ സാമ്പത്തിക നയങ്ങൾ വളരെ വലിയ പങ്കാണ് വഹിച്ചത്. ഏപ്രിൽ 2003-ൽ അദ്ദേഹത്തിന്റെ മരണശേഷം മകനായ ഇൽഹാം അലിയേവ് പുതിയ പ്രസിഡന്റായി അവരോധിക്കപ്പെട്ടു. 2008-ലെ തിരഞ്ഞെടുപ്പിലും അദ്ദേഹം തന്നെ വീണ്ടും തിരഞ്ഞെടുക്കപ്പെട്ടു.

യാത്രയുടെ ആരംഭം

2019 ഒക്ടോബർ മാസം നാലാം തീയതി പുലർച്ചെ കൊച്ചി എയർപോർട്ടിൽ നിന്നുമാണ് ബാക്കുവിലേക്കുള്ള ഞങ്ങളുടെ യാത്ര ആരംഭിക്കുന്നത്. അതുകൊണ്ട് മൂന്നാം തീയ്യതി രാത്രിയിൽ തന്നെ എറണാകുളത്ത് എത്തുവാനായി ഞാൻ രാവിലെ 9.10 നുള്ള ഏറനാട് എക്സ്പ്രസിന് പയ്യന്നൂരിൽ നിന്നും പുറപ്പെടാൻ തീരുമാനിച്ചു. ട്രെയിൻ ടിക്കറ്റ് നേരത്തേ ഓൺലൈൻ ആയി ബുക്ക് ചെയ്തിട്ടുണ്ടായിരുന്നു. മനസ്സിൽ മുഴുവൻ യാത്രയെക്കുറിച്ചുള്ള ചിന്തയായതുകാരണം അലാറത്തിന്റെ സഹായമില്ലാതെ തന്നെ പുലർച്ചെ 5 മണിയോടെ എണീറ്റു. വീണ്ടും ഉറങ്ങാൻ ശ്രമിച്ചെങ്കിലും സാധിച്ചില്ല. ബാഗുകളൊക്കെ തലേദിവസം തന്നെ പാക്ക് ചെയ്തു വച്ചിരുന്നതുകൊണ്ട് രാവിലെ പ്രത്യേകിച്ച് പണിയൊന്നും തന്നെ ഉണ്ടായിരുന്നില്ല. പ്രഭാതകർമ്മങ്ങളൊക്കെ തീർത്തതിന് ശേഷം ഒന്നുകൂടി സാധനങ്ങളൊക്കെ പരിശോധിച്ച് ഉറപ്പിച്ചു. വീട്ടിൽ നിന്നും റെയിൽവേ സ്റ്റേഷനിലേക്ക് ഏതാണ്ട് 3 കിലോമീറ്റർ ദൂരമേയുള്ളൂ. പെട്ടെന്ന് എത്താവുന്നതുകൊണ്ട് 8.15 ന് ശേഷമാണ് വീട്ടിൽ നിന്നും ഇറങ്ങിയത്.

റോഡിൽ ഇറങ്ങിയിട്ട് 5 മിനുട്ട് നിന്നതേ ഉള്ളൂ, ഒരു ഓട്ടോ കിട്ടി. സ്റ്റേഷനിൽ എത്തിയ ഉടൻ സഹയാത്രികനായ ജോസിനെ വിളിച്ച് ഞാൻ വീട്ടിൽ നിന്നും പുറപ്പെട്ട വിവരം അറിയിച്ചു. നിരവധി യാത്രകളിൽ ഒരുമിച്ചുണ്ടായിരുന്ന സുഹൃത്താണ് ജോസ്. മൂപ്പര് തന്നെയായിരുന്നു ഈ യാത്രയിലും ഞങ്ങളുടെ സംഘത്തെ നയിക്കുന്നത്. ട്രെയിനിൽ കയറിയതുമുതൽ സാധാരണ ദൂരയാത്രകളിൽ ചെയ്യാറുള്ളതുപോലെ

സിനിമ കണ്ടും, കൂട്ടുകാരോട് ചാറ്റ് ചെയ്തും സമയം തള്ളിനീക്കി. മാത്രമല്ല എന്റെ ഫേസ്ബുക്കിലെ യാത്രാ പേജിൽ പോസ്റ്റ് ചെയ്യാൻ വേണ്ടി കുറച്ച് നാൾ മുൻപ് കൂട്ടുകാരോടൊത്ത് നടത്തിയ യാത്രയെക്കുറിച്ച് എഴുതുകയും ചെയ്തു. പകൽ സമയം ട്രെയിനിൽ കിടന്നുറങ്ങാൻ പാടാണ് എനിക്ക്. അതുകൊണ്ട് മടുപ്പ് വന്നപ്പോഴൊക്കെ ട്രെയിനിന്റെ വാതിൽക്കൽ പോയി നിന്നു. ട്രെയിൻ ഷൊർണ്ണൂർ സ്റ്റേഷന് അടുത്തെത്തിയപ്പോൾ ഞാൻ ഏറെ നേരം വാതിൽക്കൽ അങ്ങിനെ നിന്നു. പുറത്ത് നല്ല കാഴ്ചകളായിരുന്നു. മനോഹരമായ പാടങ്ങളും, ഗ്രാമങ്ങളും പിന്നെ അങ്ങിങ്ങായി വെള്ളം കെട്ടിക്കിടക്കുന്ന ഭാരതപ്പുഴയും ഒക്കെ എന്റെ കണ്ണിലൂടെ മിന്നിമറഞ്ഞു..ഇടക്ക് പെയ്തിരുന്ന ചാറ്റൽ മഴ എന്നെ സീറ്റിലേക്ക് തന്നെ പറഞ്ഞയച്ചു....

4 മണിയായപ്പോൾ ട്രെയിൻ ആലുവ സ്റ്റേഷനിൽ എത്തി. എയർപോർട്ടുമായി കൂടുതൽ അടുത്ത് അങ്കമാലി സ്റ്റേഷനാണ്. പക്ഷെ ഏറനാട് എക്സ്പ്രസ്സിന് അങ്കമാലി സ്റ്റോപ്പ് ഇല്ലാത്തതുകാരണം തൊട്ടടുത്തുള്ള ആലുവ സ്റ്റേഷനിലേക്ക് ടിക്കറ്റ് എടുക്കുകയായിരുന്നു. ഞാൻ ഇറങ്ങിയതുമുതൽ യൂബർ ടാക്സിക്ക് വേണ്ടി ശ്രമിച്ചുകൊണ്ടിരുന്നു. സ്റ്റേഷനിൽ ടാക്സി ഉണ്ടെങ്കിലും യൂബറിന്റെ മൂന്നിരട്ടിയെങ്കിലും കൊടുക്കണം. ഇത്തിരി കാത്തുനിന്നിട്ടാണെങ്കിലും ഒടുവിൽ ഒരു ടാക്സി വന്നു, അതിൽ കയറി നേരെ എയർപോർട്ടിനടുത്തുള്ള ലോട്ടസ് 8 എന്ന ഹോട്ടലിന് മുന്നിൽ ഇറങ്ങി. എയർപോർട്ടിലേക്ക് പോകുന്നതുവരെ വിശ്രമിക്കാനായി മുറി ബുക്ക് ചെയ്തിരുന്നത് ഇവിടെയാണ്. എയർപോർട്ട് തൊട്ടടുത്തായതിനാൽ, ഇതുപോലുള്ള യാത്രകളിൽ മിക്കപ്പോഴും ഞാൻ ഇവിടെത്തന്നെയാണ് മുറിയെടുക്കാറ്. മാത്രമല്ല എയർപോർട്ടിലേക്ക് ഇവർ തന്നെ വണ്ടിയിൽ കൊണ്ടുവിടുകയും ചെയ്യും. നടക്കാനുള്ള ദൂരമേ ഉള്ളുവെങ്കിലും ബാഗുകളും മറ്റും കൂടുതൽ ഉള്ളവർക്ക് അത് ഒരു അനുഗ്രഹമാണ്. റിസപ്ഷനിൽ ജോസിന്റെ പേര് പറഞ്ഞപ്പോൾ തന്നെ താക്കോൽ എടുത്തുതന്നു. മുറിയിലെത്തിയ ഉടൻ ഞാൻ ജോസിനെ റൂമിലെത്തിയകാര്യം വിളിച്ചറിയിച്ചു. എറണാകുളംകാരനായതുകൊണ്ട് മൂപ്പർ ഇത്തിരി കഴിഞ്ഞേ വരൂ. അതുകൊണ്ട് ഞാൻ കുളികഴിഞ്ഞ് കിടന്നുറങ്ങി. ക്ഷീണം കാരണം നല്ല ഉറക്കമായിരുന്നു. 6.30 കഴിഞ്ഞപ്പോഴാണ് എണീറ്റത്. ഒരു ചായ കുടിക്കാൻ മോഹം തോന്നിയിട്ട് പുറത്തേക്കിറങ്ങിയപ്പോൾ നല്ല മഴയായിരുന്നു. നിരാശനായി തിരിച്ച് റൂമിലേക്ക് തന്നെ പോയിട്ട് TV യിൽ അഭയം പ്രാപിച്ചു. ട്രെയിൻ യാത്രയുടെ ക്ഷീണം മാറിയിരുന്നില്ല, അതുകൊണ്ട് TV കണ്ടുകൊണ്ടിരിക്കെ വീണ്ടും ഉറങ്ങിപ്പോയി..ജോസിന്റെ ഫോൺ വിളി കേട്ട് ഉണർന്നപ്പോൾ സമയം രാത്രി 9.30 കഴിഞ്ഞിരുന്നു. ജോസ്

ഹോട്ടലിൽ എത്തിയിട്ടാണ് വിളിച്ചത്, താമസിയാതെ റൂമിലേക്ക് വരികയും ചെയ്തു....

ഞാനും ജോസും സംസാരിച്ചുകൊണ്ടിരുന്നപ്പോഴാണ് നമ്മുടെ ട്രാവൽ ഏജൻസിയായ ക്രീയേറ്റീവ് ഹോളിഡേയ്സിൽ ജോലി ചെയ്യുന്ന റോയ് റൂമിലേക്ക് വന്നത്. നിരവധി വിദേശയാത്രകൾക്ക് നേതൃത്വം കൊടുത്ത ആളാണ് റോയ്. ഞങ്ങൾ പരിചയപ്പെടുകയും യാത്രകളെക്കുറിച്ച് കുറെ സമയം സംസാരിക്കുകയും ചെയ്തു. അവസാനം പോകാൻ നേരത്ത് ഞങ്ങൾക്കെല്ലാവർക്കുമുള്ള പാസ്സ്പോർട്ടും മറ്റ് കാര്യങ്ങളും ഏല്പിച്ചു. റോയ് മടങ്ങിയതിനുശേഷം ഞാൻ റെസ്റ്റോറന്റിൽ പോയി രാത്രിഭക്ഷണം കഴിച്ചു. ജോസ് വീട്ടിൽ നിന്നും കഴിച്ചിട്ടായിരുന്നു വന്നത്. ഞാൻ ഭക്ഷണം കഴിച്ചിട്ട് റൂമിലെത്തിയപ്പോൾ ജോസ് നമ്മുടെ ഗ്രൂപ്പിലെ മറ്റ് യാത്രക്കാരെ വിളിക്കുകയായിരുന്നു. അതുകഴിഞ്ഞ് വീണ്ടും ഞങ്ങൾ സംസാരിച്ചിരുന്നു. എല്ലാവരോടും 12 മണിക്ക് എയർപോർട്ടിൽ എത്താനായിരുന്നു പറഞ്ഞിരുന്നത്. 12 മണി ആയപ്പോൾ തന്നെ ഞങ്ങൾ ഇറങ്ങി. ഹോട്ടലിന്റെ വണ്ടിയിൽ ഞങ്ങളെ എയർപോർട്ടിൽ കൊണ്ടുവിട്ടു. അവിടെ ഞങ്ങളുടെ കൂടെ യാത്ര ചെയ്യുന്ന മറ്റുള്ളവർ കൂടി വന്നു നിൽപ്പുണ്ടായിരുന്നു. പുറത്തുവച്ച് തന്നെ ജോസ് എല്ലാവരെയും പരസ്പരം പരിചയപ്പെടുത്തി. എല്ലാവരുടെയും പാസ്സ്പോർട്ടുകൾ കൈമാറിയതിനുശേഷം ഐശ്വര്യമായി എയർപോർട്ടിനകത്തേക്ക് കയറി.

ഫ്ലൈ ദുബായുടെ ഫ്ലൈറ്റിലാണ് ടിക്കറ്റ് ബുക്ക് ചെയ്തിരുന്നത്. ആദ്യമായാണ് ഫ്ലൈ ദുബായ് യുടെ ഫ്ലൈറ്റിൽ ഞാൻ യാത്ര ചെയ്യുന്നത്. ഞങ്ങൾ വേഗം അവരുടെ കൗണ്ടറിന്റെ മുന്നിലുള്ള ക്യൂവിൽ നിന്നു. പുലർച്ചെ 2.50 നായിരുന്നു FZ 442 എന്ന ഞങ്ങളുടെ ഫ്ലൈറ്റ് പുറപ്പെടുന്ന സമയം. പക്ഷെ 20 മിനുട്ടോളം വൈകിയിട്ടാണ് പറന്നത്. ഫ്ലൈറ്റ് പുറപ്പെട്ട് മിനിറ്റുകൾക്കുള്ളിൽ തന്നെ ഞാൻ ഉറങ്ങി. 5.30 ന് ദുബായ് എയർപോർട്ടിന്റെ റൺവേയിൽ ഇറങ്ങിയപ്പോഴാണ് എണീറ്റത്. ഫ്ലൈറ്റ് ഇറങ്ങിയത് ടെർമിനലിൽ നിന്നും ഒത്തിരി ദൂരെയായതുകൊണ്ട് എയർപോർട്ടിനകത്ത് കടക്കാൻ കുറേ സമയം ബസ്സിൽ ഇരിക്കേണ്ടി വന്നു. നിരവധി യാത്രകളിൽ ഒരു ഇടത്താവളമായി ഞാൻ ദുബായ് എയർപോർട്ടിൽ ഇറങ്ങിയിട്ടുണ്ടായിരുന്നു. അതുകൊണ്ട് ചുറ്റുപാടും ഒരു പരിചയം തോന്നി. ഏറ്റവും കൂടുതൽ യാത്രക്കാർ സഞ്ചരിക്കുന്നതിൽ ദുബായ് എയർപോർട്ടിന് ലോകത്ത് അഞ്ചാം സ്ഥാനമാണ്. വമ്പിച്ച മാറ്റങ്ങളാണ് ഓരോ പ്രാവശ്യവും ഇവിടെ വരുമ്പോൾ കാണാറുള്ളത്. ടെർമിനലിന് അകത്ത് കയറിയ ഉടൻ ഞങ്ങൾ അടുത്ത ഫ്ലൈറ്റ് പിടിക്കാനുള്ള ഓട്ടമായി..രണ്ടര മണിക്കൂർ മാത്രമേ ഉള്ളൂ ബാക്കുവിലേക്കുള്ള

ഫ്ലൈറ്റിന്. ത്വരിത ഗതിയിൽ എല്ലാ കടമ്പകളും പൂർത്തിയാക്കി ഒടുവിൽ ഞങ്ങൾ ഫ്ലൈറ്റ് പുറപ്പെടുന്ന ഗേറ്റിന് മുന്നിൽ എത്തി. അരമണിക്കൂർ നേരം പിന്നെയും ബാക്കി ഉണ്ടായിരുന്നു.

ദുബായ് സമയം 8.10 ന് ഫ്ലൈ ദുബായിയുടെ FZ 709 എന്ന ഫ്ലൈറ്റിന് ഞങ്ങൾ അസർബൈജാന്റെ തലസ്ഥാന നഗരിയായ ബാക്കുവിലേക്ക് പറന്നു. ആഗ്രഹിച്ചപോലെ വിൻഡോ സീറ്റ് തന്നെ കിട്ടി. പറന്നുയരുമ്പോൾ പുറത്തേക്ക് നോക്കിയിരിക്കാൻ ഒരു രസമാണ്. മരുഭൂമിയിൽ പടുത്തുയർത്തിയ ദുബായ് എന്ന ആ മഹാനഗരത്തിന്റെ ആകാശക്കാഴ്ചകൾ എപ്പോഴത്തെയും പോലെ ഇത്തവണയും എന്നെ ആശ്ചര്യപ്പെടുത്തി. മരുഭൂമിയിലെ പൊടിപടലങ്ങൾ പ്രഭാതത്തിലെ മഞ്ഞുമായി ചേർന്ന് ഒരുതരം മങ്ങിയ അന്തരീക്ഷമായിരുന്നു പുറത്ത്. ഞാൻ ഉറങ്ങാനുള്ള ശ്രമം നടത്തി. പക്ഷെ ബ്രേക്ക്ഫാസ്റ്റ് വന്നപ്പോൾ തൊട്ടടുത്തിരുന്ന ജപ്പാൻകാരി അമ്മൂമ്മ എന്നെ വിളിച്ചുണർത്തി. കഴിക്കുന്നതിനിടയിൽ ഞാൻ പുറത്തോട്ടുനോക്കി, അനന്തമായ മണലാരണ്യവും വലിയ വലിയ മൺ കൂനകളും താഴെ വ്യക്തമായി കാണാമായിരുന്നു. ചെറിയതുവൽ പോലെ വെള്ളമേഘങ്ങൾ ആകാശത്തിലൂടെ പറന്നുനടക്കുന്നു. കുറച്ച് കഴിഞ്ഞപ്പോൾ മരുഭൂമി മാറിയിട്ട് പാറക്കെട്ടുകളും പർവ്വതങ്ങളും കാണാൻ തുടങ്ങി. ഈ പർവതങ്ങളുടെ ഇടയിലെ സമതലങ്ങളിൽ ചെറിയ പട്ടണങ്ങളും ഗ്രാമങ്ങളും ഒക്കെ വളരെ ചെറുതായി കാണാം. ഒരു പുഴയോ തടാകമോ കാണാതെ എത്രയോ ദൂരം പോയി. ഭക്ഷണം കഴിച്ചുകഴിഞ്ഞിട്ടും താഴേക്ക് നോക്കിയിരിക്കുന്നത് ഞാൻ നിർത്തിയില്ല. എന്തെന്നറിയില്ല താഴെയുള്ള ഭൂഭാഗങ്ങൾ വ്യക്തമായി കാണാൻ പറ്റുന്ന ഉയരത്തിലേ വിമാനം പറന്നുള്ളൂ. ഞങ്ങൾ ഇരിക്കുന്നതിന്റെ മുന്നിലുള്ള സ്ക്രീനിൽ നോക്കിയാൽ പറക്കുന്നതിന്റെ വിവരങ്ങൾ മനസ്സിലാക്കാൻ സാധിക്കും. നോക്കിയപ്പോൾ ഞങ്ങൾ പറക്കുന്നത് ഇറാൻ എന്ന രാജ്യത്തിന്റെ ആകാശമാർഗമാണെന്ന് മനസ്സിലായി.

എത്ര നേരം പുറത്തേക്ക് നോക്കി ഇരുന്നു എന്നറിയില്ല. അനന്തമായി കിടക്കുന്ന പർവതനിരകൾ തന്നെ നോക്കിയിരുന്ന് അറിയാതെ കുറച്ച് സമയം ഉറങ്ങിപ്പോയി. ഉച്ചഭാഷിണിയിലൂടെ പൈലറ്റിന്റെ ശബ്ദം കേട്ടാണ് മയക്കത്തിൽ നിന്നും എണീറ്റത്. ബാക്കു എയർപോർട്ട് എത്താറായി എന്നും അവിടുത്തെ കാലാവസ്ഥയും താപനിലയും ഒക്കെ വിശദീകരിച്ച് അസർബൈജാനി, അറബിക്, ഇംഗ്ലീഷ് എന്നീ ഭാഷകളിലായി അദ്ദേഹത്തിന്റെ ശബ്ദം കേട്ടു. എണീറ്റ സമയം മുതൽ ഞാൻ താഴേക്ക് നോക്കി ഇരിക്കാൻ തുടങ്ങി. അങ്ങനെ നോക്കിയിരിക്കുമ്പോൾ കാസ്പിയൻ കടലിന്റെ ഭാഗം കാണാൻ തുടങ്ങി. പച്ചയും നീലയും കലർന്ന നിറത്തിൽ വളരെ മനോഹരമായ കാഴ്ചയായിരുന്നു

അത്. ഉടനെ തന്നെ പൈലറ്റിന്റെ ശബ്ദം വീണ്ടും കേട്ടു. ബാക്കുവിൽ ഇറങ്ങാൻ പോവുകയാണെന്ന് മാത്രമായിരുന്നു പറഞ്ഞിരുന്നത്. വിമാനം താഴ്ന്നതോടെ കാസ്പിയൻ തീരത്തുള്ള ഭംഗിയുള്ള കൃഷിപ്പാടങ്ങളും അതിന് ശേഷം അതിവിശാലമായ ബാക്കുനഗരവും കാണാൻ തുടങ്ങി. ആരും വിസ്മയിച്ചുപോകും അതിന്റെ ആകാശക്കാഴ്ചകൾ കണ്ടാൽ.ബാക്കുവിലെ സമയം 11.10 ന് ഞങ്ങൾ ഹൈദർ അലിയേവ് ഇന്റർനാഷണൽ എയർപോർട്ടിൽ വിമാനമിറങ്ങി. ഇന്ത്യൻ സമയം 12.40 ആയിരുന്നു അപ്പോൾ. അതായത് നമ്മുടെ സമയത്തേക്കാൾ 1.30 മണിക്കൂർ പിറകിലാണ് അസർബൈജാൻ.

വളരെ മികച്ചതും ആഡംബരം നിറഞ്ഞതുമായിരുന്നു എയർപോർട്ടിന്റെ ഉൾവശം. ആശ്ചര്യപൂർവ്വം അതൊക്കെ നോക്കിക്കണ്ട് ഞങ്ങൾ മുന്നോട്ട് നീങ്ങി. അസർബൈജാനിലെ 8 അന്താരാഷ്ട്ര എയർപോർട്ടുകളിൽ ഏറ്റവും മികച്ച ഒന്നാണ് ഹൈദർ അലിയേവ് എയർപോർട്ട്. ആദ്യം ഇത് ബിനാ ഇന്റർനാഷണൽ എയർപോർട്ട് എന്ന പേരിലാണ് അറിയപ്പെട്ടിരുന്നത്. 2004 ലാണ് അസർബൈജാന്റെ മൂന്നാമത്തെ പ്രസിഡന്റും രാഷ്ട്രനിർമാതാവും ആയ ഹൈദർ അലിയേവിന്റെ പേരിലേക്ക് മാറ്റിയത്. ഇതിന്റെ ആദ്യ ടെർമിനൽ സോവിയറ്റ് യൂണിയൻ ഭരണ കാലത്താണ് നിർമ്മിച്ചത്. പിന്നീട് ഇത് മുഴുവനായും പൊളിച്ചുമാറ്റിയിട്ടാണ് ഇപ്പോൾ കാണുന്ന ടെർമിനൽ നിർമ്മിച്ചത്. പൂർണ്ണമായും സർക്കാർ ഉടമസ്ഥതയിൽ പ്രവർത്തിക്കുന്ന ഒരു എയർപോർട്ട് കൂടിയാണ് ഇത്.

സെക്യൂരിറ്റി ചെക്കിങ് കഴിഞ്ഞ് ഞങ്ങൾ ആറുപേരും അവസാനം ഇമ്മിഗ്രേഷൻ ഓഫീസിന് മുന്നിലെത്തി. തിരക്ക് കാരണം രണ്ടുപേർ വീതം മൂന്ന് വരികളിലായാണ് ഞങ്ങൾ നിന്നത്. ഞങ്ങൾ പരിശോധന കഴിഞ്ഞ് പുറത്തുവന്നെങ്കിലും സുഹൃത്തായ ഷാലിക്ക മാത്രം വന്നില്ല. മൂപ്പരുടെ പാസ്പോർട്ട് പരിശോധിച്ചത് വേറൊരു ഉദ്യോഗസ്ഥനായിരുന്നു. പാസ്പോർട്ട് പരിശോധിച്ചപ്പോൾ ഇതിന് മുന്നേ ഇക്ക അർമേനിയയിൽ സന്ദർശനം നടത്തിയിരുന്നതായി ആ ഓഫീസർക്ക് മനസ്സിലായി. “നിങ്ങൾ എന്തിനാ അർമേനിയയിൽ പോയത് ?? “ എന്ന് അയാൾ ഇത്തിരി ഗൗരവത്തിൽ ഷാലിക്കയോട് ചോദിച്ചു. വിനോദസഞ്ചാരത്തിന് പോയതാണ് എന്ന് ഷാലിക്ക മറുപടി കൊടുക്കുകയും ചെയ്തു. പക്ഷെ ആ ഓഫീസർക്ക് അത് കേട്ടിട്ട് തൃപ്തി വന്നില്ല. അയാൾ ഷാലിക്കയോട് മാറി നിൽക്കാൻ പറഞ്ഞു.

കുറേ സമയം കഴിഞ്ഞിട്ടും ഷാലിക്ക വരാത്തപ്പോൾ ഞങ്ങൾ അങ്ങോട്ട് പോയി നോക്കി. അപ്പോഴേക്കും ഞങ്ങൾ ഒരു ഗ്രൂപ്പ്

ആൾക്കാർ ഉണ്ടെന്നും കുറെ രാജ്യങ്ങളിൽ സന്ദർശനം നടത്തിയിട്ടുണ്ടെന്നും ടൂറിസത്തിനായി വന്നതാണ്, കൂട്ടുകാരെല്ലാം മുന്നോട്ട് പോയി എന്നൊക്കെ ഷാലിക്ക പറഞ്ഞപ്പോൾ മൂപ്പർ ഒടുവിൽ പോകാൻ സമ്മതിച്ചു. അയാൾ ഇങ്ങനെ പെരുമാറാനുള്ള കാരണം അപ്പോൾ നമുക്കാർക്കും മനസ്സിലായില്ലായിരുന്നു. പിന്നീടാണ് മനസ്സിലായത് അസർബൈജാൻ അർമേനിയയുമായി കടുത്ത ശത്രുതയിലാണെന്ന്. ശത്രുരാജ്യമായ അർമേനിയയിൽ പോയ ഒരാൾ എന്തിനാ ഇവിടെ വരുന്നത് എന്നായിരുന്നു അയാളുടെ ഭാവം. ആദ്യമായിട്ടായിരുന്നു ഇങ്ങനെ ഒരു അനുഭവം. പുറത്തെത്തുന്നതുവരെ ഇതുതന്നെ ആലോചിക്കുകയായിരുന്നു ഞാൻ.

ബാക്കു നഗരത്തിൽ...

ബാക്കു എയർപോർട്ടിൽ നിന്നും പുറത്തേക്കിറങ്ങുന്ന ഗേറ്റിനടുത്തുള്ള സോവനീർ ഷോപ്പിലേക്ക് ജോസ് പോകുന്നതുകണ്ടിട്ട് ഞാനും പിറകെ പോയി. ഷോപ്പിന്റെ ഒരു ഭാഗത്ത് മുഴുവനും ഇവിടുത്തെ കരകൗശല വിദഗ്ദന്മാർ നിർമ്മിച്ച നിരവധി വസ്തുക്കൾ പ്രദർശിപ്പിച്ചിരുന്നു. അവയായിരുന്നു എന്നെ ആകർഷിച്ചത്. കുറച്ച് സമയം അവിടെ കറങ്ങി നടന്നെങ്കിലും ഞാനും ജോസും ഒന്നും വാങ്ങാതെ പുറത്തേക്ക് തന്നെ നടന്നു. മറ്റുള്ളവർ ഞങ്ങൾക്കായി കാത്തുനിൽപ്പുണ്ടായിരുന്നു. അവരെയും കൂട്ടി എയർപോർട്ടിന് വെളിയിൽ ഇറങ്ങിയപ്പോൾ 11.45 ആയിരുന്നു സമയം. വാതിൽക്കൽ തന്നെ 'ജോസ്'എന്ന് എഴുതിയ പ്ലക്കാർഡും പിടിച്ച് ബാക്കുവിലെ ട്രാവൽ ഏജൻറ് നിൽക്കുന്നുണ്ടായിരുന്നു. ഞങ്ങളെ കണ്ടപ്പോൾ അയാൾക്ക് മനസ്സിലായി എന്ന് തോന്നുന്നു, അടുത്തേക്ക് വന്ന് ചിരിച്ചുകൊണ്ട് ഇന്ത്യയിൽ നിന്നുമുള്ള ആൾകാർ അല്ലെ എന്ന് ചോദിച്ചു. ജോസ് അതെ എന്ന് പറഞ്ഞതും ആ ചെറുപ്പക്കാരൻ വണ്ടി പുറത്തുണ്ടെന്നും പറഞ്ഞ് ഞങ്ങളെ കൂട്ടി നടന്നു. പെട്ടെന്നാണ് ഞാൻ ഞെട്ടിത്തരിച്ച് നിന്നത്, എന്റെ ബാഗ് കയ്യിലില്ല!!!സോവനീർ ഷോപ്പിൽ വച്ച് മറന്നു. ഉടനെ ഞാൻ ട്രാവൽ ഏജന്റിനോട് കാര്യം പറഞ്ഞു. കാര്യം കേട്ടതും അയാൾ വേഗം ഗേറ്റിനടുത്ത് പോയി സെക്യൂരിറ്റി ഗാർഡിനോട് മറന്നുവച്ച ബാഗ് എടുക്കാൻ അകത്തേക്ക് കടത്തിവിടാൻ അപേക്ഷിച്ചു. ഗ്ലാസ്സിനകത്തുകൂടി ബാഗ് കാണാമായിരുന്നു. ഞാൻ ആ ഓഫീസർക്ക് അത് ചൂടിക്കാണിച്ചുകൊടുത്തു. അയാൾ എന്നെ അകത്ത്കടക്കാൻ അനുവദിച്ചു. ഞാൻ ഓടിപ്പോയി അതെടുത്തുവന്നു. ബാഗ് കിട്ടിയപ്പോൾ എന്റെ ശ്വാസം

ബാക്കു എയർപ്പോർട്ട്

നേരെ വീണു. പുറത്തേക്ക് കടക്കുമ്പോൾ ആ സെക്യൂരിറ്റി ഓഫീസർക്ക് നന്ദി പറയാനും ഞാൻ മറന്നില്ല.

എയർപോർട്ടിൽ നിന്നും പൂർണമായും പുറത്തിറങ്ങിയ ഞാൻ മുട്ട പൊട്ടിച്ച് പുറത്തുവന്ന പക്ഷിക്കുഞ്ഞ് കൺതുറന്ന് നോക്കുന്നപോലെ അത്ഭുതത്തോടെ ചുറ്റും നോക്കി. വളരെ മനോഹരമായും ആഡംബ രപൂർവവുമായും നിർമ്മിച്ചതാണ് എയർപോർട്ടിന്റെ പുറംവശം. നല്ല തെളിഞ്ഞ അന്തരീക്ഷം. വെയിലാണെങ്കിലും ചൂട് അത്ര അനുഭവപ്പെട്ടി രുന്നില്ല. ഞങ്ങൾക്ക് സുഖമായി യാത്ര ചെയ്യാൻ പറ്റുന്ന വിധത്തിലുള്ള മെഴ്സിഡസ് ബെൻസ് വാൻ റോഡിന് അപ്പുറം തയ്യാറായി നിൽപ്പ ണ്ടായിരുന്നു. അടുത്തുതന്നെ നമ്മുടെ നിയുക്ത ഗൈഡ് സാലിമ ഒരു സ്കൂൾ കുട്ടിയെപ്പോലെ നിഷ്കളങ്കമായ ചിരിയോടെ ഞങ്ങളെ വണ്ടിയിലേ ക്ക് സ്വാഗതം ചെയ്തു. സ്വയം പരിചയപ്പെടുത്തിയശേഷം ഞങ്ങളെയും പരിചയപ്പെട്ടു. ശേഷം ഞങ്ങളുടെ യാത്രക്ക് തുടക്കമായി. തന്നെ കേൾക്കാൻ കുറച്ചാളുകളെ കിട്ടിയതിന്റെ ആവേശത്തിൽ സാലിമ ഓരോ കാര്യങ്ങൾ പറയാൻ തുടങ്ങി. അസർബൈജാന്റെ അതിർ ത്തികളെക്കുറിച്ച് പറഞ്ഞായിരുന്നു തുടക്കം. "തുർക്കി, ഇറാൻ, റഷ്യ, അർമേനിയ എന്നീ രാജ്യങ്ങളാണ് അസർബൈജാനുമായി അതിർത്തി പങ്കിടുന്നത്. അതിൽ അർമേനിയയുമായുള്ള അതിർത്തി ചില പ്രശ്ന ങ്ങൾ കാരണം അടച്ചിട്ടിരിക്കുകയാണ്." അർമേനിയ തങ്ങളുടെ കടുത്ത ശത്രുക്കളാണെന്ന് പറഞ്ഞപ്പോഴാണ് എയർപോർട്ടിൽ വച്ച്

നമുക്കനുഭവപ്പെട്ട വിചിത്രമായ സംഭവത്തെക്കുറിച്ച് സാലിമയുമായി പങ്ക് വച്ചത്. "അത് അവരോടുള്ള ശത്രുതയുടെ തീവ്രത കൂടിയതുകൊണ്ടാണ്" എന്ന് അവൾ ഒരു പുഞ്ചിരിയോട് കൂടി സമ്മതിച്ചു.

ഇതൊക്കെ പറയുമ്പോഴും റോഡിന് ഇരുവശത്തുമുള്ള കാഴ്ചകളെല്ലാം എന്റെ കണ്ണുകളിലൂടെ മിന്നിമറഞ്ഞുകൊണ്ടിരുന്നു. ഒഴിവാക്കാൻ പറ്റുന്നവയായിരുന്നില്ല ഒന്നും. ചിലതൊക്കെ ഞാൻ ഫോണിൽ ഫോട്ടോ എടുത്തുവച്ചു. അത്രയും മനോഹരമാണ് റോഡുകളും കെട്ടിടങ്ങളും ഒക്കെ. അതുപോലെ തന്നെയാണ് വൃത്തിയുടെ കാര്യവും, ഒരു കടലാസ് കഷ്ണം പോലും എവിടെയും കാണാനില്ല. എല്ലാം ഒരു സമ്പന്നമായ യൂറോപ്യൻ രാജ്യത്തോട് കിടപിടിക്കുന്നതായിരുന്നു. നഗരത്തെയും കെട്ടിടങ്ങളേയും ആശ്ചര്യപൂർവം നോക്കുന്നതുകൊണ്ടാണെന്നു തോന്നുന്നു സാലിമ പറഞ്ഞു, "ഇറ്റലി എന്ന രാജ്യവുമായി നല്ല ബന്ധമാണ് അസർബൈജാന്. അതുകൊണ്ടുതന്നെ കെട്ടിടങ്ങൾ ഏറെയും ഇറ്റാലിയൻ ആർക്കിടെക്ടുമാരാണ് നിർമ്മിച്ചിരിക്കുന്നത്". "വെറുതെയല്ല" എന്ന് ഞാൻ മനസ്സിൽ പറഞ്ഞു. കൂടാതെ ഇതുപോലുള്ള നഗരങ്ങൾ കാണുമ്പോൾ എപ്പോഴും ചോദിക്കുന്ന ചോദ്യം ഇത്തവണയും മനസ്സിൽ ചോദിച്ചു. "എന്നാണ് ഞങ്ങളുടെ നഗരങ്ങളും ഇതുപോലൊക്കെ ആകുന്നത്?"

ഭംഗിയായി വെട്ടിയൊതുക്കിയ പച്ചപ്പുല്ലും വിവിധ വർണ്ണത്തിലുള്ള പൂക്കൾ നിറഞ്ഞ ചെടികളും കൊണ്ട് അലംകൃതമായ പാതയോരത്തിന്റെ ഭംഗി ആസ്വദിച്ചിരുന്നപ്പോഴാണ് എല്ലാവരുടെയും ശ്രദ്ധയാകർഷിക്കുന്ന വൃത്താകൃതിയിലുള്ള ഒരു വലിയ കെട്ടിടം ചൂണ്ടിക്കാണിച്ചിട്ട് സാലിമ "അതാണ് ഒളിമ്പിക് സ്റ്റേഡിയം " എന്ന് പറഞ്ഞത്. തൂവെള്ള നിറത്തിൽ കാണാൻ നല്ല ഭംഗിയുള്ള ഒന്നാണ് ബാക്കു ഒളിമ്പിക് സ്റ്റേഡിയം. സാലിമ, അവൾക്കറിയാവുന്ന രീതിയിൽ അതിനെക്കുറിച്ച് വിവരിക്കാൻ ആരംഭിച്ചു. 68700 ആളുകൾക്കിരിക്കാൻ സാധിക്കുന്ന ഈ സ്റ്റേഡിയം അസർബൈജാനിലെ ഏറ്റവും വലിയ സ്റ്റേഡിയമാണ്. 2011-ലാണ് ഇതിന്റെ നിർമ്മാണം ആരംഭിച്ചത്, 2015-ൽ പണി പൂർത്തിയാക്കി പ്രവർത്തനം ആരംഭിക്കുകയും ചെയ്തു. 2015-ലെ യൂറോപ്യൻ ഗെയിംസിലെ ഓട്ടമത്സരങ്ങളൊക്കെ ഇവിടെ വച്ചാണ് നടത്തിയത്. കൂടാതെ 2017-ലെ UAFA ചാമ്പ്യൻസ് ലീഗ് മത്സരങ്ങൾക്കും ഈ സ്റ്റേഡിയം വേദിയാവുകയുണ്ടായി. ഫുട്ബോൾ ഫെഡറേഷൻ ഓഫ് അസർബൈജാൻ എന്ന സർക്കാർ സ്ഥാപനത്തിന്റെ ഉടമസ്ഥതയിലാണ് ഈ സ്റ്റേഡിയം പ്രവർത്തിക്കുന്നത്. സ്റ്റേഡിയം കടന്ന് നമ്മൾ പോകുന്നതിന് മുന്നേ ഞാൻ അതിന്റെ ഫോട്ടോ എടുത്തു.

സ്റ്റേഡിയത്തെക്കുറിച്ച് സംസാരിച്ചതിനുശേഷം വിഷയം ഒന്നും കിട്ടാതെ സാലിമ മിണ്ടാതിരുന്നു. ആരും സംസാരിക്കാതായപ്പോൾ ഡ്രൈവർ അസിർബൈജാനി ഭാഷയിയിലുള്ള പാട്ടുകൾ വച്ചു. ഭാഷ അറിയില്ലെങ്കിലും അതിന്റെ താളം ഞാൻ ആസ്വദിച്ചു. കുറച്ച് സമയം കഴിഞ്ഞപ്പോൾ ജോസ് ഒന്നുരണ്ട് ചോദ്യങ്ങൾ ചോദിച്ച് ഗൈഡിനെ ഒന്നുണർത്തി. അവരുടെ ഭാഷയെക്കുറിച്ചും രാജ്യത്തിന്റെ വരുമാനത്തെ ക്കുറിച്ചുമാണ് പ്രധാനമായും ചോദിച്ചത്. ആവേശത്തോടെ മറുപടിപറ യാൻ മൈക്ക് എടുത്തപ്പോൾ ചോദ്യങ്ങൾ അവൾക്കിഷ്ടപ്പെട്ടു എന്നെ നിക്ക് മനസ്സിലായി. ഭാഷയെക്കുറിച്ചാണ് സംസാരിക്കാൻ തുടങ്ങിയത്. ഒട്ടേറെ ഭാഷകൾ അസർബൈജാനിൽ നിലവിൽ ഉണ്ടെങ്കിലും ഭൂരി പക്ഷവും സംസാരിക്കാൻ ഉപയോഗിക്കുന്നത് " അസർബൈജാനി" എന്ന ഔദ്യോഗിക ഭാഷയാണ്. അറബിക്, ടർക്കിഷ്, പേർഷ്യൻ എന്നീ ഭാഷകളുടെ ഒരു സമ്മിശ്രണമാണ് അസർബൈജാനി. ഇതിൽ ടർക്കിഷ് ഭാഷയോടാണ് ഏറ്റവും സാദൃശ്യമുള്ളത്. തുർക്കി രാജ്യത്തോ ടും അവിടുത്തെ ജനതയോടുമുള്ള ആത്മബന്ധം ഭാഷയിലും പ്രകടമാ യിക്കാണാം. ചെറിയ രൂപ വ്യത്യാസം ഉണ്ടെങ്കിലും ഇറാനിലെ ചില പ്രദേശങ്ങളിലും അസർബൈജാനി സംസാരിക്കുന്നുണ്ട്.

ഭാഷയെപ്പറ്റി അത്യാവശ്യം കാര്യങ്ങൾ പറഞ്ഞു എന്ന ആത്മവിശ്വാ സത്തോടെ സാലിമ രാജ്യത്തിന്റെ വരുമാനത്തെപ്പറ്റി സംസാരിക്കാൻ തുടങ്ങി. 1991 വരെ സോവിയറ്റ് യൂണിയനിലെ അംഗമായിരുന്ന അസർ ബൈജാന്റെ പ്രധാന വരുമാനമാർഗ്ഗം പെട്രോളിയം ഉൽപന്നങ്ങളും പ്രകൃതിവാതകവും ആയിരുന്നു. കേന്ദ്രീകൃത സമ്പദ്‌വ്യവസ്ഥ ആയതു കൊണ്ട് വരുമാനം മുഴുവൻ സോവിയറ്റ് യൂണിയന്റെ തലസ്ഥാനമായ മോസ്കോവിലേക്കാണ് പോയിക്കൊണ്ടിരുന്നത്. 1991-ൽ സോവിയറ്റ് യൂണിയന്റെ തകർച്ചക്ക് ശേഷം സ്വാതന്ത്ര്യമായെങ്കിലും മറ്റ് സോവിയറ്റ് രാജ്യങ്ങളിലെപ്പോലെ തന്നെ സാമ്പത്തികമായ പ്രതിസന്ധി രൂക്ഷ മായിരുന്നു. പുതിയ ഗവണ്മെന്റ് രൂപീകരിച്ച ശേഷം സ്വകാര്യവത്ക്ക രണവും ഉദാരവത്കരണ നയങ്ങളും സ്വീകരിക്കുക വഴി ധാരാളം നിക്ഷേപങ്ങൾ വരികയും ക്രമേണ സാമ്പത്തിക പുരോഗതി നേടുകയും ചെയ്തു. 1992-ൽ സെൻട്രൽ ബാങ്ക് ഓഫ് അസർബൈജാൻ രൂപീകരിച്ചു. നിലവിലുണ്ടായിരുന്ന കറൻസിയായ "സോവിയറ്റ് റൂബിൾ" നിർത്ത ലാക്കി സ്വന്തമായി "മനാത്" എന്ന പേരിൽ കറൻസി പുറത്തിറക്കി. ഇന്നത്തെ വിനിമയ നിരക്കനുസരിച്ച് ഒരു മനാത് എന്നാൽ ഏകദേശം 43 ഇന്ത്യൻ രൂപയ്ക്ക് തുല്യമാണ്.

സാമ്പത്തികമായി ഉയരാൻ അസർബൈജാനെ സഹായിച്ച പ്രധാന ഘടകം ക്രൂഡ് ഓയിലിന്റെയും പ്രകൃതിവാതകത്തിന്റെയും

അളവറ്റ നിക്ഷേപം തന്നെയായിരുന്നു. പെട്രോളിനും ഡീസലിനും ഇവർക്ക് സ്വന്തമായി ഒരു ലോകോത്തര ബ്രാൻഡ് തന്നെയുണ്ട്. "സോക്കർ(SOCAR)" എന്നാണ് അതിന്റെ പേര്. പെട്രോളിന് ഒരു ലിറ്ററിന് 33 ഇന്ത്യൻ രൂപയും ഡീസലിന് 21 രൂപയുമാണ് ഇപ്പോൾ ഇവിടുത്തെ വില. ഈ വിലയിൽ നമ്മുടെ നാട്ടിലും പെട്രോളും ഡീസലും കിട്ടിയിരുന്നെങ്കിൽ എന്ന് ഞാൻ മനസ്സിൽ ആശിച്ചുപോയി. അസർബൈജാന്റെ മണ്ണിൽ മാത്രമല്ല കാസ്പിയൻ കടലിലും ധാരാളം എണ്ണ നിക്ഷേപമുണ്ട്. പൈപ്പ്ലൈൻ മുഖേന ജോർജിയ, തുർക്കി, റഷ്യ എന്നീ രാജ്യങ്ങളിലേക്ക് നേരിട്ട് എണ്ണ അയക്കുക വഴി വൻ സാമ്പത്തിക നേട്ടമാണ് ലഭിച്ചുകൊണ്ടിരിക്കുന്നത്.

കൃഷിയും ജനങ്ങളുടെ ഒരു പ്രധാന സാമ്പത്തിക സ്രോതസ് ആണ്. നിലത്തിന്റെ 50 ശതമാനത്തിൽ കൂടുതൽ കൃഷിക്കായി ഉപയോഗിക്കുന്ന രാജ്യമാണ് അസർബൈജാൻ. മൊത്തം ജനസംഖ്യയുടെ 38 ശതമാനം പേരും നേരിട്ടോ അല്ലാതെയോ കാർഷികമേഖലയിലാണ് ജോലി നോക്കുന്നത്. മുന്തിരി, പരുത്തി, പുകയില, തേയില, അരി, പച്ചക്കറികൾ എന്നിവയൊക്കെയാണ് വ്യാപകമായി കൃഷി ചെയ്യുന്നത്. എണ്ണയ്ക്ക് പുറമെ പരുത്തി ധാരാളമായി കയറ്റുമതി ചെയ്യുന്നുണ്ട്. ഒരു മുസ്ലിം രാജ്യമാണെങ്കിലും വൈനും സ്പിരിറ്റും വൻ തോതിൽ ഉത്പാദിപ്പിക്കുന്നുണ്ട്. സോവിയറ്റ് കാലത്തിന് ശേഷം കൃഷിയിടങ്ങൾ സ്വകാര്യ വ്യക്തികളുടെയോ കുടുംബങ്ങളുടെയോ ഉടമസ്ഥതയിലാണ്. മാത്രമല്ല സ്റ്റേറ്റിന് കീഴിലുള്ള കൃഷിയിടങ്ങൾ സഹകരണ സംഘങ്ങളാണ് കൃഷി ചെയ്യുന്നത്..ഇതുവഴി നിരവധി പേർക്ക് തൊഴിൽ ലഭിക്കുന്നുണ്ട്. 1980 കളിൽ വിനോദസഞ്ചാരം ഒരു വരുമാനമാർഗ്ഗമായിരുന്നു. പക്ഷെ 1990 ന് ശേഷം അർമേനിയയുമായുള്ള നിരന്തര സംഘർഷങ്ങളും യുദ്ധങ്ങളും കാരണം ഈ മേഘല പാടേ തകർന്നു. 2000 ന് ശേഷമാണ് വീണ്ടും ഒരുണർവ്വ് ഉണ്ടായത്.

സാലിമ പറയുന്ന കാര്യങ്ങളിൽ ലയിച്ചിരുന്നതുകൊണ്ട് സമയം പോയത് അറിഞ്ഞിരുന്നില്ല. തിരക്കൊഴിഞ്ഞ ഒരു ഭാഗത്ത് ഡ്രൈവർ വണ്ടി ഒതുക്കി നിർത്തിയപ്പോഴാണ് ഞങ്ങളുടെ സംസാരം നിന്നത്. ഡ്രൈവർ അവരുടെ ഭാഷയിൽ സാലിമയോട് എന്തോ പറഞ്ഞു. എല്ലാം തലകുലുക്കി കേട്ടതിനുശേഷം അവൾ ഞങ്ങളുടെ നേരെ നോക്കി പറഞ്ഞു "ഇപ്പൊൾ സമയം 12.45 ആയതേ ഉള്ളൂ... നമ്മുടെ താമസം ഒരുക്കിയിരിക്കുന്ന ഹോട്ടലിൽ റൂം ലഭിക്കുന്ന സമയം 3 മണിയാണ്. നേരത്തേ അവിടെ പോയിട്ട് കാര്യമില്ല. അതുകൊണ്ട് നമുക്ക് ആദ്യം ഭക്ഷണം കഴിക്കാം, അതിനുശേഷം റൂമിലേക്ക് പോകാം". എല്ലാവരും അത് സമ്മതിച്ച് വാഹനത്തിൽ നിന്നും പുറത്തേക്കിറങ്ങി. "അറോമ"

ബുലെവാർഡ് (Boulevard) ഹോട്ടൽ

(Aroma) എന്ന റെസ്റ്റോറന്റിലേക്കായിരുന്നു സാലിമ ഞങ്ങളെയും കൂട്ടി പോയത്. ഇന്ത്യക്കാരനെപ്പോലെ തോന്നിക്കുന്ന ഒരാൾ ഞങ്ങളെ റെസ്റ്റോറന്റിനകത്തേക്ക് ക്ഷണിച്ചു. സാലിമ അയാളോടെന്തോ അസർബൈജാനി ഭാഷയിൽ പറയുന്നുണ്ടായിരുന്നു. ഞങ്ങളുടെ മലയാളത്തിലുള്ള സംസാരം കേട്ടിട്ടാണെന്നു തോന്നുന്നു അയാൾ ഞങ്ങളോട് "മലയാളികളാണല്ലേ?" എന്നൊരു ചോദ്യം.ഞാൻ അത്ഭുതപ്പെട്ടുപോയി. ഇന്ത്യക്കാരനെപ്പോലെ തോന്നിയിരുന്നെങ്കിലും മലയാളിയാണെന്ന് കരുതിയില്ല. ചന്ദ്രനിൽ പോയാൽ വരെ മലയാളികളെ കാണാം എന്ന് തമാശരൂപത്തിൽ പറയാറുണ്ടെങ്കിലും ഇവിടെ ഒട്ടും പ്രതീക്ഷിച്ചിരുന്നില്ല. വളരെ ആനന്ദകരമായ കാര്യമാണ് ദൂരെ നാട്ടിൽ ചെന്നിട്ട് ഒരു മലയാളിയെ കണ്ടുമുട്ടുന്നത്.

ഞങ്ങൾ പരിചയപ്പെട്ടു. അരുൺ എന്നാണ് പേരെന്നും, കോട്ടയത്ത് ഏറ്റുമാനൂരാണ് വീട് എന്നും പറഞ്ഞു. ഗൾഫിലായിരുന്നു നേരത്തേ ജോലി നോക്കിയിരുന്നത്. നല്ല അവസരം കിട്ടിയപ്പോൾ ബാക്കുവിലേക്ക് വന്നതാണ്. സംസാരിച്ചിരിക്കുന്നതിനിടയിൽ ഞങ്ങൾക്കുള്ള ഭക്ഷണം മേശപ്പുറത്ത് വിളമ്പിക്കഴിഞ്ഞിരുന്നു. ഇന്ത്യൻ ഭക്ഷണമാണ് ബുക്ക് ചെയ്തിരുന്നത് എങ്കിലും, ഇന്ത്യൻ ഭക്ഷണം ലഭിക്കുന്ന മിക്ക വിദേശ റെസ്റ്റോറന്റുകളിലെയും പോലെ ഇവിടെയും നോർത്ത് ഇന്ത്യൻ ഭക്ഷണമാണ് ഒരുക്കിയിരിക്കുന്നത്. കഴിക്കുന്നതിനിടയിൽ അരുൺ ഒരു പാത്രത്തിൽ നിറയെ 'രസം' ഉണ്ടാക്കി കൊണ്ടുവന്നു. മലയാളികൾ ആണെന്നറിഞ്ഞിരുന്നെങ്കിൽ കുറച്ച് കേരളീയ ഭക്ഷണം ഉണ്ടാക്കുമായിരുന്നു എന്ന് പറയുകയും ചെയ്തു. ഞങ്ങൾ രസവും കൂട്ടി ചോറുണ്ണുന്നതിനിടയിൽ അരുണിനോട് നന്ദി പറഞ്ഞു.

നല്ല രുചികരമായ ഭക്ഷണം വയറുനിറയെ കഴിച്ചതിന് ശേഷം അരുണിനോട് യാത്ര പറഞ്ഞ് സന്തോഷത്തോടെ അവിടുന്ന് ഇറങ്ങി....

ഭക്ഷണം കഴിച്ച റെസ്റ്റോറന്റിന്റെ അടുത്ത് തന്നെയാണ് ഞങ്ങളുടെ താമസം ഒരുക്കിയ ബുലെവാർഡ് (Boulevard)ഹോട്ടൽ. ബാക്കു പട്ടണത്തിന്റെ ഒത്ത മധ്യത്തിൽ കാസ്പിയൻ കടലിടുക്കിന്റെ ഓരത്താണ് പഞ്ച നക്ഷത്ര പദവിയുള്ള ഈ ഹോട്ടൽ സ്ഥിതിചെയ്യുന്നത്. സിറ്റിക്കകത്തുള്ള എല്ലാ പ്രധാന വിനോദ സഞ്ചാര കേന്ദ്രത്തിലേക്കും ഇവിടുന്ന് പോകാൻ എളുപ്പമാണ്. ഞങ്ങൾ എത്തിയപ്പോൾ 2 മണി കഴിഞ്ഞതേ ഉണ്ടായിരുന്നുള്ളൂ. മുറിയുടെ താക്കോൽ ലഭിക്കാൻ ഇനിയും ഒരു മണിക്കൂർ കൂടി കഴിയണം. അത്യാഡംബരപൂർവം നിർമ്മിച്ച ഹോട്ടൽ ലോബ്ബിയിൽ ഞങ്ങൾ കാത്തിരിക്കാൻ തീരുമാനിച്ചു. ധാരാളം ബിസിനസ്സുകാരും, ഞങ്ങളെപ്പോലെയുള്ള ടൂറിസ്റ്റുകളും, ഒക്കെയായി അവിടം മുഴുവൻ ആളുകൾ നിറഞ്ഞിരിക്കുകയായിരുന്നു. ലോബ്ബിയിൽ സൗജന്യ വൈഫൈ ലഭ്യമായിരുന്നതുകൊണ്ട് 1 മണിക്കൂർ ചിലഴിക്കുക എന്നത് ബുദ്ധിമുട്ടായിരുന്നില്ല എനിക്ക്.

ഹോട്ടലുകാരുടെ സമയനിഷ്ഠ എനിക്ക് നന്നേ ഇഷ്ടപ്പെട്ടു. കൃത്യം 3 മണിക്ക് തന്നെ റിസപ്ഷനിൽ നിന്നും ഞങ്ങളെ വിളിച്ച് മുറികളുടെ താക്കോലുകൾ തന്നു. ഓരോ നിലയിലും ധാരാളം മുറികളും വഴി തെറ്റാൻ പാകത്തിൽ നിരവധി ഇടനാഴികളും ഉള്ളതുകൊണ്ട് മുറി കണ്ടുപിടിക്കാൻ ഇത്തിരി ബുദ്ധിമുട്ടി. ഞാനും ജോസും ഒരു മുറിയിലായിരുന്നു. അത്യാവശ്യം നല്ല വലിപ്പവും കാണാൻ ഭംഗിയും ഒക്കെയുള്ള മുറി തന്നെയായിരുന്നു ഞങ്ങളുടേത്. കർട്ടൻ തുറന്ന് നോക്കിയാൽ കാസ്പിയൻ കടലിന്റെ മനോഹരമായ ദൃശ്യം കാണാം. ഞാൻ പെട്ടെന്ന് തന്നെ കുളികഴിഞ്ഞു വന്നു. കടുത്ത യാത്രാക്ഷീണവും ഉറക്കക്കുറവും പിന്നെ വയറുനിറച്ച് ഭക്ഷണം കഴിച്ചതും ഒക്കെ കാരണം പെട്ടെന്ന് ഉറക്കത്തിലേക്ക് വീണുപോയി.

തീജ്വാലക്കെട്ടിടങ്ങൾ (Flame Towers)

ഞങ്ങൾ രണ്ടുപേരും നല്ല ഉറക്കമായിരുന്നു. രണ്ടര മണിക്കൂർ നേരത്തെ ഉറക്കത്തിന് ശേഷം ഞാൻ ആയിരുന്നു ആദ്യം എണീറ്റത്. സമയം നോക്കിയപ്പോൾ ഗൈഡ് ഇറങ്ങാൻ പറഞ്ഞ സമയത്തോടടുത്തിരുന്നു. വേഗം ജോസിനെ വിളിച്ചെഴുന്നേല്പിച്ചു. കുളിയൊക്കെ നേരത്തേ കഴിഞ്ഞതുകൊണ്ട് അധികം ഒരുക്കങ്ങൾ ഒന്നും ഇല്ലായിരുന്നു. ഡ്രസ്സ് ചെയ്ത് ക്യാമറയും എടുത്ത് ഞാൻ ജോസിന്റെ കൂടെ ലോബ്ബിയിലേക്ക് നടന്നു. ആരും എത്തിയില്ലായിരുന്നു അവിടെ. കുറച്ച് സമയം കാത്തിരുന്നപ്പോൾ ഓരോരുത്തരായി വന്നു. പിന്നെയും 10 മിനുട്ട് കഴിഞ്ഞാണ് ഗൈഡ് എത്തിയത്. ഇവളിതെന്താ വരാത്തത് എന്ന് പരസ്പരം പറയുമ്പോഴേക്കും ഒരു പുഞ്ചിരിയുമായി "നമുക്ക് പോകാം" എന്ന് പറഞ്ഞുകൊണ്ട് സാലിമ വന്നു. ലോബ്ബിയിൽ നിന്നും പുറത്തേക്ക് കടന്ന ഞങ്ങൾ പെട്ടെന്ന് ഞെട്ടിപ്പോയി. 2 മണിക്കൂർ കൊണ്ട് കാലാവസ്ഥ വല്ലാതെ മാറിയിരുന്നു. ശക്തിയേറിയ തണുത്ത കാറ്റായിരുന്നു പുറത്തിറങ്ങിയ ഞങ്ങളെ വരവേറ്റത്. കാറ്റ് കാരണം റോഡിന് മറുവശം നിർത്തിയിട്ടിരിക്കുന്ന ഞങ്ങളുടെ വാഹനത്തിൽ കയറാൻ തന്നെ പ്രയാസപ്പെടേണ്ടിവന്നു. രാത്രിയാകുന്തോറും തണുപ്പ് കൂടിവരും എന്ന് വാഹനത്തിൽ കയറുന്നതിനിടയ്ക്ക് സാലിമ പറഞ്ഞു.

വണ്ടി പതുക്കെ നീങ്ങാൻ തുടങ്ങിയപ്പോഴാണ് സാലിമ നിരാശപ്പെടുത്തുന്ന മറ്റൊരു കാര്യം പറഞ്ഞത്. ഞങ്ങൾ പോകാനിരുന്ന Ferry Wheel Ride പ്രതികൂലമായ കാലാവസ്ഥയെ തുടർന്ന് അടച്ച

Flame Towers

എന്നതായിരുന്നു അത്. അതുകേട്ടതോടെ എല്ലാവരുടെയും മുഖം വാടി. ഞങ്ങളുടെ നിരാശയോടെയുള്ള മുഖഭാവം ശ്രദ്ധിച്ചിട്ട്, “അതിനിടയിൽ ശരിയാകുന്നെങ്കിൽ നമുക്ക് പോകാം” എന്ന് സാലിമ സമാധാനിപ്പിക്കാനായി പറഞ്ഞു, പെട്ടെന്ന് തന്നെ വിഷയം മാറ്റുകയും ചെയ്തു. രാജകീയമായ ആ റോഡിന് ഇരുവശത്തും ഇറ്റാലിയൻ മാതൃകയിൽ പണി കഴിപ്പിച്ച കെട്ടിടങ്ങൾ കാണിച്ച് അവൾ സംസാരിക്കാൻ തുടങ്ങി. ലോകോത്തര ബ്രാൻഡുകളായ ഫെറാറി, ജീപ്പ്, എംപോറിയോ അർമാനി തുടങ്ങിയവയുടെ ഷോറൂമുകളാണ് നിരന്നു കിടക്കുന്നത്. ഇവയെല്ലാം വലിയ കെട്ടിടങ്ങളുടെ താഴത്തെ നിലയിലാണ് പ്രവർത്തിക്കുന്നത്. മുകളിലുള്ള നിലകളിൽ ആൾതാമസമുള്ള അപ്പാർട്ട്മെന്റുകൾ ആണ്. ആദ്യകാലത്ത് ഈ കെട്ടിടങ്ങൾക്കൊക്കെ നിലകൾ കുറവായിരുന്നു. അടുത്ത കാലത്തായി പഠനത്തിനും, ജോലികൾക്കായും, കച്ചവടത്തിനുമൊക്കെയായി രാജ്യത്തിന്റെ പലഭാഗങ്ങളിൽ നിന്നും ആളുകൾ തലസ്ഥാനത്തേക്ക് വരികയും അവർക്കൊക്കെ താമസത്തിന് വേണ്ടി അപ്പാർട്ട്മെന്റുകൾ പുതിയ നിലകളിൽ പണിതുയർത്തുകയും ചെയ്തു. അപ്പാർട്ട്മെന്റുകൾ ഒന്നുകിൽ സ്വകാര്യ നിർമ്മാതാക്കളുടെയോ അല്ലെങ്കിൽ സർക്കാരിന്റെയോ ഉടമസ്ഥതയിലായിരിക്കും. ആവശ്യക്കാർ അവരുടെ കയ്യിൽ നിന്നും വാങ്ങിക്കുകയാണ് പതിവ്.

ഞങ്ങളുടെ വാഹനം വളരെ പതുക്കെയാണ് പൊയ്ക്കൊണ്ടിരുന്നത്. നല്ല തിരക്കായിരുന്നു നിരത്തിൽ. ആളുകളൊക്കെ ജോലി കഴിഞ്ഞ്

വീട്ടുകളിലേക്ക് പോകുന്ന തിരക്കാണ് കാണുന്നത് എന്ന് സാലിമ പറഞ്ഞു. ഇവിടുത്തെ സാമൂഹിക ജീവിതം ഏതാണ്ട് നമ്മുടെ നാട്ടിലെ പോലെ തന്നെയാണ്. പഠനത്തിനുശേഷം പുരുഷന്മാരെപ്പോലെ ജോലി ചെയ്യാൻ ഇഷ്ടപ്പെടുന്നവരാണ് സ്ത്രീകളും. പക്ഷെ ഭൂരിഭാഗം സ്ത്രീകളും കല്യാണത്തിന് ശേഷം തങ്ങളുടെ കുടുംബത്തിനോടൊപ്പം ഇഴുകിച്ചേരുകയാണ് പതിവ്. ഇതൊക്കെ പറയുന്നതിനിടയിൽ സാലിമയുടെ കാര്യവും ഞങ്ങൾ ചോദിച്ചു. ഒരു ചിത്രകാരിയാണ് സാലിമ. ചിത്രരചന പഠിക്കുന്നുമുണ്ട്. പഠനത്തിനുള്ള സാമ്പത്തിക ച്ചിലവ് കണ്ടെത്തുവാനാണ് ടൂറിസ്റ്റ് ഗൈഡ് ആയി ജോലിചെയ്യുന്നത്. സാലിമയുടെ ഏറ്റവും വലിയ ആഗ്രഹം ഇറ്റലിയിൽ പോയി ചിത്രകല കൂടുതൽ പഠിക്കണമെന്നാണ്. കഴിഞ്ഞ വർഷം പോകാൻ ഒരു ശ്രമം നടത്തിയിരുന്നു. ചില തടസ്സങ്ങൾ കാരണം പറ്റിയില്ല. "അടുത്ത വർഷം എന്തായാലും പോകണം" എന്ന് ഒരു നെടുവീർപ്പോടെ അവൾ പറഞ്ഞു.

ഇരുട്ടാകുന്തോറും റോഡിനിരുവശത്തും മനോഹരങ്ങളായ ലൈറ്റുകൾ തെളിഞ്ഞുവന്നു. രാത്രിയിലെ ബാക്കു നഗരം കാണേണ്ട കാഴ്ച തന്നെയാണ് എന്ന് ഞാൻ ആശ്ചര്യപൂർവം ഓർത്തു. കുറച്ച് ദൂരം പോയിക്കഴിഞ്ഞപ്പോൾ തിരക്ക് കുറയുകയും കെട്ടിടങ്ങൾ കുറഞ്ഞുവരികയും ചെയ്തു. സിറ്റിയിലൂടെ പോകുന്ന പ്രധാന നിരത്തിൽ നിന്നും മാറി ഡ്രൈവർ ഞങ്ങളെയും കൊണ്ട് ഒരു കുന്നിൻ മുകളിലേക്കാണ് പോയിക്കൊണ്ടിരിക്കുന്നത് എന്ന് മനസ്സിലായി. 7 മണി കഴിഞ്ഞപ്പോൾ വണ്ടി ബാക്കുവിലെ പ്രശസ്തമായ ടൂറിസ്റ്റ് കേന്ദ്രമായ "Flame Towers" ന്റെ മുന്നിൽ എത്തി. വണ്ടിയിൽ നിന്നിറങ്ങിയ ഞങ്ങൾ LED ലൈറ്റുകളുടെ മാസ്മരിക പ്രകാശത്തിൽ കുളിച്ചുനിൽക്കുന്ന Flame Towers ന്റെ ഏറ്റവും നല്ല രാത്രിക്കാഴ്ച ലഭിക്കുന്നിടത്തേക്ക് മാറിനിന്നു. അന്തരീക്ഷത്തിലേക്ക് ഉയരുന്ന തീനാളം പോലെ തോന്നിക്കുന്ന മൂന്ന് കെട്ടിടങ്ങളാണ് Flame Towers എന്നറിയപ്പെടുന്നത്. ഈ മൂന്ന് തീനാളങ്ങൾക്ക് അസർബൈജാനിൽ നിലനിന്നിരുന്ന പുരാതനമായ സംസ്കാരവുമായും മതവിശ്വാസവുമായും അഭേദ്യമായ ബന്ധമുണ്ട്. നൂറ്റാണ്ടുകൾക്ക് മുൻപ് അസർബൈജാൻ പുരാതന പേർഷ്യയുടെ ഭാഗമായിരുന്നു. ഏഴാം നൂറ്റാണ്ടിലെ ഇസ്ലാമിക അധിനിവേശം നടക്കുന്നതിന് മുൻപ് വരെ "സോറോസ്ട്രിയനിസം" (Zoroastrianism) എന്ന മതവിശ്വാസമായിരുന്നു പേർഷ്യയിൽ ആധിപത്യം നേടിയിരുന്നത്. ഈ മതവിശ്വാസമനുസരിച്ച് പ്രപഞ്ചത്തെ സൃഷ്ടിച്ചതും അതിന് ഒരു ക്രമം നൽകിയതും സർവശക്തനായ " അഹുറ മസ്ദ " (Ahura Mazda) എന്ന ഏക ദൈവമാണ്. മാത്രമല്ല ഈ ദൈവത്തിൽ നിന്നാണ് ഏറ്റവും ശുദ്ധമായത് എന്ന് കരുതപ്പെടുന്ന ജലവും അഗ്നിയും ഭൂമിയിൽ

ലഭ്യമായതും. അഗ്നിയുടെ സാന്നിധ്യമില്ലാതെ ഒരു പ്രാർത്ഥനയും ഇല്ലാ യിരുന്നു. അതുകൊണ്ട് സൊറോസ്ട്രിയക്കാരുടെ പ്രാർത്ഥന നടക്കുന്ന സ്ഥലത്തെ പൊതുവെ അഗ്നി ക്ഷേത്രം (Fire Temple)എന്നാണ് വിളിക്കുന്നത്. പുരാതനകാലത്ത് അഹുറ മസ്ദയിൽ നിന്നും നേരിട്ട് വന്ന അഗ്നി മൂന്ന് അഗ്നിക്ഷേത്രങ്ങളിലായി ശേഖരിക്കപ്പെട്ടിരുന്നു എന്ന് വിശ്വസിച്ചിരുന്നു. ഇതിന്റെ സ്മരണയിലാണ് Flame Towers ന്റെ രൂപം തീനാളത്തിന്റെ ആകൃതിയിൽ നിർമ്മിക്കപ്പെട്ടിരിക്കുന്നത്.

സൊറോസ്ട്രിയനിസത്തെക്കുറിച്ച് കുറച്ചൊക്കെ വായനയിലൂടെ ഞാൻ മനസ്സിലാക്കിയിട്ടുണ്ടായിരുന്നു. പക്ഷെ അറിയാത്തതുകൊ ണ്ടാണോ എന്നറിയില്ല സാലിമ അതേക്കുറിച്ച് ആഴത്തിൽ ഒന്നും പറഞ്ഞില്ല..ലോകത്തിലെ ഏറ്റവും പഴക്കം ചെന്നതും ഇന്നും ചിലയിട ങ്ങളിൽ ആളുകൾ പിന്തുടരുന്നതുമായ മതങ്ങളിലൊന്നാണ് സോറോ സ്ട്രിയനിസം. “സരാതുഷ്ട്രാ” (Zarathustra In Persian, Zoroaster In English) എന്ന ഇറാനിയൻ ആത്മീയാചാര്യനാണ് ഇങ്ങനൊരു മതത്തെ ആദ്യമായി അവതരിപ്പിച്ചത്. “Zoroaster” എന്നയാൾ ഉണ്ടാക്കിയത് എന്ന അർത്ഥത്തിലാണ് സോറോസ്ട്രിയനിസം എന്ന് ഈ മതത്തെ വിളിക്കുന്നത്. ഇദ്ദേഹത്തിന്റെ ജീവിത കാലത്തെക്കുറിച്ച് വ്യക്തമായ അറിവുകൾ കിട്ടിയിട്ടില്ല എങ്കിലും സോറോസ്ട്രിയനിസം എന്ന മതം BC ആറാം നൂറ്റാണ്ടുമുതലാണ് പ്രാബല്യത്തിൽ വന്നത് എന്ന് കരുതപ്പെടുന്നു. പിന്നീട് ഇത് പേർഷ്യയിൽ മൊത്തം വ്യാപിക്കുക യായിരുന്നു. പുരാതന പേർഷ്യയുടെ ഭാഗമായിരുന്നു അസർബൈജാൻ.

പേർഷ്യ ഭരിച്ചിരുന്ന പ്രമുഖരായ സൈറസ് ദി ഗ്രേറ്റ് (Cyrus The Great), ദാരിയൂസ് ഒന്നാമൻ (Darius 1) എന്നീ രാജാക്കന്മാരുടെ കാലത്താണ് ഈ മതത്തിന് വലിയ തോതിലുള്ള പ്രചാരം ലഭിച്ചത്. AD ആറാം നൂറ്റാണ്ടിന്റെ അന്ത്യത്തിൽ നടന്ന ഇസ്ലാം അധിനിവേശ ത്തിന് ശേഷം സോറോസ്ട്രിയൻ മതം പേർഷ്യയിൽ അപ്രസക്തമായി ക്കൊണ്ടിരുന്നു. ഇസ്ലാമിന് പുറത്തുള്ളവർക്ക് അവരുടെ മതാചാരണ ത്തിന് ഏർപ്പെടുത്തപ്പെട്ട ഭീമമായ നികുതികൾ ഭൂരിപക്ഷം പേരെയും ഇസ്ലാമിലേക്ക് മാറുന്നതിനും മറ്റുള്ളവരെ ഇന്ത്യ ഉൾപ്പെടെയുള്ള രാജ്യ ങ്ങളിലേക്ക് പലായനം ചെയ്യുന്നതിനും പ്രേരിപ്പിച്ചു. ഇന്ന് ഇറാനിൽ ഇവർ ഒരു ന്യൂനപക്ഷം മാത്രമാണ്. ഇന്ത്യയിലേക്ക് കുടിയേറിയവരുടെ പിന്മുറക്കാർ ഗുജറാത്തിൽ ഇപ്പോഴും ജീവിക്കുന്നുണ്ട്. ഇവരെ പാഴ്സികൾ എന്നാണ് വിളിക്കുന്നത്. കേരളത്തിലും പാഴ്സി കുടുംബങ്ങൾ താമസി ക്കുന്നുണ്ട്. ഗുജറാത്തിൽ നിന്നും കച്ചവടം ചെയ്യാൻ വേണ്ടി കേരളത്തി ലേക്ക് വന്നവരാണിവർ. മിട്ടായിത്തെരുവിൽ അവരുടെ ഒരു അഗ്നി

ക്ഷേത്രമുണ്ട് എന്ന് ഞാൻ കേട്ടിട്ടുണ്ട്. ഏകദേശം 2 ലക്ഷത്തിനടുത്ത് മാത്രമേ ഇന്ന് ലോകത്തിൽ ആകെക്കൂടി ഈ മതക്കാർ അവശേഷിക്കുന്നുള്ളൂ.

ഇന്തോ-പേർഷ്യൻ ഭാഷയായ പുരാതന അവെസ്ത (Avesta) ഭാഷയിൽ 72 അദ്ധ്യായങ്ങളിലായി എഴുതപ്പെട്ട 1300 ഓളം വരികളുള്ള പദ്യരചനകളാണ് സോറോസ്ട്രിയനിസത്തിന്റെ അടിസ്ഥാന മതഗ്രന്ഥമായി കരുതപ്പെടുന്നത്. ഇതിൽ 17 പദ്യങ്ങൾ സരാതുഷ്ട്രാ നേരിട്ട് ചിട്ടപ്പെടുത്തിയതാണ് എന്ന് അനുമാനിക്കപ്പെടുന്നു. ഇവയാണ് മതത്തിന്റെ നട്ടെല്ല്. ഇതിനെ ഗാഥകൾ (Gatha) എന്നാണ് വിളിക്കുന്നത്. ഈ പദം സംസ്കൃതത്തിലെ ഗാഥ എന്ന പദവുമായി ബന്ധമുള്ളതായി കരുതപ്പെടുന്നു. ഇത് കേട്ടപ്പോൾ ഭഗവത് ഗീതയെക്കുറിച്ചാണ് എനിക്കോർമ്മ വന്നത്. ഒരു ലക്ഷത്തോളം വരുന്ന മഹാഭാരതത്തിൽ 700 ശ്ലോകങ്ങൾ മാത്രമാണല്ലോ പുണ്യഗ്രന്ഥമായി കരുതപ്പെടുന്ന ഗീതയിൽ ഉൾപ്പെടുന്നത്. ഗാഥകളിൽ "അഹുറ മസ്ദ" (Ahura Mazda Or God Of Wisdom) എന്ന ഏക ദൈവത്തെ പ്രകീർത്തിക്കുന്ന ഭാഗങ്ങളും പിന്നെ സരാതുഷ്ട്രയുടെ ജീവിത രീതി പിന്തുടരാൻ എല്ലാവരോടും ആവശ്യപ്പെടുന്ന ഭാഗങ്ങളുമാണുള്ളത്.

സോറോസ്ട്രിയൻ മതവിശ്വാസം അനുസരിച്ച് എല്ലാ നന്മയുടെയും പ്രതീകമായ ഏക ദൈവം നന്മക്കെതിരെ പ്രവർത്തിക്കുന്ന ശക്തികൾക്കെതിരെ നിരന്തരം പോരാടിക്കൊണ്ടിരിക്കുകയും ചെയ്യുന്നു. ഭൂരിഭാഗം മതങ്ങളിലും സമാനമായ വിശ്വാസപ്രമാണങ്ങളാണുള്ളത്. ഏകദൈവത്തിലൂന്നിയ മതവിശ്വാസങ്ങൾക്ക് തുടക്കമിട്ടത് സോറോസ്റ്റർ ആണെന്നാണ് വിദഗ്ധരുടെ അഭിപ്രായം. സൊറോസ്ട്രിയനിസത്തിന് ശേഷം ഉടലെടുത്ത സെമിറ്റിക് മതങ്ങളായ യഹൂദ, ക്രിസ്ത്യൻ, ഇസ്ലാം മതങ്ങൾക്ക് പ്രചോദനമായത് ഈ ഏകദൈവ വിശ്വാസപ്രമാണങ്ങളാണെന്ന് കരുതുന്നവർ ഏറെയാണ്. ഏക ദൈവവിശ്വാസം എന്നത് മാത്രമല്ല നന്മയും തിന്മയും തമ്മിലുള്ള പോരാട്ടം സോറോസ്ട്രിയൻ മതത്തിലെ പോലെ മേല്പറഞ്ഞ മതങ്ങളിലും കാണാം. സമാനതകൾ ഏറെയുണ്ടെങ്കിലും സെമിറ്റിക് മതങ്ങളിൽ നിന്നും വളരെ വ്യത്യാസമുള്ള ഒരാചാരം സൊറോസ്ട്രിയൻമാർ വച്ച് പുലർത്തിയിരുന്നു. അത് മരണാനന്തരചടങ്ങുകളുമായി ബന്ധപ്പെട്ടുള്ളതാണ്. ഒരാൾ മരണപ്പെട്ടാൽ ആ ശരീരം കുഴിച്ചിടുകയോ ദഹിപ്പിക്കുകയോ ചെയ്യില്ല പകരം ഒരു പ്രത്യേക സ്ഥലത്ത് സ്വയം നശിക്കുന്നതുവരെ തുറന്ന് വയ്ക്കുകയാണ് ചെയ്യുന്നത്. "Sky Burriels" എന്നാണ് ഇത് അറിയപ്പെടുന്നത്. മൃതശരീരം തുറന്ന് വയ്ക്കാൻ പ്രത്യേകം നിർമ്മിക്കുന്ന ഉയരമുള്ള നിർമ്മിതിയെ ദഖ്മ

(Dakhma)എന്നാണ് വിളിക്കുന്നത്. 1970 ൽ ഈ ചടങ്ങ് ഇറാനിൽ നിർത്തലാക്കി. എന്നാൽ ഇന്ത്യയിൽ ചിലയിടങ്ങളിൽ ഇന്നും ഇത് ആചരിച്ചുപോരുന്നുണ്ട്.

കണ്ണഞ്ചിപ്പിക്കുന്ന തരത്തിൽ മിന്നിത്തിളങ്ങുന്ന Flame Tower കെട്ടിടങ്ങളുടെ കുറെ ഫോട്ടോ എടുത്ത ശേഷം ഞാൻ കൂട്ടുകാരുമായി അടുത്ത കാഴ്ചയിലേക്ക് ചേക്കേറാൻ വേണ്ടി നടന്നകന്നു.

ടർക്കിഷ് മോസ്ക്

"Flame Towers" ന്റെ അതിമനോഹരമായ രാത്രിക്കാഴ്ചകൾ ആസ്വദിച്ചതിന് ശേഷം അടുത്ത കാഴ്ച കാണുവാനായി ധൃതിയിൽ നടക്കുന്ന സാലിമയുടെ പിറകിലായി ഞങ്ങളും നടക്കുകയായിരുന്നു. അടുത്തുള്ള കാസ്പിയൻ കടലിൽ നിന്നും വീശുന്ന നല്ല തണുത്ത കാറ്റ് ഞങ്ങളെ തഴുകി കടന്നുപോയ്ക്കൊണ്ടിരുന്നു. ആകാശത്ത് മിന്നാമിന്നികളെപ്പോലെ മിന്നിത്തിളങ്ങുന്ന നക്ഷത്രങ്ങളും ഇരുട്ടുപിടിച്ച റോഡരികിൽ വളരെ ആവേശത്തോടെ കത്തുന്ന മഞ്ഞബൾബുകളും ഒരുപോലെ ഭംഗിയുള്ളതായി എനിക്ക് അനുഭവപ്പെട്ടു. കുന്നിനുകളിലേക്ക് പോകുന്ന ആ മനോഹരമായ ആ പാതയുടെ ഇടതുവശം ചേർന്നാണ് ഞങ്ങളുടെ നടത്തം. അതേ വശം തന്നെ റോഡിൽ നിന്നും കുറച്ച് ഉൾ ഭാഗത്തായി ബൾബുകളുടെ പ്രകാശത്തിൽ വ്യക്തമായി കാണാവുന്ന ഭംഗിയുള്ള ഒരു പള്ളി ഞങ്ങൾ പിന്നിട്ടു. കണ്ടപ്പോൾ എന്തോ പ്രത്യേകതയുള്ളതായി എനിക്ക് തോന്നി. പക്ഷെ അതിനെ കണ്ട ഭാവം പോലും നടിക്കാതെ സാലിമ നടന്നുകൊണ്ടിരുന്നു. അരണ്ട വെളിച്ചത്തിലും സൗകുമാര്യം തുളുമ്പുന്ന ആ വലിയ കെട്ടിടത്തെ അവഗണിച്ചതിൽ എനിക്ക് ആശ്ച ര്യവും സങ്കടവും തോന്നി. അതിനെക്കുറിച്ച് ചോദിക്കാനായി ഞാൻ വേഗത്തിൽ നടന്ന് സാലിമയുടെ ഒപ്പമെത്തി. ചോദിച്ചതും, ഉടനെ അവൾ നിന്നു. കൈ കൊണ്ട് ആംഗ്യം കാണിച്ച് എല്ലാവരെയും അടുത്തേക്ക് വിളിച്ചു നിർത്തി എന്നിട്ട് പറഞ്ഞു.

രക്തസാക്ഷികളുടെ പള്ളി (Mosque Of The Martyr's) എന്നാണ് ഈ പള്ളി അറിയപ്പെടുന്നത്. തുർക്കി ഗവണ്മെന്റ്

ടർക്കിഷ് മോസ്ക്

നിർമ്മിച്ചതായതുകൊണ്ട് ഇതിനെ സാധാരണയായി തുർക്കിപ്പള്ളി (Turkish Mosque) എന്നും വിളിക്കാറുണ്ട്. തൊട്ടടുത്ത രാജ്യമായ അർമേനിയയുമായുള്ള നാഗോർണോ-കാരബാഖ് (Nagorno-Karabakh) യുദ്ധത്തിൽ രക്തസാക്ഷികളായവരെ അടക്കം ചെയ്തിരിക്കുന്നത് പള്ളിയുടെ തൊട്ടടുത്താണ്. അതുകൊണ്ടാണ് രക്തസാക്ഷികളുടെ പള്ളി എന്ന പേര് വന്നത്. ബാക്കുവിലെ തുർക്കി കോൺസുലേറ്റിലെ ഉയർന്ന ഉദ്യോഗസ്ഥരുടെ മതപരമായ ആവശ്യങ്ങൾക്ക് വേണ്ടി തുർക്കി ഗവണ്മെന്റിന്റെ നേരിട്ടുള്ള മേൽനോട്ടത്തിലാണ് 1990 ൽ ഇത് പണിതത്. പറയത്തക്ക ചരിത്രമോ പ്രാധാന്യമോ ഇല്ലാത്തത് കൊണ്ടാണ് ഇതിനെക്കുറിച്ച് ഒന്നും പറയാതെ പോകാൻ ഒരുങ്ങിയത് എന്ന് സാലിമ പറഞ്ഞു.

ഓട്ടോമൻ നിർമ്മാണ (Ottoman Architecture) രീതിയിലായിരുന്നു പള്ളിയുടെ നിർമ്മാണം. AD പതിനാലാം നൂറ്റാണ്ട് മുതൽ ഇരുപതാം നൂറ്റാണ്ട് വരെ തുർക്കി ഭരിച്ചിരുന്നത് ഓട്ടോമൻ ചക്രവർത്തിമാരായിരുന്നു. അക്കാലത്ത് രൂപപ്പെട്ട നിർമ്മാണരീതിയാണ് ഇത്. വർഷങ്ങൾക്ക് മുൻപ് തുർക്കിയിലെ ഇസ്താൻബുൾ സന്ദർശിച്ചപ്പോൾ ഇതേ മാതൃകയിൽ നിർമ്മിച്ച ബ്ലൂ മോസ്ക് (Blue Mosque) കണ്ടത് ഞാൻ ഓർത്തു. സാലിമ പറഞ്ഞതുപോലെ ഒരു നിർമ്മിതി എന്ന നിലയിൽ വലിയ ചരിത്രപ്രാധാന്യമൊന്നും അവകാശപ്പെടാനില്ലെങ്കിലും തുർക്കിയും അസർബൈജാനും തമ്മിലുള്ള ആത്മ ബന്ധത്തിന്റെ ഒരടയാളമാണ് ഈ പള്ളി.

ഈ രണ്ട് രാഷ്ട്രങ്ങളുടെ ആത്മബന്ധത്തിന് നൂറ്റാണ്ടുകളുടെ ചരിത്രം തന്നെയുണ്ട് പറയാൻ. ആധുനിക അസർബൈജാനികൾ എന്നാൽ ഒരേ സമയം കോക്കാസസ് പർവ്വതങ്ങളുടെ താഴ്വരകളിൽ താമസിച്ചിരുന്ന ഗോത്രവർഗ്ഗക്കാരുടെയും പുരാതന പേർഷ്യയുടെ ഭാഗമായിരുന്ന ഇറാനികളുടെയും അതുപോലെതന്നെ തുർക്കി വംശജരുടെയും സംസ്കാരങ്ങളുടെയും പൈതൃകങ്ങളുടെയും ഒരു സങ്കരമാണ്. ക്രിസ്തുവർഷം ആരംഭിക്കുന്നതിനും നൂറ്റാണ്ടുകൾക്ക് മുൻപ് തന്നെ തദ്ദേശീയരായ ഗോത്രവർഗക്കാർ താമസിച്ചിരുന്ന കോക്കാസസ് താഴ്വരകളിലേക്ക് ഇറാനിൽ നിന്നുമുള്ള രാജാക്കന്മാരും പടയാളികളും കടന്നുവരികയും ആ പ്രദേശങ്ങളൊക്കെ അധീനതയിലാക്കുകയും പേർഷ്യ എന്നറിയപ്പെടുന്ന വിശാലസാമ്രാജ്യത്തിന്റെ ഭാഗമാക്കുകയും ചെയ്തു. ക്രമേണ ഇറാനിയൻ ജനതയുടെ കുടിയേറ്റം ഈ മേഖലകളിലേക്ക് വ്യാപിക്കുകയും തത്ഫലമായി അവരുടെ ഭാഷ, മതം, സംസ്കാരം എന്നിവ ഇവിടങ്ങളിൽ പ്രചരിക്കുകയും ചെയ്തു. നൂറ്റാണ്ടുകൾക്ക് ശേഷം, കൃത്യമായി പറഞ്ഞാൽ പതിനൊന്നാം നൂറ്റാണ്ടിൽ തുർക്കിയുടെ പടിഞ്ഞാറ് ഭാഗങ്ങളിൽ നിന്നും ഓഘ്യുസ് (Oghus Turks) എന്നറിയപ്പെടുന്ന ഗോത്രജനങ്ങളുടെ കടന്നുവരവ് ഇവിടുത്തെ സാമൂഹിക സാംസ്കാരിക ജീവിതത്തിൽ വലിയ മാറ്റങ്ങൾ ഉണ്ടാക്കി....

സൈനികമായി പ്രബലമായിരുന്ന ഓഘ്യുസ് തുർക്കികളുടെ വ്യാപകമായ കടന്നുകയറ്റം പേർഷ്യൻ ഭരണകൂടവുമായുള്ള സംഘർഷത്തിൽ കലാശിച്ചു. നിരവധി ചെറു യുദ്ധങ്ങളിലൂടെ അറബികളുടെ കയ്യിലായിരുന്ന പേർഷ്യൻ ഭരണം തുർക്കികൾ പിടിച്ചെടുക്കുകയും സെൽജൂക് (Seljuk Dynasty) എന്ന പേരിൽ ഒരു പുതിയ ഭരണക്രമം കൊണ്ടുവരികയും ചെയ്തു. അധികാരത്തിൽ ഏറിയെങ്കിലും ഓഘ്യുസ് തുർക്കികൾ തദ്ദേശീയരുടെ മേൽ സാംസ്കാരികമായ അധിനിവേശം നടത്തിയിരുന്നില്ല. പകരം പേർഷ്യൻ സ്വഭാവമുള്ള നാട്ടുകാരുമായി ഇഴുകിച്ചേരുകയാണുണ്ടായത്. നൂറ്റാണ്ടുകൾക്കൊണ്ട് അവരുടെ ഭാഷയും സംസ്കാരവും പരസ്പരം കൊടുക്കൽ വാങ്ങലുകൾ നടന്നാണ് ഇന്നത്തെ “അസർബൈജാനികൾ “ എന്നറിയപ്പെടുന്ന ആധുനിക ജനത രൂപം കൊണ്ടത്. അസർബൈജാനി ഭാഷയിലും സംസ്കാരത്തിലും ഇന്നും തുർക്കിയുടെ അംശം വലിയതോതിൽ കാണാം. ഇക്കാരണം കൊണ്ടു തന്നെയാണ് അസർബൈജാൻ പ്രസിഡന്റും രാഷ്ട്ര നിർമ്മാതാവുമായിരുന്ന ഹൈദർ അലിയേവ് ഒരിക്കൽ പറഞ്ഞത് “ഞങ്ങൾ ഒരു രാഷ്ട്രവും രണ്ട് സംസ്ഥാനങ്ങളും (One Nation, Two States) ആണ് എന്ന് “.

പല ഇസ്ലാമിക രാഷ്ട്രങ്ങളിലും സുന്നികളും ഷിയാക്കളും തമ്മിൽ ശത്രുതാ മനോഭാവം വച്ചുപുലർത്താറുണ്ടെങ്കിലും പ്രമുഖ സുന്നി

രാഷ്ട്രമായ തുർക്കിയും ലോകത്തിലെ ഏറ്റവും വലിയ രണ്ടാമത്തെ ഷിയാ രാഷ്ട്രമായ അസർബൈജാനും തമ്മിൽ സഹോദരമനോഭാവം ഉടലെടുത്തത് മതങ്ങൾക്കുപരിയായി തങ്ങൾ ഒരു ജനതയാണെന്ന തിരിച്ചറിവ് ഉള്ളതുകൊണ്ടാണ്. 1918 ൽ റഷ്യൻ സാർ ചക്രവർത്തി ഭരണത്തിൽ നിന്നും സ്വതന്ത്രമായപ്പോഴും 1991 ൽ സോവിയറ്റ് യൂണിയനിൽ നിന്നും സ്വതന്ത്രമായപ്പോഴും അസർബൈജാൻ എന്ന രാഷ്ട്രത്തെ ആദ്യം അംഗീകരിച്ചത് തുർക്കിയായിരുന്നു. മാത്രമല്ല 2020 ൽ അർമേനിയയുമായുള്ള നാഗോർണോ-കാരബാഖ് യുദ്ധത്തിൽ അസർബൈജാന് ആയുധം നൽകിയതും തന്ത്രപരമായ ഇടപെടലിലൂടെ നേരത്തേ നഷ്ടപ്പെട്ടിരുന്ന അതിർത്തിപ്രദേശങ്ങൾ വീണ്ടെടുക്കാൻ സഹായിച്ചതും തുർക്കിയായിരുന്നു. സ്വാതന്ത്രമായതിനുശേഷം രാഷ്ട്രീയ, സാമ്പത്തിക, സാമൂഹിക, സൈനിക എന്നിങ്ങനെ പല മേഖലകളിലും അസർബൈജാൻ തുർക്കിയുമായി സഹകരിച്ച് മുന്നോട്ട് പോകുന്നു...

ഞങ്ങൾ വീണ്ടും സാലിമയുടെ പിറകിലായി നടത്തം തുടർന്നു. വളരെ അടുത്ത് തന്നെയാണ് രക്തസാക്ഷി സ്മാരകം സ്ഥിതി ചെയ്യുന്നത്. ഈ സമയത്താണോ ഇങ്ങനുള്ള ഒരു സ്ഥലം സന്ദർശിക്കേണ്ടത് എന്ന് ഞാൻ എന്നോട് തന്നെ ചോദിച്ചു.

കറുത്ത ജനുവരിയുടെ ഓർമ്മകൾ

ടർക്കിഷ് പള്ളിയുടെ മുന്നിൽ നിന്നും കഷ്ടിച്ച് 200 മീറ്റർ നടന്നു കാണും, ഞങ്ങൾ സ്വാതന്ത്ര്യ സ്മാരകത്തിലേക്ക് പോകുന്ന പ്രധാന വഴിയുടെ മുന്നിലെത്തി. ഇവിടെ തന്നെയാണ് രക്തസാക്ഷി കുടീരങ്ങളും ഉള്ളത്. ബാക്കുവിൽ സിറ്റി ടൂർ നടത്തുന്നവർക്ക് ഒഴിവാക്കാനാകാത്ത ഒരു കേന്ദ്രമാണ് ഇത്. നിറയെ ചെടികളും പൂക്കളും ഒക്കെയായി കണ്ടാൽ ഒരു ചെറിയ പാർക്ക് പോലെയാണ് രക്തസാക്ഷി സ്മാരകത്തിന്റെ മുൻവശം. പാർക്കിലേക്ക് കടക്കുന്ന വഴിയുടെ വലതുവശത്ത് കോൺക്രീറ്റ് കൊണ്ടുണ്ടാക്കിയ വലിയ ഫലകവും അതിൽ അസർബൈജാനി ഭാഷയിൽ "രക്ത സാക്ഷികളുടെ ഇടവഴി" എന്നെഴുതിയിട്ടുണ്ട്. സ്വർണ്ണ നിറത്തിൽ എഴുതിയ ആ ലിപികൾ കൊച്ചു ബൾബുകളിൽ നിന്നുള്ള മഞ്ഞവെളിച്ചം വീഴുമ്പോൾ വെട്ടിത്തിളങ്ങുന്നുണ്ടായിരുന്നു. അതിന് താഴെയായി പൂക്കൾ കൊണ്ട് ഭംഗിയായി അലങ്കരിച്ചതും കാണാം. ഫലകത്തിനടുത്തായി ചെറിയ പള്ളിയുടെ ആകൃതിയിൽ നിർമ്മിച്ച ഭംഗിയുള്ള കെട്ടിടമുണ്ടായിരുന്നു. അതിന്റെ മുന്നിലായി സാലിമ ചെന്ന് നിന്നു, അവൾക്കെന്തോ ഞങ്ങളോട് പറയാനുണ്ട് എന്ന് മനസ്സിലാക്കി ഞങ്ങളും അവളുടെ അടുത്തേക്ക് പോയി. തന്റെ രാജ്യത്തിന്റെ സ്വാതന്ത്ര്യ സമരങ്ങളെക്കുറിച്ച് ആവേശത്തോടെ സാലിമ സംസാരിക്കാൻ തുടങ്ങി. 1990 ജനുവരി മാസത്തിൽ സോവിയറ്റ് ആർമിയുടെ വെടിയേറ്റ് മരിച്ചവർ, അതുകൂടാതെ നാഗോർണോ-കാരബാഖ് (Nagorno-Karabakh) യുദ്ധത്തിൽ അർമേനിയൻ പട്ടാളത്തിന്റെ വെടിയേറ്റ് മരിച്ചവർ എന്നിവരെ അടക്കം ചെയ്തിരിക്കുന്നത് ഇവിടെയാണ്..

ചെറിയ പ്രദേശമാണെങ്കിലും ഒരുപാട് നീറുന്ന ചരിത്രമുഹൂർത്തങ്ങളുടെ ഓർമ്മകൾ പേറുന്ന മണ്ണാണിത്.

ഒന്നാം ലോക മഹായുദ്ധത്തിന്റെ അന്ത്യത്തിൽ നടന്ന റഷ്യൻ വിപ്ലവത്തെത്തുടർന്ന് (1917 ഒക്ടോബർ 25) നൂറ്റാണ്ടുകളായി തുടർന്നിരുന്ന സാർ ചക്രവർത്തി ഭരണം അവസാനിക്കുകയും ലെനിന്റെ നേതൃത്വത്തിലുള്ള ബോൾഷെവിക്കുകൾ അധികാരത്തിൽ വരികയും ചെയ്തു. പിന്നീട് ബാക്കുവിലെ കമ്മ്യൂണിസ്റ്റ് പാർട്ടിയുടെയും തൊഴിലാളികളുടെയും സഹായത്തോടെ ബാക്കുവിന്റെ അധികാരം പിടിച്ചടക്കാൻ ബോൾഷെവിക്കുകൾ ശ്രമിച്ചു. രാഷ്ട്രീയ എതിരാളികളും ജനങ്ങളും ശക്തമായി പ്രതിരോധിച്ചപ്പോൾ സംഘർഷം ഉണ്ടാവുകയും നിരവധി ആളുകൾ കൊല്ലപ്പെടുകയും ചെയ്തു. ആ സംഭവത്തിൽ മരണപ്പെട്ടവരുടെ മൃതശരീരം മറവ് ചെയ്യുന്നതിനായി ഉപയോഗിച്ച സെമിത്തേരി ആയിരുന്നു ഈ പ്രദേശം. അധികാരം പിടിച്ചെടുത്തതിന് ശേഷം അവർ ഈ സെമിത്തേരി പൊളിച്ചു മാറ്റുകയും തൽസ്ഥാനത്ത് ഒരു പാർക്ക് നിർമ്മിക്കുകയും ചെയ്തു. ഈ പാർക്കിൽ അസർബൈജാനിലെ ആദ്യത്തെ കമ്മ്യൂണിസ്റ്റ് പാർട്ടി സെൻട്രൽ കമ്മിറ്റി സെക്രട്ടറിയും അറിയപ്പെടുന്ന ബോൾഷെവിക് നേതാവും ആയിരുന്ന സെർജി കിറോവിന്റെ പ്രതിമ സ്ഥാപിച്ചു. കിറോവ് പാർക്ക് എന്നാണ് പിന്നീട് ഈ പാർക്ക് അറിയപ്പെട്ടിരുന്നത്.

1990-ൽ സോവിയറ്റ് യൂണിയന്റെ പതനം തുടങ്ങിയപ്പോൾ ബാക്കുവിലും സ്വാതന്ത്ര്യത്തിന് വേണ്ടിയുള്ള മുറവിളി ഉയർന്നു. സമരം

ത്രൂക്ഷമാവാൻ തുടങ്ങിയപ്പോൾ സർക്കാരിന്റെ പ്രതിരോധവും ശക്ത മാക്കപ്പെട്ടു. ഒടുവിൽ അടിയന്തിരാവസ്ഥ പ്രഖ്യാപിക്കേണ്ടി വന്നു. അതുകൊണ്ടൊന്നും ഫലമില്ലെന്ന കണ്ടപ്പോൾ അന്നത്തെ സോവിയറ്റ് കമ്മ്യൂണിസ്റ്റ് പാർട്ടി ജനറൽ സെക്രട്ടറിയും ഭരണത്തലവനുമായിരുന്ന മിഖായേൽ ഗോർബച്ചേവ് (Mikhail Gorbachev) സമരക്കാർക്ക് നേരെ വെടിവയ്ക്കാനുള്ള ഉത്തരവിൽ ഒപ്പിട്ടു. 1990 ജനുവരി മാസം 20 മുതൽ 22 വരെയുള്ള ദിവസങ്ങളിൽ ഉത്തരവ് അനുസരിച്ച് സോവിയറ്റ് ആർമി സമരക്കാർക്കുനേരെ വെടിയുതിർത്തു. സാധാരണ ജനങ്ങളുൾപ്പെടെ നിരവധി പേർ കൊല്ലപ്പെടുകയും അനേകം പേർക്ക് പരിക്കേൽക്കുകയും ചെയ്തു. ഈ സംഭവത്തെ കറുത്ത ജനുവരി (Black January) എന്ന പേരിൽ ഇന്നും ഓർമ്മിക്കപ്പെടുന്നു. ഇതിൽ പ്രാണത്യാഗം ചെയ്തവരെ അടക്കം ചെയ്തത് കിറോവ് പാർക്കിലായിരുന്നു. സോവിയറ്റ് ഭരണം അവസാനിച്ചതോടെ പാർക്ക് വീണ്ടും സെമിത്തേരി ആക്കുകയും കിറോവിന്റെ പ്രതിമ നീക്കം ചെയ്യുകയും ചെയ്തു. ഇന്ന് ദഗുസ്തു പാർക്ക് (Dagustu Park), ഹൈലാൻഡ് പാർക്ക് (Highland Park) എന്നൊക്കെയാണ് ഇതിനെ ഇവിടത്തുകാർ വിളിക്കുന്നത്.

ബാക്കുവിലെ ജനങ്ങൾ വളരെയധികം പ്രാധാന്യത്തോടെ കാണുന്ന ഒരിടമാണിത്. അതിന് കറുത്ത ജനുവരി സംഭവം പോലെ നാഗോർണോ-കാരബാഖ് യുദ്ധവും ഒരു കാരണമാണ്. അസർബൈജാൻ സോവിയറ്റ് യൂണിയനിൽ അംഗമായിരിക്കുമ്പോഴാണ്, 1920 ൽ നാഗോർണോ-കാരബാഖ് (Nagorno-Karabakh) പ്രദേശം ഒരു സ്വയംഭരണ പ്രദേശമായി പ്രഖ്യാപിക്കപ്പെട്ടത്. ഈ പ്രദേശം അസർബൈജാന്റെ അതിർത്തിക്കുള്ളിലാണെങ്കിലും ഇവിടുത്തെ ജനങ്ങളിൽ 80 ശതമാനം പേരും അർമേനിയക്കാരായിരുന്നു. ഈ രണ്ട് രാജ്യങ്ങളും സോവിയറ്റ് യൂണിയനിലെ അംഗങ്ങൾ ആയതുകൊണ്ട് ചെറിയ അതിർത്തി തർക്കങ്ങൾ വലിയ പ്രശ്നങ്ങളായി മാറിയിരുന്നില്ല. എന്നാൽ 1988 ൽ നാഗോർണോ-കാരബാഖ് ലെജിസ്ലേറ്റീവ് അസംബ്ലി അർമേനിയയിൽ ലയിക്കാനുള്ള തീരുമാനം എടുത്തു. അസർബൈജാൻ ഈ തീരുമാനത്തെ അതിശക്തമായി എതിർക്കുകയും ഈ പ്രദേശത്തിന്റെ അവകാശം ഉന്നയിക്കാൻ തുടങ്ങുകയും ചെയ്തതോടെ അതിർത്തിയിൽ സംഘർഷം പുകയാൻ തുടങ്ങി.

1991-ൽ സോവിയറ്റ് യൂണിയൻ പിരിച്ചുവിട്ടപ്പോൾ ഈ പ്രദേശവും സ്വതന്ത്രമായി. നേരത്തേ ഉണ്ടായിരുന്ന സാഹചര്യം മാറിയതോടെ അർമേനിയയും അസർബൈജാനും തമ്മിൽ നാഗോർണോ-കാരബാഖ് പ്രദേശത്തെ ചൊല്ലിയുണ്ടായിരുന്ന സംഘർഷം ക്രമേണ യുദ്ധത്തിലേക്ക് വഴിമാറി. 1993 ൽ ആരംഭിച്ച യുദ്ധത്തിൽ അസർബൈജാൻ

രക്തസാക്ഷി സ്മാരകം

പരാജയപ്പെടുകയും, അർമേനിയ പ്രസ്തുത പ്രദേശം ഉൾപ്പെടെ ചുറ്റിലുമുള്ള കുറെയേറെ സ്ഥലങ്ങൾ അധീനതയിലാക്കുകയും ചെയ്തു. ഈ യുദ്ധത്തിനെയാണ് നാഗോർണോ-കാരബാഖ് യുദ്ധം എന്ന് വിളിക്കുന്നത്. ഈ യുദ്ധത്തിൽ 30000 ത്തിലധികം ആളുകൾ കൊല്ലപ്പെടുകയോ പരിക്കേൽക്കുകയോ കാണാതാവുകയോ ചെയ്തു എന്നാണ് കണക്ക്. 1994 ൽ റഷ്യയുടെ മധ്യസ്ഥതയിൽ രണ്ട് രാജ്യങ്ങളും വെടിനിർത്തൽ കരാർ അംഗീകരിച്ചു. യുദ്ധത്തിൽ മരണപ്പെട്ട സൈനികരുടെയും സാധാരണ ജനങ്ങളുടെയും മൃതദേഹങ്ങൾ ഇവിടെ തന്നെയാണ് അടക്കം ചെയ്തത്. ആ മുറിവുകൾ ഇപ്പോഴും മായാതെ കിടക്കുന്നതുകൊണ്ടായിരിക്കും അർമേനിയ എന്ന രാജ്യത്തോടുള്ള കടുത്ത ശത്രുത. എയർപോർട്ടിൽ ഞങ്ങൾക്കുണ്ടായ അനുഭവം ഒന്നുകൂടി എന്റെ മനസ്സിലേക്ക് ഓടി വന്നു...

ഈ പ്രദേശവുമായി ബന്ധപ്പെട്ട ചരിത്ര സംഭവങ്ങളെപ്പറ്റി വിശദമായി പറഞ്ഞുകൊടുത്തു എന്ന ആത്മവിശ്വാസവുമായി സാലിമ മുന്നോട്ട് നടന്നു. കുറച്ചധികം ചവിട്ടുപടികൾ കയറിവേണം രക്തസാക്ഷി കുടീരങ്ങളുടെ അടുത്തെത്താൻ. വഴിവിളക്കുകളിൽ നിന്നുമുള്ള അരണ്ട വെളിച്ചത്തിൽ ഞങ്ങൾ പടികൾ കയറി മുകളിലെത്തി. മുകളിലെത്തിയതും ഞാൻ അത്ഭുതസ്തബ്ധനായി നിന്നു. മുന്നോട്ടുള്ള വഴിയുടെ വലത് വശത്തായി തിളക്കമുള്ള ഗ്രാനൈറ്റ് കല്ലുകൾ കൊണ്ട് പൊതിഞ്ഞ ശവക്കല്ലറകൾ ഒരേ അകലത്തിൽ കുറേ ദൂരം വരെ നീണ്ടുകിടക്കുന്നു. കല്ലറകളുടെ തൊട്ടു പിറകിലുള്ള ചുമരിൽ ഒട്ടിച്ചു വച്ചിരിക്കുന്ന ചെറിയ

ഗ്രാനൈറ്റ് ഫലകങ്ങളിൽ ഓരോ കല്ലറയിലും അടക്കിയ ആൾക്കാരുടെ ചിത്രം വളരെ ഭംഗിയായി ആലേഖനം ചെയ്തിട്ടുണ്ട്. ചില കല്ലറകളുടെ മുകളിൽ വേണ്ടപ്പെട്ടവർ സമർപ്പിച്ചിട്ട് പോയ റോസാപ്പൂക്കൾ വെയിൽ കൊണ്ട് വാടിയിരിക്കുന്നത് അപ്പോഴും കാണാമായിരുന്നു.

ആ കല്ലറകളുടെ എതിർവശത്ത്, അതായത് ഞങ്ങൾ നടക്കുന്ന വഴിയുടെ വലത് വശം മുഴുവൻ ചെടികൾ വച്ചുപിടിപ്പിച്ചിട്ടുണ്ട്. അതിൽ മുഴുവൻ ഭംഗിയുള്ള വെളുത്ത പൂക്കൾ വിരിഞ്ഞു നിൽക്കുന്നു. തണുത്ത കാറ്റിൽ ഇളകിയാടുന്ന അവയ്ക്ക് തൂവെള്ള നിറമാണെങ്കിലും കാൽവിളക്കിലെ മഞ്ഞപ്രകാശമേറ്റ് അവയൊക്കെ സ്വർണ്ണനിറം അണിഞ്ഞുനിന്നു. ഞാൻ ഓരോ കല്ലറയുടെയും മുകളിൽ എഴുതിയ പേരുകൾ വായിച്ചുകൊണ്ട് മുന്നോട്ട് നീങ്ങി. കവാടം കടന്നിട്ട് ആദ്യം കണ്ട കുടീരത്തിന് മുന്നിൽ മാത്രമാണ് അല്പസമയം ഞങ്ങൾ നിന്നത്. അത് ഫരീസാ, ഇൽഹാം അല്ലാവേർദിയേവ് (Fariza And Ilham Allahverdiyev) ദമ്പതിമാരുടെ ശവകുടീരത്തിന് മുന്നിലാണ്. "കറുത്ത ജനുവരി" സംഭവത്തിൽ ഇൽഹാം സോവിയറ്റ് പട്ടാളത്തിന്റെ വെടിയേറ്റ് മരിക്കുകയായിരുന്നു. ഭർത്താവിന്റെ മരണ വർത്തയറിഞ്ഞ ഫരീസാ മനം നൊന്ത് ആത്മഹത്യ ചെയ്തു. പിന്നീട് ഇവരുടെ രണ്ടുപേരുടെയും മൃതദേഹങ്ങൾ ഒരു കുടീരത്തിൽ അടക്കം ചെയ്യുകയായിരുന്നു. ബാക്കുവിലെ ജനങ്ങൾക്ക് ഇതൊരു രക്തസാക്ഷി സ്മാരകം മാത്രമല്ല, അനശ്വര പ്രണയത്തിന്റെ പ്രതീകം കൂടിയാണ്.

കൂട്ടക്കൊലകളുടെയും രക്തസാക്ഷിത്വത്തിന്റെയും കഥകൾ കേട്ട് അറിയാതെ മൗനത്തിലാണ്ടുപോയ ഞങ്ങൾ ആ ശവകുടീരങ്ങളുടെ മുന്നിലൂടെ മെല്ലെ നടന്നു നീങ്ങി. കുറച്ച് നേരം ആരും പരസ്പരം ശബ്ദിച്ചില്ല. ആ നിശ്ശബ്ദതയിൽ കാറ്റിൽ ആടുന്ന ചെടികൾ ഉണ്ടാക്കുന്ന മർമ്മര ശബ്ദം വ്യക്തമായി കേൾക്കാമായിരുന്നു. അവസാനത്തെ കല്ലറയും പിന്നിട്ട ഞങ്ങൾ വീണ്ടും ചവിട്ടുപടികൾ കയറി ഏറ്റവും മുകൾ ഭാഗത്തെത്തി. തികച്ചും നിരപ്പായ ഒരു പ്രദേശമായിരുന്നു അവിടെ. കുറച്ച് ദൂരെയായി രക്തസാക്ഷികളുടെ സ്മരണക്കായി നിർമ്മിച്ച കെടാ വിളക്ക് കത്തുന്നത് കാണാം. അതിന്റെ പ്രകാശം അവിടമാകെ പകൽ പോലെ തെളിച്ചമുള്ളതാക്കിത്തീർത്തു. സാലിമ ഞങ്ങളെയും കൂട്ടി അങ്ങോട്ട് നടന്നു. നല്ല ഭംഗിയോടും അത്യാവശ്യം ഉയരത്തിലും നിർമ്മിച്ച ഒരു കുടീരവും അതിനൊത്ത മധ്യത്തിലായി സദാ സമയവും കത്തിക്കൊണ്ടിരിക്കുന്ന ദീപവുമാണ് ഇവിടെയുള്ളത്. കുടീരത്തിന് നാലുവശത്തും ദ്വാരമുള്ളതിനാൽ തീയുടെ പ്രകാശം ഒരുപോലെ ചുറ്റിലും പ്രസരിക്കുന്നുണ്ട്. ഞങ്ങൾ അതിന് ചുറ്റും നടന്ന് ഫോട്ടോ എടുത്തു. തീയുടെ ചൂട് അസഹനീയമായിരുന്നതിനാൽ കൂടുതൽ അടുത്ത് പോകാൻ പറ്റിയില്ല.

ഇങ്ങനൊരു കുടീരവും രക്തസാക്ഷികളുടെ സ്മരണക്കായി ഒരു കെടാവിളക്കും സ്ഥാപിക്കണമെന്നുള്ള ആവശ്യം അസർബൈജാൻ പാർലമെന്റിൽ ഉയർന്നുവന്നത് 1994 ൽ ആയിരുന്നു. അന്നത്തെ പ്രസിഡന്റായിരുന്ന ഹൈദർ അലിയേവ് ആ ആവശ്യം അംഗീകരിക്കുകയും അതിനായി തുക മാറ്റി വയ്ക്കുകയും ചെയ്തു. 1998 ഒക്ടോബർ 9 നാണ് ഇത് ഉത്ഘാടനം ചെയ്യപ്പെട്ടത്. അസർബൈജാൻ സ്വാതന്ത്ര്യദിനമായ ഒക്ടോബർ 18ന് പ്രസിഡന്റും മറ്റ് പ്രധാന നേതാക്കളും ഇവിടെ സന്ദർശനം നടത്തുകയും രക്തസാക്ഷികൾക്ക് ആദരാഞ്ജലികൾ അർപ്പിക്കുകയും ചെയ്യാറുണ്ട്. കുറച്ച് സമയം അവിടെ ചിലവഴിച്ചിട്ട് ഞങ്ങൾ വീണ്ടും അടുത്ത കാഴ്ചകൾക്കായി മുന്നോട്ട് നടന്നു.

രാത്രിയിലെ സഞ്ചാരം

ബലികുടീരങ്ങളിൽ നിന്നും ചരിത്ര സ്മരണകളിൽ നിന്നും പുറത്ത് കടന്ന ഞങ്ങൾ ഉയരമുള്ള ആ കുന്നിന്റെ മറ്റൊരറ്റത്തേക്ക് നടന്നു. തണുത്ത കാറ്റ് രൂക്ഷമായി വീശുന്നുണ്ടായിരുന്നെങ്കിലും കാഴ്ചകളിൽ മുഴുകിയ എനിക്കത് അസഹനീയമായി തോന്നിയില്ല. ബാക്കുവിലെ ഏറ്റവും ഉയരം കൂടിയ പ്രദേശമായതുകൊണ്ട്, ഇവിടുന്നു നോക്കിയാൽ നഗരത്തിന്റെ പ്രധാന ഭാഗങ്ങൾ എല്ലാം കാണാം. വൈദ്യുത വിളക്കുകളിൽ നിന്നുമുള്ള പ്രകാശം ആ മഹാനഗരത്തെ അതീവ സുന്ദരമാക്കിമാറ്റിയിരുന്നു. ലോകത്തിലെ മികച്ച നൈറ്റ് ലൈഫ് ആസ്വദിക്കാൻ പറ്റുന്ന സ്ഥലങ്ങളിൽ ഒന്നാണ് ബാക്കു. ഞങ്ങൾ മാറി മാറി നടന്ന് നഗരത്തിന്റെ ഓരോ ഭാഗവും നോക്കിക്കണ്ടു. ഇവിടെ നിന്നും പിറകുവശത്തേക്ക് നോക്കിയാൽ നേരത്തെ കണ്ട ഫ്ളയിം ടവറിന്റെ (Flame Tower) നേരത്തേ കണ്ടതിൽ നിന്നും വളരെ വ്യത്യസ്തമായ മറ്റൊരു ദൃശ്യവും കാണാം. നഗരത്തെക്കാൾ ഞാൻ കൂടുതൽ ശ്രദ്ധിച്ചത് തുറമുഖമാണ്. കാസ്പിയൻ കടൽ അടുത്തായതിനാൽ തുറമുഖവും പരിസരപ്രദേശങ്ങളും വ്യക്തമായി കാണാം. പല വർണ്ണത്തിലുള്ള LED ബൾബുകളാൽ അലങ്കരിക്കപ്പെട്ട വലിയ വീൽ റൈഡ് (Wheel Ride) ഞങ്ങളുടെയെല്ലാം ശ്രദ്ധ പിടിച്ചുപറ്റി. ഞങ്ങൾ അവിടെ പോകേണ്ടിയിരുന്നതാണ് പക്ഷെ ശക്തിയായ കാറ്റ് കാരണം അത് നടന്നില്ല. പോയിരുന്നുവെങ്കിൽ മറക്കുവാൻ പറ്റാത്ത അനുഭവമായേനെ എന്ന് ഞാൻ മനസ്സിൽ ഓർത്തു.

ഞങ്ങളെല്ലാം ചിതറി ഓരോ ഭാഗത്തേക്ക് പോയി അവരവർക്കിഷ്ടമുള്ള കാഴ്ചകൾ കണ്ടുകൊണ്ടിരിക്കുകയായിരുന്നു. സാലിമ

ബാക്കു പോർട്ട് - രാത്രി ദൃശ്യം

ഞങ്ങളെയെല്ലാം അടുത്തേക്ക് വിളിച്ചിട്ട് പറഞ്ഞു "ബാക്കുവിലെ ഏറ്റവും ഉയർന്ന സ്ഥലമാണിത്," അത് നേരത്തേ തന്നെ അറിഞ്ഞിരുന്ന ത്കൊണ്ട് എനിക്ക് വലിയ ആശ്ചര്യം തോന്നിയില്ല. അവൾ തുടർന്നു " ബാക്കുവിലെ ഏറ്റവും ഉയരം കൂടിയ സ്ഥലത്താണ് ഞങ്ങൾ നിൽക്കു ന്നതെങ്കിലും, മൊത്തത്തിൽ ബാക്കു എന്ന പ്രദേശം സമുദ്ര നിരപ്പിൽ നിന്നും 28 മീറ്റർ താഴെയാണ് കിടക്കുന്നത്, മാത്രമല്ല സമുദ്രനിരപ്പിൽ നിന്നും താഴെ ഉള്ളതിൽ വച്ച് ഏറ്റവും വലിയ തലസ്ഥാനവും നഗരവും ബാക്കുവാണ്." ഞാൻ ശരിക്കും അത്ഭുതപ്പെട്ടത് ഇത് കേട്ടപ്പോഴാണ്. സമുദ്രനിരപ്പിൽ നിന്നും ഇത്രയും താഴെയായി ഒരു വലിയ നഗരം, എനിക്ക് വിശ്വസിക്കാൻ കഴിഞ്ഞില്ല, രണ്ടാം സ്ഥാനം നെതർലാന്റിന്റെ തലസ്ഥാനമായ ആംസ്റ്റർഡാമിനാണ്. സമുദ്രനിരപ്പിൽ നിന്നും 2 മീറ്റർ താഴെയാണ് ആംസ്റ്റർഡാം.

ആവശ്യത്തിന് സമയം ചിലവഴിക്കാൻ അനുവദിച്ചശേഷം സാലിമ ഞങ്ങളോട് ഇനി ഭക്ഷണം കഴിക്കാൻ പോകാം എന്ന് പറഞ്ഞു. കുന്നിൻ മുകളിൽ നിന്നും താഴെ റോഡിലേക്ക് ചവിട്ടുപടികൾ ഇറങ്ങി വേണം പോകാൻ. ഏറ്റവും മുകളിലെ പടിയിൽ നിന്നും താഴേക്ക് നോക്കിയാൽ നമ്മൾ വളരെ ഉയരത്തിലാണെന്ന് മനസ്സിലാകും. ബൾബുകളൊക്കെ ഘടിപ്പിച്ച് മനോഹരമാക്കിയ നൂറുകണക്കിന് ചവി ട്ടുപടികൾക്ക് താഴെ റോഡും അതിലൂടെ ഉറുമ്പുകളെപ്പോലെ പോകുന്ന വാഹനങ്ങളും കാണാം. രാത്രിയിലെ കണ്ണഞ്ചിപ്പിക്കുന്ന നഗരദൃശ്യങ്ങൾ കണ്ടുകൊണ്ടുതന്നെ ഞങ്ങൾ താഴേക്കുള്ള പടികൾ ഇറങ്ങാൻ തുടങ്ങി.

ഇറങ്ങുന്നതിനിടയിൽ സാലിമ എന്റെ കയ്യിൽ നിന്നും ക്യാമെറ വാങ്ങിയിട്ട് ഞങ്ങളുടെ കുറച്ച് ഫോട്ടോ എടുത്തുതന്നു. താഴെ റോഡിൽ എത്തിയപ്പോൾ ഞങ്ങളുടെ വാഹനം റെഡി ആയി നിൽക്കുന്നുണ്ടായിരുന്നു. പടികൾ ഇറങ്ങിയ ക്ഷീണത്തോടെയും കൂടെ നല്ല വിശപ്പോടെയുമാണ് ഞാൻ വാഹനത്തിൽ കയറിയിരുന്നത്. പ്രധാന റോഡിലൂടെയുള്ള അല്പനേരത്തെ യാത്രക്ക് ശേഷം ഞങ്ങളുടെ വാഹനം നഗരത്തിന്റെ ഉൾഭാഗത്തേക്ക് പോകുന്ന ചെറിയ റോഡിലേക്ക് പ്രവേശിച്ചു. റോഡിൽ വാഹനങ്ങൾ വളരെ കുറവായിരുന്നു. വിജനമായിരുന്നെങ്കിലും, ഓരോ മുക്കിലും മൂലയിലും സ്ഥാപിച്ചിരുന്ന വൈദ്യുത ബൾബുകൾ എല്ലായിടവും പകൽപോലെ വെളിച്ചമുള്ളതാക്കിയിരിക്കുന്നു.

ഏതാനും വളവുകളും തിരിവുകളും പിന്നിട്ട് ഞങ്ങൾ വളരെ പ്രകാശമാനമായ ഒരിടത്തെത്തി. റോഡരികിൽ " Flavours Cuisine" എന്ന റെസ്റ്റോറെന്റിന്റെ ബോർഡ് കാണാം. ആശ്വാസത്തോടെ ഞങ്ങൾ പുറത്തിറങ്ങി. മലയാളികളുടെ ഉടമസ്ഥതയിലുള്ള റെസ്റ്റോറന്റായിരുന്നു അത്. അതിന്റെ മാനേജർ ആയ ശ്രേയസിനെ അകത്തേക്ക് കയറും മുൻപേ ഞങ്ങൾ പരിചയപ്പെട്ടു. കേരളത്തിൽ കായംകുളത്താണ് മൂപ്പരുടെ വീട്. ഉച്ചഭക്ഷണം കഴിച്ച റെസ്റ്റോറെന്റിലെ മാനേജർ ആയ അരുൺ ഇവിടേക്ക് നേരത്തെ വിളിച്ചു പറഞ്ഞിട്ടുണ്ടായിരുന്നു. അതുകൊണ്ട് വീട്ടിലേക്ക് വന്ന അതിഥികൾക്ക് കിട്ടുംപോലെയുള്ള സത്കാരമാണ് ഞങ്ങൾക്ക് ലഭിച്ചത്. ഇന്ത്യൻ ഭക്ഷണമാണ് ബുക്ക് ചെയ്തിരുന്നത് എങ്കിലും മലയാളികളാണ് വരുന്നത് എന്നറിഞ്ഞപ്പോൾ ഞങ്ങൾക്ക് വേണ്ടി മീൻ കറിയും ചോറും ഉണ്ടാക്കിവച്ചിട്ടുണ്ടായിരുന്നു. തൊട്ടടുത്ത് തന്നെ കാസ്പിയൻ കടൽ ഉണ്ടെങ്കിലും മീനിന്റെ ലഭ്യത ഇവിടെ കുറവാണെന്നും അതുകൊണ്ടുതന്നെ വില വളരെ കൂടുതലാണെന്നും ശ്രേയസ് സംസാരത്തിനിടയിൽ ഞങ്ങളോട് പറഞ്ഞു..

സ്വാദിഷ്ടമായ കേരളീയ ഭക്ഷണം ആസ്വദിച്ച് കഴിച്ചിട്ട് ഞാൻ എണീറ്റു. നാട്ടിൽ നിന്നും ആയിരക്കണക്കിന് കിലോമീറ്റർ ദൂരെയുള്ളൊരു നാട്ടിൽ നമ്മുടെ ഭക്ഷണം ഇതുപോലെ രുചികരമായിട്ട് കിട്ടുക എന്ന് പറഞ്ഞാൽ അതൊരു ഭാഗ്യമാണ്. ഇഷ്ടമുള്ള ഭക്ഷണം മുന്നിൽ കിട്ടിയാൽ വേഗം തിന്നുതീർക്കുന്ന സ്വഭാവക്കാരനായതുകൊണ്ട് മറ്റുള്ളവരെക്കാൾ നേരത്തെ കഴിച്ചിട്ട് ഞാൻ റെസ്റ്റോറന്റിൽ നിന്നും പുറത്തേക്കിറങ്ങി. കൂട്ടുകാർ അപ്പോഴും സംസാരിച്ചുകൊണ്ട് കഴിക്കുകയായിരുന്നു. അവർ മെല്ലെ കഴിക്കട്ടെ എന്നോർത്ത് ഞാൻ ആ വിജനമായ റോഡിലിറങ്ങി കുറച്ച് ദൂരം നടന്നു. റോഡിൽ രണ്ട് വശങ്ങളിലും നിരവധി കാറുകൾ നിർത്തിയിട്ടുണ്ടായിരുന്നു. ധാരാളം അപ്പാർട്ട്മെന്റുകൾ സ്ഥിതിചെയ്യുന്ന സ്ഥലമാണതെന്ന് കണ്ടപ്പോൾ

മനസ്സിലായി. അവിടെ താമസിക്കുന്ന ആൾക്കാരുടേതാവും കാറുകൾ. ഇച്ചിരി ദൂരം നടന്നെങ്കിലും റോഡിലൂടെ പോകുന്ന ഒരാളെയോ വാഹനത്തെയോ കാണാത്തതിൽ ഞാൻ അത്ഭുതപ്പെട്ടു. ഇതുപോലുള്ള ഒരു മഹാനഗരത്തിൽ ഇത്ര നേരത്തെ റോഡുകൾ വിജനമാകുക എന്നത് വളരെ ആശ്ചര്യമായി എനിക്ക് തോന്നി. ഒറ്റയ്ക്ക് നടന്നിട്ട് വല്ല അപകടവും വരുത്തിവയ്ക്കണ്ട എന്ന് വിചാരിച്ച് ഞാൻ തിരിച്ചുനടന്നു.

നടന്ന് റെസ്റ്റോറന്റിന് മുന്നിൽ എത്തി. പക്ഷെ കൂട്ടുകാർ അപ്പോഴും അവിടുന്ന് ഇറങ്ങിയിട്ടുണ്ടായിരുന്നില്ല. ഭക്ഷണത്തിന് ശേഷം വിളമ്പുന്ന മധുരം കഴിക്കുകയായിരുന്നു അവർ. എന്നെക്കണ്ടതും അവർ അങ്ങോട്ട് ക്ഷണിച്ചു. ഐസ് ക്രീമും ഹൽവയും ഉണ്ട് എന്ന് ജോസ് വിളിച്ചുപറഞ്ഞു. ആവശ്യത്തിലധികം കഴിച്ചതുകൊണ്ട് വേണ്ട എന്ന് ഞാൻ പറഞ്ഞു. റെസ്റ്റോറന്റിന് എതിർവശത്തുള്ള ചവിട്ടുപടികളും അതിന് മുകളിൽ നിന്നും വരുന്ന നല്ല പ്രകാശവും ചൂണ്ടിക്കാട്ടി ഞാൻ അവിടെ പോയി വരാമെന്നുപറഞ്ഞ് റോഡ് മുറിച്ചുകടക്കാൻ ഒരുങ്ങി. അപ്പോഴാണ് ഷാലിക്കയുടെയും നിഷചേച്ചിയുടെയും മകളായ ആമിന ഞാനും വരുന്നെന്ന് പറഞ്ഞ് വന്നത്..പരിചയപ്പെട്ടിട്ട് വളരെ കുറച്ച് സമയമേ ആയുള്ളൂ എങ്കിലും എന്റെ വലിയ കൂട്ടുകാരിയായി മാറിയിരുന്നു അവൾ. ഞാനും ആമിനയും കൂടി റോഡ് മുറിച്ചുകടന്ന് എതിർവശത്തുള്ള ചവിട്ടുപടികളെ ലക്ഷ്യമാക്കി നടന്നു.

പടികൾ കയറി മുകളിലെത്തിയ ഞങ്ങൾ ശരിക്കും അന്ധാളിച്ചുപോയി. സ്വന്തം കണ്ണുകളെ വിശ്വസിക്കാനാവാത്ത കാഴ്ചയായിരുന്നു. സ്വർണ്ണവർണ്ണപ്രകാശം പൊഴിക്കുന്ന നൂറുകണക്കിന് ബൾബുകൾ, അതുണ്ടാക്കുന്ന മഞ്ഞവെളിച്ചത്തിൽ കൊട്ടാരസദൃശമായ ഗാംഭീര്യത്തോടെ ഉയർന്നുനിൽക്കുന്ന വലിയ കെട്ടിടസമുച്ചയം, അതിന് മുന്നിലായി കണ്ണുകൾ പറിച്ചെടുക്കാനാകാത്തവിധം മനോഹരമായൊരു ജലധാര (Water Fountain). യൂണിവേഴ്സിറ്റി ആണോ മ്യൂസിയമാണോ എന്നൊന്നും അറിയാതെ ഞാൻ അതിന്റെ ബാഹ്യസൗന്ദര്യത്തിൽ കുറച്ച് നേരം ലയിച്ചു നിന്നുപോയി. നമുക്ക് ജലധാരയുടെ അടുത്ത് പോകാം എന്ന് പറഞ്ഞ് ആമിന എന്റെ കയ്യിൽ പിടിച്ച് വലിച്ചപ്പോഴാണ് ഞാൻ സ്വബോധത്തിലേക്ക് വന്നത്. ഞങ്ങൾ അതിനടുത്തേക്ക് പോയി. ആമിന, വെള്ളി ഉരുകിയൊലിക്കുന്ന പോലുള്ള ആ ജലധാരയിൽ കൈവച്ച് കളിക്കാൻ തുടങ്ങിയപ്പോൾ ഞാൻ ഇതെന്താണ് സംഭവം എന്നറിയാനായി ചുറ്റും നോക്കി. എന്താണെന്ന് മനസ്സിലാക്കിത്തരുന്ന ഒരടയാളവും അവിടെങ്ങും ഉണ്ടായിരുന്നില്ല. പെട്ടെന്നാണ് കെട്ടിടത്തിന്റെ മറ്റൊരു വശത്തുനിന്നും

കുറച്ചാൾക്കാരുടെ കലപില ശബ്ദം കേട്ടത്. ഞാൻ ആ ഭാഗത്തേക്ക് നടന്നുനോക്കി. കുറച്ച് ദൂരെയായി യുവാക്കളായ കുറച്ച് പേർ നാടകം പരിശീലിക്കുന്നതുപോലെ തോന്നി. അവരല്ലാതെ മറ്റാരും ആ പ്രദേശത്ത് ഇല്ലായിരുന്നു. ഇതൊരു യൂണിവേഴ്സിറ്റി ആണെന്നും അവിടെ താമസിച്ചുപഠിക്കുന്ന വിദ്യാർത്ഥികളായിരിക്കും അവരെന്നും നമ്മുടെ നാട്ടിലെ യൂണിവേഴ്സിറ്റി കലോത്സവം പോലുള്ള പരിപാടിയിൽ നാടകം അവതരിപ്പിക്കാൻ പരിശീലിക്കുന്നതായിരിക്കും എന്നൊക്കെ ഞാൻ ഊഹിച്ചു. പെട്ടെന്നാണ് എന്റെ കൂട്ടുകാരുടെ വിളി കേട്ടത്. ഞാൻ വേഗം ആമിനയെയും കൂട്ടി വാഹനത്തിനടുത്തേക്ക് നടന്നു.

ഞങ്ങൾ തിരിച്ച് താഴെ എത്തിയപ്പോൾ വാഹനം സ്റ്റാർട്ട് ചെയ്ത് നിൽക്കുകയായിരുന്നു. ജോസ് ഞങ്ങളെയും കാത്ത് റോഡിൽ നിൽക്കുന്നു. "നിങ്ങളിത് എവിടെയാ പോയത്, എത്ര സമയമായി കാത്തു നിൽക്കുന്നു" എന്ന് പരിഭവത്തോടെ ചോദിച്ചു. വണ്ടിയിൽ കയറി സീറ്റിൽ ഇരിക്കുന്നതിനിടയിൽ ഞങ്ങൾ കണ്ടതിനെക്കുറിച്ച് ഞാൻ എല്ലാവരോടുമായി വിശദീകരിച്ചു. ആമിന വളരെ ആശ്ചര്യത്തോടെ അവൾക്കിഷ്ടപ്പെട്ട ജലധാരയെക്കുറിച്ച് പറഞ്ഞു. ഞങ്ങൾ കണ്ട കെട്ടിടം എന്താണെന്ന് ചോദിക്കാനായി ഞാൻ സാലിമയുടെ അടുത്തേക്ക് പോയി. ചോദിച്ചപ്പോൾ അവൾ പറഞ്ഞു "അത് നാഷണൽ ആർട്ട് മ്യൂസിയമാണ് (National Art Museum Of Azerbaijan)". അസർബൈജാനിലെ ഏറ്റവും വലിയ ആർട്ട് മ്യൂസിയവും ഇത് തന്നെയാണ്.

അസർബൈജാൻ സ്റ്റേറ്റ് മ്യൂസിയത്തിന്റെ ഭാഗമായിരുന്ന ആർട്ട് മ്യൂസിയം 1936 ലാണ് സ്വതന്ത്രമായ ഒരു സംവിധാനമായത്. പതിനയ്യായിരത്തിലധികം കലാസൃഷ്ടികൾ ഇവിടെ ശേഖരിക്കപ്പെട്ടിട്ടുണ്ട്. അതിൽ ഖനനത്തിലൂടെ ലഭിച്ചവയും വിലകൊടുത്ത് വാങ്ങിയവയും ഉൾപ്പെട്ടിരിക്കുന്നു. ഇടയ്ക്കിടെ പ്രദർശനവസ്തുക്കൾ മാറ്റിക്കൊണ്ടിരിക്കുമെങ്കിലും 60 മുറികളിലായി മൂവായിരത്തോളം കലാസൃഷ്ടികൾ എപ്പോഴും പ്രദർശിപ്പിക്കപ്പെടും. ബാക്കി ഉള്ളവ ശേഖരത്തിൽ സൂക്ഷിക്കപ്പെട്ടിട്ടുണ്ട്. പാത്രങ്ങൾ, ആഭരണങ്ങൾ, ശിലാനിർമ്മിത വസ്തുക്കൾ, വസ്ത്രങ്ങൾ, പെയിന്റിംഗുകൾ അങ്ങിനെ വ്യത്യസ്ത മേഖലകളിലെ കലാസൃഷ്ടികൾ ഇവിടെയുണ്ട്. ഇനി ഇതിന് പുറമെ ഒമ്പതിനായിരത്തിലധികം ശാസ്ത്ര പുസ്തകങ്ങൾ ഈ മ്യൂസിയത്തിന്റെ ഭാഗമായ ലൈബ്രറിയിൽ സൂക്ഷിക്കപ്പെട്ടിട്ടുണ്ട്. മിക്കതും വളരെ പഴക്കമുള്ള പ്രസിദ്ധീകരണങ്ങളും അപൂർവങ്ങളുമാണ്. ഇത്രയും വിലമതിക്കാനാകാത്ത വസ്തുക്കൾ ശേഖരിക്കപ്പെട്ട കെട്ടിടത്തിന്റെ പുറത്താണ് ഇതൊന്നുമറിയാതെ ഞാൻ ഇത്രയും സമയം ചിലവഴിച്ചത്. നമ്മുടെ യാത്രയിലെ സന്ദർശന ലിസ്റ്റിൽ ഈ മ്യൂസിയം ഉൾപെടുത്താത്തതിൽ സങ്കടം തോന്നാതിരുന്നില്ല.

അസർ ബൈജാൻ ആർട്ട് മ്യൂസിയം

ഡ്രൈവർ ഞങ്ങളെ ഹോട്ടലിന് മുന്നിൽ ഇറക്കിയിട്ട് തിരിച്ചുപോയി. സാലിമ ഞങ്ങളുടെ കൂടെ ലോബ്ബി വരെ അനുഗമിച്ചു. രാത്രി ഏറെയായിട്ടും ഹോട്ടൽ ലോബ്ബിയിലെ തിരക്കൊഴിഞ്ഞിട്ടില്ല. പുതുതായി താമസിക്കാൻ വന്നവരും നേരത്തെ ഉള്ളവരും ഒക്കെയായി അവിടെ ഉത്സവത്തിന്റെ പ്രതീതി ആയിരുന്നു ഞങ്ങൾ വരുമ്പോൾ കണ്ടത്. ക്ഷീണം കാരണം കുറച്ച് നേരം ലോബ്ബിയിൽ ഇരുന്നിട്ട് പോകാം എന്ന് തീരുമാനിച്ച് ഞങ്ങളെല്ലാം അവിടവിടെയായി ഇരുന്നു. നാളെ രാവിലെ കാണാം എന്ന് പറഞ്ഞ് എല്ലാവരോടും ശുഭരാത്രി ആശംസിച്ച് സാലിമ തിരിച്ചുപോയി. അതിഗംഭീരമായി അലങ്കരിച്ച ബുലെവാർഡ് ഹോട്ടലിലെ ലോബ്ബി അലങ്കാര ബൾബുകളുടെ പ്രകാശത്താൽ അതിന്റെ ആഡംബരത്വത്തെ പതിന്മടങ്ങ് വെളിവാക്കി. ഉറക്കം വന്നതുകാരണം ആമിനയും കുടുംബവും വേഗം റൂമിലേക്ക് മടങ്ങി. പിന്നീട് മറ്റുള്ളവരും പിരിഞ്ഞുപോയപ്പോൾ ഞാനും ജോസും മാത്രം ബാക്കിയായി. നമുക്ക് ചുമ്മാ തൊട്ടടുത്തുള്ള കാസ്പിയൻ കടൽ വരെ പോയാലോ എന്ന ജോസിന്റെ അഭിപ്രായം ശിരസ്സാവഹിച്ച് ഞങ്ങൾ ലോബ്ബിയിൽ നിന്നും പിറകുവശത്തേക്കിറങ്ങുന്ന ഗ്ലാസ് ഡോർ തുറന്ന് പുറത്തുകടന്നു.

വാതിൽ തുറന്നതും നല്ല തണുത്ത കടൽക്കാറ്റ് ഞങ്ങളുടെ മേൽ അടിച്ചതും ഒരുമിച്ചായിരുന്നു. ഇത്രയും തണുപ്പ് ഞങ്ങൾ പ്രതീക്ഷിച്ചിരുന്നില്ല. മുന്നോട്ട് പോകണോ വേണ്ടയോ എന്ന സംശയത്തിൽ ഞങ്ങൾ ഒരുനിമിഷം നിന്നെങ്കിലും ഏതായാലും തീരുമാനിച്ചിറങ്ങിയതല്ലേ

വേഗം പോയി വരാം എന്ന് പറഞ്ഞ് മുന്നോട്ട് നടന്നു. ഹോട്ടലിന് പിറകിലുള്ള മനോഹരമായ പൂന്തോട്ടത്തിലൂടെ നടന്ന് താഴേക്കിറങ്ങുന്ന പടികളുടെ അടുത്തെത്തി. വൈദ്യുത ബൾബുകൾ കുറവാണെങ്കിലും പ്രകാശത്തിനായി മറ്റൊരു സംവിധാനമാണ് ഇവിടെ ഒരുക്കിയിരുന്നത്, വളരെ ആശ്ചര്യം ഉണ്ടാക്കുന്ന ഒന്നായിരുന്നു അത്. നിലത്തുനിന്നും കുറച്ച് ഉയരത്തിലുള്ള ഒരു തറയുടെ മുകളിൽ ഭംഗിയായി ക്രമീകരിച്ച ഒരു പാത്രത്തിൽ നിന്നും ഒരു തീക്കുണ്ഡത്തിലെന്നപോലെ തീനാളങ്ങൾ ഉയർന്നു പൊങ്ങുന്നുണ്ടായിരുന്നു. അതിന്റെ വെളിച്ചം ആ പൂന്തോട്ടത്തിൽ മുഴുവൻ പരന്നിരുന്നു. പ്രകൃതിവാതകം ഉപയോഗിച്ചാണ് തീ കത്തിക്കുന്നത് എന്ന് ഞങ്ങൾ പരസ്പരം സംസാരിച്ച് ബോധ്യപ്പെടുത്തി. അതിനടുത്ത് നിൽക്കുമ്പോൾ തണുപ്പിൽ നിന്നും ചെറിയൊരാശ്വാസം ലഭിക്കാതിരുന്നില്ല.

പടികൾ ഇറങ്ങിയ ഞങ്ങൾ ഗ്രാനൈറ്റ് കല്ലുകൾ പാകിയ നല്ല വീതിയുള്ള പാതയിലാണ് എത്തിച്ചേർന്നത്. അസഹനീയമായ തണുപ്പാണെങ്കിലും കുറച്ചധികം ആൾകാർ ആ നടപ്പാതയിലൂടെ നടക്കുന്നത് കണ്ടു. ഞങ്ങൾ പാത മുറിച്ചുകടന്ന് എതിർവശത്തുള്ള മതിലിനോട് ചേർന്ന് നിന്നു. കടലും കരയും തമ്മിലുള്ള അതിർവരമ്പാണ് ഈ മതിൽ. മതിലിന്റെ താഴെ വെള്ളത്തിൽ ഇറങ്ങിനിൽകുന്ന ഭാഗം നല്ല ബലമുള്ള കരിങ്കൽ ഭിത്തിയാണ്. കടലിലെ ഓളങ്ങൾ ആ കരിങ്കല്ലുകളിൽ താളം പിടിക്കുന്നത് കേൾക്കാം. പ്രത്യേക രീതിയിൽ രൂപകൽപന ചെയ്ത വിളക്കുകാലുകളിൽ നിന്നുള്ള മങ്ങിയ വെളിച്ചം മാത്രമേ അവിടുള്ളൂ. ആകാശത്തിൽ വെള്ളിയിൽ തീർത്ത പൊട്ട് പോലെ ചന്ദ്രക്കല കാണാമായിരുന്നു. മങ്ങിയതാണെങ്കിലും വിളക്ക് കാലിൽ നിന്നുള്ള വെളിച്ചം കടലിലെ ഓളങ്ങളിൽ തട്ടി പ്രതിഫലിക്കുന്ന മനോഹരമായ കാഴ്ച തണുത്ത കാറ്റിനെ വകവയ്ക്കാതെ നിന്നാസ്വദിച്ചു. ഏറെ രാത്രിയായിട്ടും ഉറങ്ങാത്ത ബാക്കു നഗരം ദൂരെ കണ്ടു.

കുറേ സമയം ഞങ്ങൾ അവിടെ ചിലവഴിച്ചു. അതിനിടെ അവിടെയുണ്ടായിരുന്ന ആളുകൾ മിക്കവരും തിരിച്ചുപോയി. കാസ്പിയൻ തീരം ഏറെക്കുറെ വിജനമായപ്പോൾ ഞങ്ങളും ഹോട്ടലിലേക്ക് തിരിച്ചു നടന്നു. തണുത്ത കാറ്റ് അപ്പോഴും വീശിക്കൊണ്ടിരിക്കുന്നുണ്ടായിരുന്നു. ലോബ്ബിയിൽ എത്തിയപ്പോൾ തണുപ്പിൽ നിന്നും ആശ്വാസമായി. റിസെപ്ഷനിലെ രണ്ടുമൂന്നുപേർ ഒഴികെ അവിടെ വേറെ ആരും ഉണ്ടായിരുന്നില്ല. ഞങ്ങൾ നേരെ റൂമിലേക്ക് പോയി. അസർബൈജാനിലെ സംഭവബഹുലമായ ആദ്യ ദിവസത്തിന് അങ്ങിനെ തിരശ്ശീല വീണു.

സുറാഖനിയിലെ അഗ്നിക്ഷേത്രം (Fire Temple Of Surakhani)

ഇന്നലെ രാത്രി കുളിച്ചുവന്ന് കിടന്നപ്പോൾ അടുത്ത ദിവസം കാണാൻ പോകുന്ന കാഴ്ചകളെക്കുറിച്ചായിരുന്നു മനസ്സിൽ മുഴുവൻ. ക്ഷീണം കാരണം വേഗം ഉറങ്ങിപ്പോയെങ്കിലും ദീർഘനേരം ഉറങ്ങാൻ പറ്റിയില്ല. യാത്രയോടുള്ള പ്രണയം കാരണമാണെന്ന് തോന്നുന്നു, പുലർച്ചെ 4 മണിയായപ്പോൾ ഉണർന്നു. വീണ്ടും ഉറങ്ങാൻ ശ്രമിച്ചെങ്കിലും പറ്റാതെ വന്നപ്പോൾ എഴുന്നേറ്റിരുന്നു. ജോസ് നല്ല ഉറക്കമാണ്. പുറത്ത് നല്ല തണുപ്പായതുകൊണ്ടും റൂമിൽ AC പ്രവർത്തിക്കുന്നതുകൊണ്ടും മുറിയിലെ തണുപ്പ് അസഹനീയമായി തോന്നി. ഞാൻ ശബ്ദമുണ്ടാക്കാതെ ജനലിനടുത്ത് പോയി കർട്ടൻ നീക്കി നോക്കി. സൂര്യപ്രകാശം വീണുതുടങ്ങുന്നതേയുള്ളൂ. വളരെ അടുത്തുള്ള കാസ്പിയൻ കടൽ അവ്യക്തമായി മാത്രം കാണാം. ഞാൻ ഫോൺ എടുത്ത് തലേദിവസം നടത്തിയ യാത്രകളെക്കുറിച്ച് അതിൽ കുറിച്ചിട്ടു. പിന്നീട് പ്രഭാതകാര്യങ്ങളിലേക്ക് കടന്നു. നല്ല ചൂട് വെള്ളം ടബ്ബിൽ നിറച്ച് വിസ്തരിച്ച് കുളിച്ചു. ഒരു മണിക്കൂറെങ്കിലും ചുരുങ്ങിയത് കിടന്നു കാണും അപ്പോഴേക്കും ഉറക്കത്തിന്റെ പിടി വീണു. ഞാൻ കുളികഴിഞ്ഞ് വീണ്ടും കിടക്കയിൽ പോയി കിടന്നു.

7.30 മണിയായപ്പോൾ ഞാൻ വീണ്ടും എണീറ്റു. ജോസ് എണീക്കുമ്പോൾ പോകാൻ ഒരുങ്ങി നിൽക്കുന്ന എന്നെയാണ് കണ്ടത്. മൂപ്പര് റെഡിയായി വരുന്നതുവരെ ഞാൻ കാത്തിരുന്നു. അതിനുശേഷം ഞങ്ങൾ ബ്രേക്ഫാസ്റ്റ് കഴിക്കാൻ പോയി. മിക്ക സ്ഥലങ്ങളിലെയും

അഗ്നിക്ഷേത്രത്തിന്റെ ചുറ്റുമതിൽ

പോലെ ഇവിടെയും താമസത്തിന്റ കൂടെ പ്രഭാതഭക്ഷണവും കൂടി ഉൾപ്പെടുത്തിയിരുന്നു. ഹോട്ടലിന്റെ താഴത്തെ നിലയിലാണ് റെസ്റ്റോറന്റ് പ്രവർത്തിക്കുന്നത്. നല്ല തിരക്കാണെങ്കിലും ഒരു മേശ കണ്ടുപിടിച്ച് അതിലിരുന്നു. ഭക്ഷണം എടുക്കുന്നതിനുമുൻപ് ഞാൻ ചുറ്റും കണ്ണിഴിച്ചു നോക്കി. വളരെ അടുക്കും ചിട്ടയോടും ഭംഗിയോടെയുമാണ് റെസ്റ്റോറന്റ് ഒരുക്കിയിരിക്കുന്നത്. ഒരു പഞ്ച നക്ഷത്ര ഹോട്ടലിന്റെ എല്ലാ പ്രൗഢിയും ഇവിടെ കാണാം. വെള്ള ഉടുപ്പുമിട്ട് അങ്ങോട്ടുമിങ്ങോട്ടും ഓടിനടക്കുന്ന റെസ്റ്റോറന്റ് ജീവനക്കാർ തിരക്കിനിടയിലും ഞങ്ങളോട് പുഞ്ചിരിയോടെ ശുഭദിനം ആശംസിച്ചു. വ്യത്യസ്ത നാടുകളിലെ താമസക്കാരുള്ളതുകൊണ്ട് വിവിധങ്ങളായ ഭക്ഷണസാധനങ്ങൾ ഒരുക്കിയിട്ടുണ്ട്. പഴങ്ങൾക്കും ബേക്കറി സാധനങ്ങൾക്കും വേണ്ടി വെവ്വേറെ മുറികൾ തന്നെയുണ്ട്. പാൽ, മുട്ട, ബ്രഡ്, വിവിധയിനം പഴങ്ങൾ ഒക്കെയായിരുന്നു ഞാൻ ഭക്ഷണമായി തിരഞ്ഞെടുത്തത്. ബ്രേക്ഫാസ്റ്റ് കഴിഞ്ഞാൽ പിന്നെ ഉച്ചഭക്ഷണത്തിന് 2 മണിവരെ കാക്കണം. അതുകൊണ്ട് വയറുനിറച്ച് കഴിച്ചാണ് ഞങ്ങൾ റെസ്റ്റോറന്റിൽ നിന്നും ഇറങ്ങിയത്. തിരിച്ച് റൂമിലേക്ക് നടക്കുമ്പോൾ ഞങ്ങളുടെ കൂട്ടുകാർ കഴിക്കാനായി പോകുന്നതേ ഉണ്ടായിരുന്നുള്ളൂ.

9.30 ന് തന്നെ എല്ലാവരും ലോബ്ബിയിൽ വരണം എന്ന് തലേ ദിവസം സാലിമ പറഞ്ഞിട്ടുണ്ടായിരുന്നു. നമുക്ക് പോകേണ്ടത് സിറ്റിക്ക് പുറത്തുള്ള സ്ഥലങ്ങളായതുകൊണ്ട് പറഞ്ഞ സമയത്തുതന്നെ ഇറങ്ങണം

എന്ന് കരുതി ലോബ്ബിയിൽ ചെന്നിരുന്നു. പക്ഷെ എല്ലാവരും വന്നിട്ട് പുറപ്പെട്ടുമ്പോൾ സമയം 10 മണി കഴിഞ്ഞിരുന്നു. ഭാരതീയ ജനതയു മായും വിശ്വാസപ്രമാണങ്ങളുമായും അഭേദ്യമായ ബന്ധമുള്ള സുറാ ഖനിയിലെ അഗ്നിക്ഷേത്രം കാണാനാണ് ഞങ്ങളുടെ യാത്ര. ആദ്യം സൗരാഷ്ട്ര മതക്കാർ പിന്നീട് ഹിന്ദു സിഖ് വിഭാഗക്കാർ എന്നിവരുടെ ആരാധനാ കേന്ദ്രമായിരുന്നു അത്. പക്ഷെ ഇന്നത് ബാക്കുവിലെ പ്രധാന ടൂറിസ്റ്റ് കേന്ദ്രങ്ങളിലൊന്നാണ്.സിറ്റിയിൽ നിന്നും 30 കിലോ മീറ്റർ സഞ്ചരിച്ചുവേണം അവിടെയെത്താൻ. തിരക്കേറിയ സിറ്റിയുടെ ഭാഗങ്ങൾ പിന്നിട്ട് ഞങ്ങൾ ഏറെക്കുറെ വിജനമായതും വൃത്തികുറഞ്ഞ തുമായ നിരവധി ചെറു ടൗണുകൾ പിന്നിട്ട് മുന്നോട്ട് പോയി. ബാക്കു വിന്റെ എല്ലാ ഭാഗങ്ങളും ഒരുപോലെ സമ്പന്നമല്ല, മറിച്ച് ഇങ്ങനൊരു മുഖവും കൂടി ബാക്കുവിനുണ്ട് എന്ന് എനിക്ക് മനസ്സിലായി. വ്യത്യമായ കാഴ്ചകൾ കണ്ടുകൊണ്ടുള്ള യാത്രയുടെ ആവേശത്തിൽ 30 കിലോമീറ്റർ സഞ്ചരിച്ചത് ഞാൻ അറിഞ്ഞതേയില്ല.

പുറപ്പെട്ടിട്ട് മുക്കാൽമണിക്കൂറിനുള്ളിൽ ഞങ്ങൾ സുറാഖനി എന്നറിയപ്പെടുന്ന ജില്ലാകേന്ദ്രത്തിൽ എത്തി. വളരെ ചെറിയ ടൗൺ ആയിരുന്നു അത്. രണ്ടേ കാൽ ലക്ഷം ആൾകാർ മാത്രമാണ് സുറാ ഖനിയിലെ ജനസംഖ്യ. ഈ സ്ഥലം പുറമെ അറിയപ്പെടുന്നതുതന്നെ അഗ്നിക്ഷേത്രം ഉള്ളതുകൊണ്ടാണ്. ടൗണിൽ നിന്നും കുറച്ച് ദൂരം പിന്നിട്ട് ഞങ്ങൾ ക്ഷേത്രത്തിനടുത്തുള്ള വാഹനം പാർക്ക് ചെയ്യുന്നിടത്തെത്തി. വാഹനത്തിൽ നിന്നും ഇറങ്ങിനോക്കിയാൽ കുറച്ചുടുത്തായി ക്ഷേത്ര ത്തിന് ചുറ്റുമുള്ള വലിയ മതിൽ കാണാം. മതിലിന്റെ വലിപ്പം കണ്ടാൽ അതൊരു കോട്ടയാണെന്നേ പറയൂ. മതിലിന് പുറത്ത് ഗ്രാനൈറ്റ് കല്ലുകൾ പാകിയ മൈതാനം പോലെ വിശാലമായ സ്ഥലമാണ്. സാലിമ വാഹനത്തിൽ നിന്നും ഇറങ്ങിയ ഉടൻ നേരെ പ്രവേശന ത്തിനുള്ള ടിക്കറ്റ് എടുക്കുന്നിടത്തേക്ക് വേഗത്തിൽ നടന്നുപോയി. വെയിലിന്റെ കാഠിന്യം സഹിക്കാനാവാത്തതുകൊണ്ട് ഞങ്ങളെല്ലാം അവിടെ ആകെ ഉണ്ടായിരുന്ന ഒരു മരത്തണലിലേക്ക് മാറിനിന്നു. സാലിമ ടിക്കറ്റുമായി വന്ന് ഓരോരുത്തർക്കും നൽകി. ഒരാൾക്ക് 11 മനാത് ആണ് ടിക്കറ്റ് വില.

ഹൈന്ദവ ക്ഷേത്രത്തിലേതുപോലെ ചുറ്റുമതിലും പ്രവേശന കവാടവും ഉണ്ടെങ്കിലും പുറമെ നിന്നുനോക്കുമ്പോൾ മുഗൾ കാലഘ ട്ടത്തിലെ ഒരു കോട്ടപോലെയൊക്കെ തോന്നി എനിക്ക്. പ്രവേശന കവാടത്തിനടുത്ത് ചുമരിൽ സംസ്കൃതത്തിൽ എഴുതിയത് കണ്ടപ്പോൾ ഞാൻ ശരിക്കും അത്ഭുതപ്പെട്ടുപോയി. നമ്മുടെ നാട്ടിൽ നിന്നും ആയി രക്കണക്കിന് കിലോമീറ്റർ ദൂരെ തികച്ചും വ്യത്യസ്തമായ ഭാഷയും

പ്രവേശനകവാടത്തിലെ സംസ്കൃത ലിപി

മതവിശ്വാസവും സംസ്കാരവും പിന്തുടരുന്ന സ്ഥലത്ത് ഇങ്ങനെ ഒന്ന് ഞാൻ പ്രതീക്ഷിച്ചിരുന്നില്ല. വായിക്കാൻ ശ്രമിച്ചെങ്കിലും ചില അക്ഷരങ്ങൾ വായിച്ചെടുക്കാൻ പറ്റി എന്നല്ലാതെ മൊത്തത്തിൽ എന്താണെന്ന് മനസ്സിലായില്ല. അനേക വർഷങ്ങളുടെ ഒരു കഥ തന്നെയുണ്ട് ഈ ക്ഷേത്രത്തിന് പറയാൻ. ഈ പ്രദേശങ്ങളെല്ലാം പുരാതന പേർഷ്യയുടെ ഭാഗമായിരുന്ന കാലഘട്ടത്തിലാണ് ഇതിന്റെ ചരിത്രം ആരംഭിക്കുന്നത്. അക്കാലത്ത് പ്രചാരത്തിലുണ്ടായിരുന്ന പ്രധാന മതമായ സോറോസ്ട്രിയൻ (പാർസി) മതത്തിന്റെ സുപ്രധാന തീർത്ഥാടന കേന്ദ്രമായിരുന്നു ഇത്. ഇവിടുത്തെ ഭൂമിശാസ്ത്രപരമായ ചില പ്രത്യേകതകൾ കൂടി ഇതിന് കരണമായിട്ടുണ്ട്.പണ്ടുകാലത്ത് പ്രകൃതിവാതക (Natural Gas) സമ്പുഷ്ടമായിരുന്നു ഈ പ്രദേശം. ഭൂമിക്കടിയിലെ വാതകം പ്രകൃത്യാ ഇവിടെയുണ്ടായിരുന്ന ഏതാനും സുഷിരങ്ങളിൽ കൂടി പുറത്ത് വരുമായിരുന്നു. അന്തരീക്ഷത്തിലെ ഓക്സിജനുമായി ചേരുമ്പോൾ പുറത്തുവരുന്ന വാതകത്തിന് തീ പിടിക്കുകയും, ഒരു വലിയ തീ നാളം പോലെ പുറത്തേക്ക് ഉയരുകയും ചെയ്യുമായിരുന്നു.

അക്കാലത്തെ പേർഷ്യൻ ജനതയ്ക്ക് ഇതിന്റെ ശാസ്ത്രീയമായ വശങ്ങളൊന്നും അറിയില്ലെങ്കിലും ഈ പ്രതിഭാസത്തെ മതവിശ്വാസവുമായി കൂട്ടിച്ചേർക്കാൻ എളുപ്പത്തിൽ അവർക്ക് സാധിച്ചു. സൊറോസ്ട്രിയൻ വിശ്വാസം അനുസരിച്ച് “അഗ്നി” എന്നത് ഏറ്റവും

ക്ഷേത്രത്തിനകം

വിശേഷപ്പെട്ട ഒന്നാണ്. അവരുടെ ഏകദൈവമായ "അഹുറ മസ്ദ" യാണ് അഗ്നിയെ സൃഷ്ടിച്ചതും മനുഷ്യർക്കായി നൽകിയതും. ഏറ്റവും വിശുദ്ധമായ വസ്തുവായി അഗ്നിയെ കണക്കാക്കുന്നതിനാൽ സോറോസ്ട്രിയൻ ആരാധനകൾക്ക് അഗ്നി അനിവാര്യമാണ്. ഭൂമിയിൽ നിന്നും പല സുഷിരങ്ങളിൽക്കൂടി സ്വയം അഗ്നി പുറത്തുവരുന്നതിനാൽ ഈ പ്രദേശം വിശ്വാസികൾക്ക് വിശേഷപ്പെട്ടതാവുകയും ആദ്യമായി ഇവിടെ ഒരു അഗ്നിക്ഷേത്രം നിർമ്മിക്കുകയും ചെയ്തു. ക്രമേണ ഈ ക്ഷേത്രത്തിന്റെ ഖ്യാതി ദൂരദേശങ്ങളിലേക്ക് പരക്കുകയും ആളുകൾ തീർത്ഥാടനത്തിനായി ഇവിടേക്ക് വരികയും ചെയ്തു. പുണ്യസ്ഥലമായി അറിയപ്പെട്ടതുകൊണ്ട് ക്ഷേത്രത്തിന് ചുറ്റുമുള്ള പ്രദേശങ്ങൾ മതവിശ്വാസികൾ താമസത്തിനായി ഉപയോഗിക്കുകയും ചെയ്തു.

ഏഴാം നൂറ്റാണ്ട് വരെ തൽസ്ഥിതി തുടരുകയും ഏഴാം നൂറ്റാണ്ടിലെ ഇസ്ലാം അധിനിവേശത്തിന് ശേഷം ഈ ക്ഷേത്രം തകർക്കപ്പെടുകയും ചെയ്തു. ഇവിടെയുണ്ടായിരുന്ന ഭൂരിഭാഗം സൊറോസ്ട്രിയൻമാരും ഇസ്ലാമിലേക്ക് മതംമാറ്റപ്പെടുകയും ബാക്കിയുള്ളവർ ഇന്ത്യ ഉൾപ്പെടെയുള്ള രാജ്യങ്ങളിലേക്ക് പാലായനം ചെയ്യുകയും ചെയ്തു. ഇന്ത്യയിൽ ഉണ്ടായിരുന്നത് അഗ്നിയെ ആരാധിക്കുവരായതുകൊണ്ട് ഇവർക്ക് തുടർജീവിതം നയിക്കുന്നതിന് ഒരു തടസ്സവും ഉണ്ടായില്ല. 15 മുതൽ 17 നൂറ്റാണ്ടുകൾ ക്കുള്ളിൽ ഇന്ത്യയിൽ നിന്നും ഹിന്ദുക്കളും സിക്കുകാരും പാഴ്സികളും കച്ചവടങ്ങൾക്കായി സുറാഖനിയിൽ എത്തുകയും ഇവിടെ താമസം

ആരംഭിക്കുകയും ചെയ്തു. ഇവരാണ് 1713 ൽ ഇപ്പോൾ കാണുന്ന ക്ഷേത്രത്തിന്റെ ആദ്യഘട്ടം നിർമ്മിച്ചത്. ഇന്ത്യക്കാരായ ചില കച്ചവടക്കാരുടെ സഹായത്താലാണ് മധ്യത്തിലുള്ള ഭാഗങ്ങളൊക്കെ നിർമ്മാണം പൂർത്തിയാക്കിയത്. പതിനെട്ടാം നൂറ്റാണ്ടിന്റെ അന്ത്യത്തോടുകൂടി ബാക്കി ഭാഗങ്ങളും നിർമ്മിച്ചു.

പത്തൊമ്പതാം നൂറ്റാണ്ടിന്റെ മധ്യത്തിൽ ഉണ്ടായ ഭൂകമ്പത്തിൽ പ്രകൃതി വാതകം പുറത്തേക്ക് വരുന്ന ദ്വാരങ്ങൾ അടയുകയും സ്വാഭാവികമായ അഗ്നി നിലക്കുകയും ചെയ്തു. ദൈവകോപം മൂലമാണിതെന്ന് വിശ്വാസികൾ വിശ്വസിച്ചു. 1880-ന് ശേഷം ആരാധന പൂർണമായി നിലക്കുകയും പിന്നീട് ഇതൊരു വിനോദസഞ്ചാര കേന്ദ്രമായി പ്രവർത്തിച്ചുവരികയും ചെയ്യുന്നു. കവാടം കടന്ന് ഉള്ളിൽ പ്രവേശിച്ച ഞങ്ങൾ ആദ്യം കണ്ടത് ചുറ്റുമതിലിന്റെ ഒത്ത മധ്യത്തിലുള്ള ചെറിയ അൾത്താരയാണ്. ഇവിടെ ഉണ്ടായിരുന്ന പുരാതന സൊറോസ്റ്റിയൻ അഗ്നി ക്ഷേത്രത്തിന്റെ മാതൃകയിലാണ് അൾത്താര നിർമ്മിച്ചിരിക്കുന്നത്. നാലുതൂണുകളിൽ തീർത്ത ആ ചെറിയ ക്ഷേത്രത്തിന് നാല് വശങ്ങളിൽ നിന്നും അകത്തേക്ക് കാണാവുന്ന കമാന രൂപത്തിലുള്ള പ്രവേശന ദ്വാരങ്ങളും ഉണ്ട്. കഷ്ടിച്ച് മൂന്നുനാലാളുകൾക്ക് മാത്രം നിൽക്കാനാവുന്ന ക്ഷേത്രത്തിന് നടുവിൽ സദാ കത്തിക്കൊണ്ടിരുന്ന അഗ്നിയെ പുറത്ത് ഏത് വശത്ത് നിന്നാലും കാണാം. ബാക്കു പട്ടണത്തിൽ നിന്നും വാതക പൈപ്പ് ലൈൻ വഴിയാണ് ഇവിടെ അഗ്നികുണ്ഡം ഉണ്ടാക്കുന്നത്.. മതിൽകെട്ടിനകത്ത് മതിലിനോട് ചേർന്ന് ചുറ്റോടുചുറ്റും ചെറുതും വലുതുമായ നിരവധി മുറികൾ കാണാം. അവയിൽ പലതിനും ചെറുതും ഇടുങ്ങിയതുമായ കവാടങ്ങളോ വാതിലുകളോ ആണ് ഉണ്ടായിരുന്നത്. ഈ മുറികളിൽ ചിലത് ക്ഷേത്രത്തിന്റെ ഭാഗവും മറ്റുള്ളവ മ്യൂസിയവുമായാണ് സംരക്ഷിച്ചു നിർത്തിയിരിക്കുന്നത്. മുറികളിലെ കാഴ്ചകൾ കാണിച്ചു തരാൻ സാലിമ കൂട്ടുകാരെയും കൂട്ടി മുന്നിൽ നടന്നു. ഏറ്റവും പിറകിലായി ഞാനും ആമിനയും. ഞങ്ങൾ ഇത്തിരി സമയമെടുത്താണ് ഓരോന്നും കണ്ടുതുടങ്ങിയത്.

ഇളം മഞ്ഞ കലർന്ന കല്ലുകൾ കൊണ്ടാണ് മതിൽക്കെട്ടും അകത്തുള്ള ഭാഗങ്ങളും നിർമ്മിച്ചിരിക്കുന്നത്. ഇപ്പോൾ കാണുന്ന ക്ഷേത്ര സമുച്ചയത്തിന്റെ നിർമ്മാണം പൂർത്തിയാക്കിയത് പത്തൊമ്പതാം നൂറ്റാണ്ടിലാണെങ്കിലും കല്ലുകളുടെ സവിശേഷ നിറം കാരണം കൂടുതൽ പഴക്കമുള്ളതാണെന്ന് തോന്നും. ചതുരാകൃതിയിലുള്ള ക്ഷേത്രത്തിന്റെ വലതുവശത്തുകൂടിയാണ് ഞങ്ങൾ മുറികൾ സന്ദർശിച്ചു തുടങ്ങിയത്. ഇരുട്ടുനിറഞ്ഞ ഒന്നാമത്തെ മുറിയിലേക്ക് ഞാനും ആമിനയും

കയറുമ്പോൾ ഞങ്ങളുടെ കൂട്ടുകാർ രണ്ടാമത്തെ മുറി സന്ദർശിച്ചശേഷം ഇറങ്ങിയിരുന്നു. പുറത്ത് നല്ല വെയിലാണെങ്കിലും മുറിയുടെ കവാടം കടന്ന് ഉള്ളിലേക്ക് പ്രകാശം എത്തിയിരുന്നില്ല. ഇരുട്ടുകാരണം മുറിക്കകത്തെന്താണെന്ന് ആദ്യം മനസ്സിലായില്ലെങ്കിലും ഏതാനും നിമിഷങ്ങൾ കഴിഞ്ഞപ്പോൾ ഒരു മൂലയിൽ നിന്നുള്ള അരണ്ട വെളിച്ചത്തിൽ കാഴ്ചകൾ തെളിഞ്ഞു വന്നു. മുറിയുടെ ഒരു ഭാഗത്ത് പുരാതന അഗ്നിക്ഷേത്രത്തിന്റെ ഒരു മാതൃകയായിരുന്നു ഉണ്ടായിരുന്നത്. പൂർണ്ണമായും പ്രവർത്തനക്ഷമമായിരിക്കുമ്പോൾ ഇവിടുത്തെ പഴയ അഗ്നിക്ഷേത്രം എങ്ങിനെ ആയിരുന്നു എന്നാണ് അത് സൂചിപ്പിക്കുന്നത്. പുറത്ത് നമ്മൾ കണ്ടതുപോലെ അൾത്താരയുടെ മധ്യത്തിൽ മാത്രമല്ല, മുകളിൽ നാലുകോണിലും സ്ഥാപിച്ചിരിക്കുന്ന കുഴലുകളിൽ കൂടിയും തീ ഉയർന്നു കത്തുന്നതുപോലെയായിരുന്നു അതിന്റെ മാതൃക. ഇരുട്ടിൽ അതിലെ തീയുടെ രൂപം കൂടുതൽ തെളിഞ്ഞുവരുന്നതുപോലെ എനിക്ക് തോന്നി. എന്റെ ദൃഷ്ടി പിന്നീട് പോയത് അതേ മുറിയുടെ മറ്റൊരു മൂലയിലേക്കായിരുന്നു. അവിടെ ഒരു തീക്കുണ്ഡത്തിനുചുറ്റും ഇരിക്കുന്ന ആളുകളുടെ രൂപമായിരുന്നു ഉണ്ടായിരുന്നത്. പണ്ടുകാലത്ത് ഇവിടേക്ക് തീർത്ഥാടനത്തിന് വന്നിരുന്ന ആൾകാർ ഭൂമിയിൽ നിന്നും സ്വാഭാവികമായി ഉയരുന്ന തീയുടെ ചുറ്റും തണുപ്പകറ്റാനായി ഇരിക്കുന്നതുപോലെയാണ് ഈ രൂപം കണ്ടപ്പോൾ എനിക്ക് തോന്നിയത്. വേറൊന്നും ആ മുറിയിൽ കാണാൻ ഉണ്ടായിരുന്നില്ല. ക്യാമറയിൽ അത്യാവശ്യം ക്രമീകരണങ്ങൾ വരുത്തി അവയുടെ ഫോട്ടോ എടുത്ത ശേഷം ഞങ്ങൾ പുറത്തേക്കിറങ്ങി.

പുറത്തുനിന്നും നോക്കുമ്പോൾ രണ്ടാമത്തെ മുറി ആദ്യത്തേതിനേക്കാൾ വലിപ്പമുള്ളതായിട്ടാണെനിക്ക് തോന്നിയത്. അകത്തേക്കുള്ള കവാടവും ഇത്തിരി വലുതാണ്. പാട്ട് പോലെ എന്തോ ഒരു ശബ്ദം കേട്ടുകൊണ്ടാണ് ഞങ്ങൾ അതിനകത്തേക്ക് കയറിയത്. ഉള്ളിലെത്തിയപ്പോഴാണ് അത് പാട്ടല്ല മറിച്ച് “ഓം സരസ്വതയെ നമഃ” എന്ന സംസ്കൃത മന്ത്രമാണ് എന്ന് മനസ്സിലായത്. നമ്മുടെ നാട്ടിലെ അമ്പലങ്ങളിൽ ഭക്തിഗാനങ്ങൾ കേൾപ്പിക്കുന്നതുപോലെ നേരത്തേ റെക്കോർഡ് ചെയ്തുവച്ച് ഒരു ഉച്ചഭാഷിണിയിൽ കൂടിയാണ് മന്ത്രങ്ങൾ കേൾപ്പിക്കുന്നത്. ഉച്ചഭാഷിണിയിൽ കൂടി ആണെങ്കിലും ആ മുറിയിൽ മാത്രം ഒതുങ്ങി നിൽക്കുന്ന ശബ്ദം മാത്രമേ അതിനുണ്ടായിരുന്നുള്ളൂ. ശരിക്കും അമ്പരപ്പിക്കുന്ന കാഴ്ച തന്നെയായിരുന്നു അത്. ഓരോ മന്ത്രം ഉച്ചരിക്കുമ്പോഴും മുറിയിലെ ഇരുട്ട് നിറഞ്ഞ ഒരു ചുമരിൽ സംകൃത ലിപികളിൽ ആ മന്ത്രം എഴുതിക്കാണിക്കുകയും ചെയ്തിരുന്നു. മൊത്തത്തിൽ ഇരുട്ട് തോന്നിക്കുമെങ്കിലും, ഇത്തിരി വെളിച്ചമുള്ള മറ്റൊരു

ഗണപതി വിഗ്രഹം

ചെറിയ മുറി കൂടി ഉണ്ടായിരുന്നു അതിനുള്ളിൽ. ആ മുറിക്കുള്ളിലേക്ക് കടക്കുവാൻ പറ്റാത്ത വിധം അതിന്റെ വാതിൽക്കൽ തന്നെ ഒരു കുഴിയുണ്ടായിരുന്നു. എങ്കിലും പുറത്ത് നിന്നും നോക്കിയാൽ ഉൾഭാഗം നന്നായി കാണാമായിരുന്നു. കടലാസ് പൂക്കൾ കൊണ്ടുള്ള മാലകളാൽ അലങ്കരിച്ച അതിന്റെ കവാടത്തിലൂടെ ഞാൻ അകത്തേക്ക് നോക്കി. നേരെ കാണുന്ന ചുമരിൽ ചാരി, നിലത്ത് ഒരു ഗണപതി (Lord Ganesh) വിഗ്രഹം കിടക്കുന്നു. മന്ത്രോച്ചാരണവും അകത്ത് പ്രവേശനമില്ലാത്ത മുറിയും അതിനുള്ളിലെ വിഗ്രഹവും ഒക്കെ കണ്ടപ്പോൾ ഒരു ക്ഷേത്രത്തിന്റെ മാതൃകയാണ് ഇവിടെ ഉണ്ടാക്കിയിരിക്കുന്നത് എന്ന് എനിക്ക് മനസ്സിലായി.

തെല്ലൊരു ആശ്ചര്യത്തോടെയാണ് രണ്ടാമത്തെ മുറിയിലെ കാഴ്ചകൾ കണ്ട് പുറത്തിറങ്ങിയത്. നമ്മുടെ നാട്ടിൽ നിന്നും ഇത്രയും ദൂരെ തികച്ചും വ്യത്യസ്തമായ മതസാംസ്കാരിക പശ്ചാത്തലം ഉള്ള ഒരു സ്ഥലത്ത് ഇത്തരമൊരു വിഗ്രഹപ്രതിഷ്ഠ അത്ഭുതമായിരുന്നെനിക്ക്. ഞാൻ ആ അമ്പരപ്പ് കളയാതെ അടുത്ത മുറിയിലേക്ക് നടന്നു കയറി. ആമിന എനിക്ക് പിറകിലായി വന്നു. ആദ്യത്തെ രണ്ട് മുറിയെക്കാൾ ഇത്തിരി വലിപ്പം കുറഞ്ഞതാണ് മൂന്നാമത്തെ മുറി. ക്ഷേത്രാന്തരീക്ഷമായിരുന്നു ഇവിടെയും, ഇരുട്ട് നിറഞ്ഞ മുറിയിൽ ഒരു ചുമരിനഭിമുഖമായി മൂന്നടി ഉയരത്തിൽ തൂണ് പോലുള്ള ഒരു പീഠവും അതിന്റെ മുകളിൽ ഒരു വിഗ്രഹവും പ്രതിഷ്ഠിച്ചിട്ടുണ്ട്. പിറകിൽ നിന്നും കൃതിമമായി പ്രകാശം

നടരാജ വിഗ്രഹം

കടത്തിവിട്ടതുകൊണ്ട് വിഗ്രഹത്തിന്റെ വളരെ വലിപ്പത്തിലുള്ള നിഴൽ ചുമരിൽ പ്രതിഫലിച്ചിരുന്നു.! വിഗ്രഹം ഏതാണെന്ന് കൃത്യമായി മനസ്സിലായില്ലെങ്കിലും അതൊരു നടരാജ വിഗ്രഹം പോലെയാണെനിക്ക് തോന്നിയത്.! ഒരു മ്യൂസിയത്തിൽ വസ്തുക്കൾ എങ്ങിനെയാണോ പ്രദർശിപ്പിക്കുന്നത്, അതുപോലെയായിരുന്നു ആ വിഗ്രഹവും. മറ്റു കാഴ്ചകളൊന്നും ഇല്ലാത്തതിനാൽ ഞങ്ങൾ വേഗത്തിൽ മുറിയിൽ നിന്നും ഇറങ്ങി.

ഓരോ പ്രാവശ്യം ഇരുട്ടുനിറഞ്ഞ മുറികളിൽ നിന്നും പുറത്തെ കൊടും വെയിലിലേക്ക് ഇറങ്ങുമ്പോഴും കണ്ണിന് പ്രയാസം അനുഭവപ്പെട്ടു. അതുകൊണ്ട് വേഗം അടുത്തമുറിയിലേക്ക് കയറാനായി തിടുക്കത്തിൽ നടന്നു. നാലാമത്തെ മുറിയുടെ മുന്നിലെത്തിയപ്പോഴാണ് അത് പ്രവർത്തന രഹിതമാണെന്ന് മനസ്സിലായത്. അവിടെ ശങ്കിച്ച് നിന്നപ്പോഴാണ് എതിർവശത്തെ ഒരു മുറിയിൽ നിന്നും ഇറങ്ങിവരുന്ന കൂട്ടുകാരെ കണ്ടത്. ഞങ്ങളെ കണ്ടതും അവർ കൈ ഉയർത്തി കാണിച്ചു. “വേഗം വാ” എന്ന് ഉറക്കെ പറയുകയും ചെയ്തു. ഞങ്ങൾ അവരോട് ചിരിച്ചുകൊണ്ട് എതിർവശത്തെ മുറികൾ ലക്ഷ്യമാക്കി നടന്നു. ചുറ്റുമതിൽ ചതുരാകൃതിയിലാണെങ്കിലും സന്ദർശകർക്ക് പ്രവേശിക്കാവുന്ന മുറികൾ രണ്ട് പാർശ്വങ്ങളിൽ മാത്രമേ ഉണ്ടായിരുന്നുള്ളൂ. ഞങ്ങൾക്കിനി സന്ദർശിക്കാനുള്ള മുറികൾക്ക് മുന്നിൽ പുറത്തായി ഗവേഷകർ ഖനനം നടത്തിയ ലക്ഷണങ്ങൾ കാണാം. ആഴത്തിൽ കുഴിച്ചിരിക്കുന്ന

ഭാഗങ്ങളിൽ പഴയ ക്ഷേത്രാവശിഷ്ടങ്ങൾ ഭംഗിയായി കാണാം. ഞാനും ആമിനയും കുഴികൾക്കുടുത്തുകൂടെ പോകുന്ന ചെറിയ നടവഴിയിലൂടെ ഇടതുവശത്തെ ആദ്യത്തെ മുറിയിലേക്ക് നടന്നുകയറി.

വീതി വളരെ കുറഞ്ഞ് നീളം കൂടിയ മുറിയായിരുന്നു അത്. അത്യാവശ്യം സൂര്യപ്രകാശം കടക്കുന്നതിനാൽ എല്ലാം വ്യക്തമായി കാണാം. പക്ഷെ പറയത്തക്കതായി ഒന്നും കണ്ടില്ല. മുറിയിൽ ഒന്നുമില്ലല്ലോ എന്ന് സ്വയം പറഞ്ഞ് തിരിഞ്ഞു നോക്കിയപ്പോഴാണ് ശരിക്കും ഞെട്ടിയത്. ജീവൻ തുടിക്കുന്ന ഒരു മനുഷ്യരൂപം മൂലയിൽ ഇരുന്ന് എന്നെ തന്നെ തുറിച്ചുനോക്കുന്നു. ആ വെളിച്ചത്തിൽ പ്രതിമയാണോ അല്ല ശരിക്കും ജീവനുള്ള മനുഷ്യനാണോ എന്ന് മനസ്സിലാക്കാൻ ഇത്തിരി പ്രയാസമായിരുന്നു. അത്രയും ജീവസ്സുറ്റതായിരുന്നു അത്. നിലത്ത് വിരിച്ച ഒരു പായയിൽ ഇരുന്ന് മരുന്നോ മറ്റോ ഇടിച്ചുണ്ടാക്കുന്ന ഒരു പഴയകാല മനുഷ്യന്റേതായിരുന്നു ആ രൂപം. പക്ഷെ എന്തോ അതിന്റെ നോട്ടം വല്ലാതെ പേടിപ്പെടുത്തുന്ന വിധത്തിലുള്ളതായിരുന്നു. ഞങ്ങൾ വേഗം ആ മുറിയിൽ നിന്നും ഇറങ്ങി നടന്നു. പിന്നീടങ്ങോട്ടുള്ള രണ്ട് മുറികളിലും ഇതുപോലുള്ള കാഴ്ചകളാണ്. കൂടുതലും ഇവിടുത്തെ പഴയകാല ഹിന്ദു, സിഖ് തീർത്ഥാടകരുടെ ജീവിത രീതികൾ ശില്പരൂപത്തിൽ അവതരിപ്പിച്ചതായിരുന്നു അതൊക്കെ. അതിൽ നിന്നും വ്യത്യസ്തമായ ചിലതും ഉണ്ടായിരുന്നെങ്കിലും വലിയ പ്രാധാന്യമുള്ളതായി തോന്നിയില്ല.

ഇനി നമുക്ക് രണ്ട് മുറികൾ കൂടിയേ കാണാൻ ബാക്കിയുള്ളൂ എന്ന് നടന്ന് ക്ഷീണിച്ച ആമിനയോട് ഞാൻ പറഞ്ഞു. താല്പര്യമില്ലാത്ത വിഷയങ്ങളായതുകൊണ്ടും കൂടുതൽ നടന്നതുകൊണ്ടും ഉന്മേഷക്കുറവ് പ്രകടമായിരുന്നു അവളുടെ മുഖത്ത്. തുടർന്ന് ഞങ്ങൾ ഇതുവരെ കണ്ടതിൽ നിന്നും വളരെ വ്യത്യസ്തമായ കാഴ്ചകൾ ഉള്ള ഒരു മുറിയിലേക്ക് കയറി. അതൊരു കൊച്ചു മ്യൂസിയമായിട്ടാണെനിക്ക് തോന്നിയത്. പഴയകാലത്ത് ഉപയോഗിച്ചിരുന്നശിലാഫലകങ്ങൾ, പാത്രങ്ങൾ, ആഭരണങ്ങൾ, ഉപകരണങ്ങൾ, സൈനികരുടെ ആയുധങ്ങൾ, പടച്ചട്ടകൾ അങ്ങിനെ നിരവധി വസ്തുക്കൾ ആധുനികമായ രീതിയിൽ ഭംഗിയായി ചില്ലുകൂടുകളിൽ പ്രദർശിപ്പിച്ചിട്ടുണ്ട്. ഞാൻ അതീവ താല്പര്യത്തോടെ ഓരോന്നും കണ്ടുമനസ്സിലാക്കി. അവയിൽ പലതും ഇവിടുത്തെ ഖനനത്തിൽ നിന്നും കിട്ടിയതാണ്. കുറെ വസ്തുക്കൾ പ്രദർശിപ്പിച്ചിട്ടുണ്ടെങ്കിലും എന്നെ ഏറ്റവും കൂടുതൽ ആകർഷിച്ചത് ചുമരിൽ തൂക്കിയിട്ടിരിക്കുന്ന സോറോസ്ട്രിയൻമാരുടെ മത ചിഹ്നമായ "ഫറാവഹാർ (Faravahar)" എന്ന പക്ഷിയുടെ രൂപമാണ്. വശങ്ങളിലേക്ക് നീണ്ടിരിക്കുന്ന ചിറകുകളും അതിന് നടുവിലുള്ള വൃത്തത്തിന് മുകളിൽ താടിയുള്ള ഒരു മനുഷ്യരൂപം കൈ മുന്നോട്ട് നീട്ടി നിൽക്കുന്നതുമാണ് ഈ ചിഹ്നം.

ഫറാവഹാർ (Faravahar)

ഫറാവഹാർ എന്ന ചിഹ്നം കൊണ്ട് എന്താണ് അർത്ഥമാക്കുന്നത് എന്നത് ഇന്നും ഗവേഷകർക്കിടയിൽ ഒരു തർക്കവിഷയമായി നില നിൽക്കുന്ന കാര്യമാണ്. BCE നാലാം നൂറ്റാണ്ടിൽ പേർഷ്യ ഭരിച്ചി രുന്ന അക്കീമെനിഡ് രാജവംശത്തിന്റെ (Achaemenid Dynasty) കാലത്താണ് ഈ ചിഹ്നം വ്യാപകമായി ഉപയോഗിക്കാൻ തുടങ്ങിയത്. അന്നുമുതൽ ഇങ്ങോട്ട് പേർഷ്യയിൽ നിർമ്മിക്കപ്പെട്ടിരുന്ന സൊറോ സ്ട്രിയൻ അഗ്നിക്ഷേത്രങ്ങളിലും രാജാക്കന്മാരുടെ ശവകുടീരങ്ങളിലും മറ്റും ഈ ചിഹ്നം ആലേഖനം ചെയ്തിരിക്കുന്നത് കാണാം. അതിന്റെ പൊരുളും ഉദ്ദേശവും വാമൊഴിയിലൂടെയാണ് തലമുറകൾ കൈമാറി വന്നിരുന്നത്. എന്നാൽ ഏഴാം നൂറ്റാണ്ടിൽ നടന്ന ഇസ്ലാമിക അധിനിവേശത്തിന് ശേഷം ഏർപ്പെടുത്തപ്പെട്ട നിരവധി നിരോധനങ്ങളിൽ പേർഷ്യൻ മത സാംസ്കാരിക ചിഹ്നമായ ഫറാവഹാറും ഉൾപ്പെട്ടതിനാൽ അതുവരെ തുടർന്നിരുന്ന വാമൊഴിയുടെ കണ്ണി മുറിഞ്ഞുപോവുകയാണ് ചെയ്തത്. അന്ന് തകർക്കപ്പെടാതെ കിടന്ന ഏതാനും കെട്ടിടങ്ങളിൽ മാത്രമായി ഈ ചിഹ്നം അവശേഷിച്ചു. പുരാതനകാലത്ത് എഴുതപ്പെട്ട മതസാഹി ത്യ ഗ്രന്ഥങ്ങളിലും മറ്റും ഇതിനെക്കുറിച്ച് എഴുതിയിട്ടുണ്ടാവാം എന്നും അഗ്നിക്ഷേത്രങ്ങളിലും രാജകൊട്ടാരത്തിലുമൊക്കെ സൂക്ഷിച്ചിരുന്ന ഗ്രന്ഥങ്ങൾ ഇസ്ലാം അധിനിവേശ സമയത്തും പിന്നീട് നടന്ന മംഗോൾ ആക്രമണത്തിലും നശിപ്പിക്കപ്പെട്ടിട്ടുണ്ടാവാം എന്നും ഗവേഷകർ അനു മാനിക്കുന്നുണ്ട്. ചിഹ്നത്തിലെ വൃത്തത്തിന് മുകളിലുള്ള ആൾരൂപം സൊറോസ്ട്രിയരുടെ ഏക ദൈവമായ അഹുറ മസ്ദയുടേതാണ് (Ahura Mazda) എന്നതും അതല്ല രക്ഷകനായ മാലാഖയുടേതാണ് (Guardian Angel) എന്നതും സൊറോസ്ട്രിയൻ രാജാക്കന്മാർ ഉപയോ ഗിച്ചിരുന്ന അധികാര ചിഹ്നമാണ് എന്നതുമൊക്കെ ഗവേഷകർ

അഭിപ്രായപ്പെടുന്നുണ്ടെന്നതല്ലാതെ ഏഴാം നൂറ്റാണ്ടിനുശേഷം നീണ്ട കാലയളവിൽ നിരോധനം നേരിട്ടതിനാൽ ഫറാവഹാറിന്റെ നിഗൂഢതയിലേക്ക് വെളിച്ചം വീശുന്ന ഒന്നും ഇന്ന് അവശേഷിക്കുന്നില്ല എന്നതാണ് സത്യം.

"ഇനിയും കഴിഞ്ഞില്ലേ, ഒന്ന് വേഗം നോക്ക്" എന്ന കൂട്ടുകാരുടെ ശകാരം കേട്ടുകൊണ്ടാണ് ഞങ്ങൾ മുറിയിൽ നിന്നും പുറത്തിറങ്ങിയത്. അവർ എല്ലാ മുറികളും കണ്ടുതീർത്ത് മധ്യത്തിലുള്ള അൾത്താരയുടെ അടുത്തേക്ക് നടക്കാനൊരുങ്ങുകയായിരുന്നു. "നിങ്ങൾ നടന്നോളൂ" എന്ന് ചിരിച്ചുകൊണ്ട് മറുപടി കൊടുത്ത ശേഷം ഞാനും ആമിനയും അവസാനത്തെ മുറിക്കുള്ളിലെ കാഴ്ചകൾ കാണാൻ അതിനകത്തേക്ക് കയറി. അവിടെ ഉണ്ടായിരുന്നതിൽ ഏറ്റവും ചെറിയ മുറിയായിരുന്നു അത്. മാത്രമല്ല ഏറ്റവും രസകരമായ കാര്യം, അതിനകത്ത് ഒരു കിണർ മാത്രമേ ഉള്ളൂ എന്നതാണ്. തറ നിരപ്പിലുള്ള കിണർ കഴിഞ്ഞാൽ മുറിക്കകത്ത് കഷ്ടിച്ച് മൂന്നുപേർക്ക് നിൽക്കാനുള്ള സ്ഥലമേ ഉണ്ടായിരുന്നുള്ളൂ. കിണറിന് മുകളിൽ ചില്ല് ഗ്ലാസ് വച്ച് അടച്ചിട്ടുണ്ട്. അതിനകത്ത് ബൾബുകൾ ഘടിപ്പിച്ച് പ്രകാശം സൃഷ്ടിച്ചിരിക്കുന്നതിനാൽ കിണറിന്റെ അടിഭാഗം വരെ ഗ്ലാസ്സിനകത്തുകൂടി വളരെ വ്യക്തമായി കാണാമായിരുന്നു. സന്ദർശകർ ഗ്ലാസിൽ ചവിട്ടാതിരിക്കാനായി അതിന് പുറത്ത് ലോഹനിർമ്മിതമായ ഒരു ചെറിയ വേലി കെട്ടിയിട്ടുണ്ട്. വെള്ളത്തിന് വേണ്ടി പണ്ടിവിടെ താമസിച്ചിരുന്ന തീർത്ഥാടകർ കുഴിച്ചതാണ് ഈ കിണർ. കഷ്ടിച്ച് മൂന്നാളുകളുടെ ആഴമുണ്ടെങ്കിലും അതിൽ ഒരു തുള്ളി വെള്ളം പോലുമില്ലായിരുന്നു.

മുറികളൊക്കെ കണ്ടുതീർത്ത ഞങ്ങൾ അൾത്താരയ്ക്ക് ചുറ്റും നിൽക്കുന്ന കൂട്ടുകാരുടെ അടുത്തേക്ക് നടന്നു. അവർ ഞങ്ങളെ കാത്തുനിൽക്കുന്നുണ്ടായിരുന്നു. അൾത്താരയ്ക്കുള്ളിൽ അഗ്നിയുടെ അടുത്ത് ഉണ്ടായിരുന്ന മറ്റ് സഞ്ചാരികൾ ഇറങ്ങുന്നതുവരെ ഞങ്ങൾ അവിടെ നിന്നു. അവർ ഇറങ്ങിയപ്പോൾ ഞങ്ങൾ അതിനകത്തേക്ക് കയറി. പൈപ്പ്ലൈൻ മുഖേന ബാക്കു പട്ടണത്തിൽ നിന്നും കൊണ്ടുവരുന്ന പ്രകൃതിവാതകം ഉപയോഗിച്ച് സദാ സമയവും കത്തിക്കൊണ്ടിരിക്കുന്ന അഗ്നികുണ്ഡത്തിനടുത്ത് ഏതാനും മിനിറ്റുകൾ ഞങ്ങൾ ചിലവഴിച്ചു. തീജ്വാലകൾ നോക്കി നിൽകുമ്പോൾ വീണ്ടും എന്റെ മനസ് നൂറ്റാണ്ടുകൾക്ക് പിന്നിലേക്ക് സഞ്ചരിച്ചു. സ്വയം കത്തിക്കൊണ്ടിരുന്ന അനേകം തീക്കുണ്ഡങ്ങളുടെ നടുവിൽ പ്രൗഢിയോടെ ഉയർന്നുനിൽക്കുന്ന പുരാതന അഗ്നിക്ഷേത്രവും അഹുറ മസ്ദ എന്ന ദൈവത്തെ പ്രീതിപ്പെടുത്താനുള്ള പ്രാർത്ഥനകളും ആചാരങ്ങളും, മറ്റ് സൊറോസ്ട്രിയൻ വിശ്വാസങ്ങളും ഒടുവിൽ വൈദേശികാക്രമണത്തിലും സാംസ്കാരിക

അൾത്താരയിലെ അഗ്നികുണ്ഡം

അധിനിവേശത്തിലും പെട്ട് ഇവിടം വിട്ടോടേണ്ടിവന്ന ജനങ്ങളും ഒക്കെ എന്റെ മനസ്സിലേക്ക് ഒന്നുകൂടി കടന്നുവന്നു.

ആവശ്യത്തിന് ഫോട്ടോകൾ എടുത്തശേഷം ഞാൻ സാലിമയുടെ അടുത്തേക്ക് പോയി. എല്ലാം കണ്ടുകഴിഞ്ഞു എന്ന് ഉറപ്പ് വരുത്തിയശേഷം സാലിമ ഞങ്ങളെക്കൂട്ടി ക്ഷേത്രത്തിന് പുറത്ത് കടന്നു. ചുട്ടുപൊള്ളുന്ന വെയിൽ താണ്ടി വാഹനം പാർക്ക് ചെയ്തിരിക്കുന്ന ഭാഗം ലക്ഷ്യമാക്കി നടന്നപ്പോൾ 11.45 ആയിരുന്നു സമയം.

ബാക്കു എന്ന എണ്ണഖനി

അഗ്നിക്ഷേത്രം സന്ദർശിച്ചതിനുശേഷം സുറാഖനിയിൽ നിന്നും ഞങ്ങൾ വീണ്ടും യാത്ര ആരംഭിച്ചു. നഗരത്തിൽ നിന്നും അകന്നാണ് പോകുന്നത് എന്ന് ചുറ്റുമുള്ള കാഴ്ചകളിൽ നിന്നും മനസ്സിലായി. പഴയകിയതും ഭംഗികുറഞ്ഞതുമായ കെട്ടിടങ്ങളും തെരുവുകളും പിന്നിട്ട് മരുഭൂമിയെ അനുസ്മരിപ്പിക്കുന്ന തരത്തിലുള്ള ഭൂപ്രദേശങ്ങളിലൂടെയായി യാത്ര. റോഡിന്റെ ഇരുവശങ്ങളിലുമായി വേലികെട്ടിത്തിരിച്ച വിശാലമായ എണ്ണപ്പാടങ്ങൾ കാണപ്പെട്ടത് പൊടുന്നനെയാണ്. എണ്ണക്കിണറുകളിൽ നിന്നും എണ്ണ ഊറ്റിയെടുക്കുന്ന യന്ത്രങ്ങൾകൊണ്ട് നിറഞ്ഞിരിക്കുകയാണ് ആ പ്രദേശങ്ങൾ മുഴുവനും. എണ്ണപ്പാടങ്ങളെ ചൂണ്ടി ബാക്കുവിലെ എണ്ണ നിക്ഷേപത്തെപ്പറ്റിയും ഉല്പാദനത്തെപ്പറ്റിയും സാലിമ അറിയാവുന്നതൊക്കെ വിവരിക്കുന്നുണ്ടായിരുന്നു. ഇവിടുത്തെ എണ്ണ ഖനനത്തിന്റ ചരിത്രത്തിന് നൂറ്റാണ്ടുകളുടെ പഴക്കമുണ്ടെന്ന് അപ്പോഴാണ് ഞാൻ മനസ്സിലാക്കിയത്.

പെട്രോളിയം എന്ന് കേൾക്കുമ്പോൾ നമുക്കാദ്യം ഓർമ്മവരുന്നത് സൗദി അറേബ്യ, കുവൈറ്റ്, ഇറാഖ് എന്നിങ്ങനെയുള്ള ഗൾഫ് രാജ്യങ്ങളെയാണ്. ഇതിൽ പല രാജ്യങ്ങളിൽ നിന്നും എണ്ണ ഖനനം ചെയ്തെടുക്കാൻ തുടങ്ങിയിട്ട് 100 വർഷം പോലുമായിട്ടില്ല എന്നതാണ് സത്യം. എന്നാൽ ബാക്കു ഉൾപ്പെടുന്ന പ്രദേശങ്ങളിൽ നിന്നും ആയിരത്തിലധികം വർഷങ്ങൾക്ക് മുൻപ് തന്നെ എണ്ണ ഊറ്റിയെടുക്കുകയും അത് കച്ചവടത്തിന് ഉപയോഗിക്കുകയും ചെയ്തിരുന്നു എന്ന് അക്കാലത്തെ അറേബ്യക്കാരും പേർഷ്യക്കാരുമായ എഴുത്തുകാരുടെ

എണ്ണപ്പാടം

പുസ്തകങ്ങളിൽ രേഖപ്പെടുത്തിവച്ചിട്ടുണ്ട്. 1636-ൽ ജർമ്മൻ സഞ്ചാരിയും നയതന്ത്രജ്ഞനും ആയിരുന്ന “ആദം ഒലീരി എൽഷ്‌ലെഗെർ” (Adam Oleary Elshleger) ബാക്കുവിലെ 30 ഓളം എണ്ണക്കിണറുകളെ പറ്റി വിശദമായി വിവരിച്ചിട്ടുണ്ട്. പിന്നീട് 1683 ൽ സ്വീഡിഷ് എംബസിയുടെ സെക്രട്ടറിയായിരുന്ന “എംഗൽബെർട്ട് കെംഫെർ” (Engelbert Keampfer) ഇവിടുത്തെ എണ്ണ വ്യവസായത്തെ കുറിച്ച് ശരിയായ ഒരു വിവരണം ലോകത്തിന് നൽകുകയുണ്ടായി. അതിന് ശേഷമാണ് ബാക്കു എന്ന എണ്ണ ഖനിയെക്കുറിച്ച് ലോകം അറിയാൻ തുടങ്ങിയത്.

അലക്സാണ്ടർ ഒന്നാമൻ (Alexander Pavlovich Romanov) 1801 ൽ സാർ ചക്രവർത്തിപദം (Russian Emperor) അലങ്കരിച്ചതിന് ശേഷം തന്റെ സാമ്രാജ്യം വിപുലീകരിക്കുന്നതിനായി പേർഷ്യൻ അതിർത്തിക്കുള്ളിലേക്ക് സൈന്യത്തെ അയച്ചു. ഒട്ടേറെ യുദ്ധങ്ങളിലൂടെയും ഉടമ്പടികളിലൂടെയും ബാക്കു ഉൾപ്പെടെയുള്ള പ്രദേശങ്ങൾ റഷ്യയുടെ അധീനതയിലാക്കുകയും എണ്ണ ഖനനത്തിന്റെ കുത്തകാവകാശം അവർ ഏറ്റെടുക്കുകയും ചെയ്തു. അങ്ങിനെ എണ്ണക്കുവേണ്ടിയുള്ള അധിനിവേശത്തിന് തുടക്കമായി. പെട്രോളിയത്തിന്റെയും പ്രകൃതി വാതകത്തിന്റെയും വൻതോതിലുള്ള കച്ചവട സാധ്യത മനസ്സിലാക്കിയ അവർ ഉത്പാദനം കൂട്ടുന്നതിനായി സ്വകാര്യ വ്യക്തികൾക്കും കമ്പനികൾക്കും എണ്ണക്കിണറുകൾ പാട്ടത്തിന് കൊടുക്കുവാൻ ആരംഭിച്ചു. സ്വകാര്യ മേഖലയ്ക്ക് ഇടം

കിട്ടിയതോടുകൂടി എണ്ണയുത്പാദനം പതിന്മടങ്ങ് വർധിക്കുകയും അത് പിന്നീട് കൂടുതൽ എണ്ണ ഉറവിടങ്ങൾ തേടിപ്പോകുന്നതിന് കാരണമാവുകയും ചെയ്തു. അങ്ങിനെയാണ് ബാക്കുവിന് പുറമെ പ്രധാന എണ്ണ ഉറവിടങ്ങളായ അബ്ഷെറോൺ (Absheron), ഗുബ (Guba), സാല്യൻ (Salyan) എന്നീ പ്രദേശങ്ങൾ കൂടി പിടിച്ചെടുത്തത്.

റഷ്യൻ സാമ്രാജ്യത്തിന് കീഴിൽ അസർബൈജാനിലെ എണ്ണ പര്യവേഷണം ത്വരിതഗതിയിലായിക്കൊണ്ടിരുന്നു. 1813 ൽ ബാക്കുവിലെ എണ്ണക്കിണറുകളുടെ എണ്ണം 116 ആയിരുന്നു. 1825 ആയതോടെ അത് 125 ആയും പിന്നീട് 1860 ൽ 218 ആയും ഉയർന്നു. ആദ്യകാലത്ത് കൈകൊണ്ട് പ്രവർത്തിപ്പിക്കുന്ന ചെറു യന്ത്രങ്ങൾ കൊണ്ടായിരുന്നു എണ്ണ കുഴിച്ചെടുത്തിരുന്നത്. അക്കാലത്തെ ഉല്പാദനം നന്നേ കുറവായിരുന്നു. പിന്നീട് കാലാനുസൃതമായ മാറ്റങ്ങൾ ഈ രംഗത്ത് വന്നു. പുതിയ സാങ്കേതികവിദ്യകൾ സ്വീകരിച്ചതോടുകൂടി എണ്ണ ഉല്പാദനത്തിൽ ഗണ്യമായ വളർച്ച രേഖപ്പെടുത്തി. 1898 വരെ ഉല്പാദനവും വിപണനവും റഷ്യയിൽ മാത്രം രജിസ്റ്റർ ചെയ്ത കമ്പനികളുടെ കുത്തകയായിരുന്നു. പിന്നീട് വിദേശ കമ്പനികൾക്കും നിക്ഷേപം നടത്താനുള്ള അനുവാദം ലഭിച്ചു. ഇത് ഇംഗ്ലണ്ട് അടക്കമുള്ള യൂറോപ്യൻ രാജ്യങ്ങൾ വൻതോതിലുള്ള നിക്ഷേപം നടത്തുന്നതിന് കാരണമായി. എണ്ണയുടെ ആവശ്യക്കാർ കൂടിക്കൂടി വന്നതോടുകൂടി ബാക്കു നഗരം കേന്ദ്രീകരിച്ചുള്ള വൻ വികസനത്തിന് തുടക്കമാവുകയും ചെയ്തു.

പത്തൊമ്പതാം നൂറ്റാണ്ടിന്റെ മധ്യത്തിൽ വ്യാവസായികമായി ഏറ്റവും കൂടുതൽ പെട്രോളിയം ഖനനം ചെയ്തെടുത്തിരുന്നത് അമേരിക്കയാണെന്ന് പറയാറുണ്ടെങ്കിലും 1898 ആയപ്പോഴേക്കും ബാക്കുവിലെ എണ്ണ ഉല്പാദനത്തിന്റെ സഹായത്തോടെ റഷ്യൻ എണ്ണവ്യവസായം അമേരിക്കയെക്കാൾ മുന്നിലെത്തി. 160000 ബാരൽ ആയിരുന്നു ആ സമയം ബാക്കുവിലെ മാത്രം ഒരു ദിവസത്തെ ശരാശരി ഉല്പാദനം. അത് 1901 ഓടെ 212000 ബാരൽ ആയി ഉയർന്നു. (കൃത്യമായി പറഞ്ഞാൽ ഒരു ബാരൽ എന്നത് 158.98 ലിറ്റർ പെട്രോളിയമാണ്). ആ വർഷത്തിൽ ലോകത്തിലെ ആകെയുള്ള എണ്ണ ഉല്പാദനത്തിന്റെ പകുതിയിൽ അധികവും അസർബൈജാനിലെ ഉല്പാദനമായിരുന്നു. ബാക്കുവിനോട് അടുത്തുകിടക്കുന്ന സാബുഞ്ചി (Sabunchy), സുറാഖനി (Surakhani), ബിബി-ഹേയ്ബാത് (Bibi-Heybat) എന്നിവയായിരുന്നു പ്രധാന ഉല്പാദനകേന്ദ്രങ്ങളായി വളർന്നുവന്നത്. ഇതിൽ സാബുഞ്ചിയിലാണ് ആകെയുള്ളതിന്റെ 35% വും ഉല്പാദിപ്പിച്ചിരുന്നത്.

ബാക്കുവിലെ എണ്ണയുത്പാദനത്തിൽ വളർച്ച എന്നതുപോലെ തളർച്ചയും ഉണ്ടായി. 1903 മുതലാണ് എണ്ണ വ്യവസായത്തിൽ

പ്രതിസന്ധികൾ ഉണ്ടാവാൻ തുടങ്ങിയത്. 1905 ൽ നടന്ന റഷ്യയിലെ ഒന്നാമത്തെ വിപ്ലവത്തിന്റെ അലയൊലികൾ സാർ സാമ്രാജ്യത്തിന് കീഴിലുള്ള എല്ലാ പ്രദേശങ്ങളിലേക്കും പടർന്നു. അത് ബാക്കുവിലെയും സാമൂഹിക രാഷ്ട്രീയ ജീവിതത്തെ ശരിക്കും പിടിച്ചുകുലുക്കി. എണ്ണ വ്യവസായ തൊഴിലാളികൾക്കിടയിൽ സംഘടനാബോധം വളരുകയും അത് തൊഴിൽ പ്രശ്നങ്ങൾ ഉന്നയിക്കുന്നതിലേക്കും വഴിവച്ചു. പണിമുടക്കുകളും സമരങ്ങളും ഉത്പാദനത്തെ പ്രതികൂലമായി ബാധിച്ചു. 1914 മുതൽ 1918 വരെ നീണ്ടുനിന്ന ഒന്നാം ലോകമഹായുദ്ധവും ബാക്കുവിലെ എണ്ണ വ്യവസായത്തെ തകർച്ചയിലേക്ക് നയിക്കുന്നതിന് പ്രധാന കാരണങ്ങളിൽ ഒന്നായിത്തീർന്നു. ബാക്കുവിലെ നിക്ഷേപക രാജ്യങ്ങൾ മിക്കതും യുദ്ധത്തിൽ നേരിട്ട് പങ്കെടുക്കുകയും അതേത്തുടർന്ന് സാമ്പത്തികമേഖലയിൽ തകർച്ച നേരിടുകയും ചെയ്തത് പെട്രോളിയം കയറ്റുമതിയെ സാരമായി ബാധിച്ചു. അങ്ങിനെ എണ്ണ ഉത്പാദനം അതിന്റെ ഏറ്റവും ഉന്നതമായ അവസ്ഥയായ 212000 ബാരൽ പ്രതിദിന ഉല്പാദനത്തിൽ നിന്നും ചരിത്രത്തിലെ ഏറ്റവും താഴ്ന്ന നിലയായ 65000 ബാരലിലേക്ക് കൂപ്പുകുത്തി.

റഷ്യയിലെ ഒക്ടോബർ വിപ്ലവത്തിന് ശേഷം അസർബൈജാനിലെ സാർ ഭരണം അവസാനിച്ചെങ്കിലും ബാക്കുവിലെ തൊഴിലാളികളുടെയും കമ്മ്യൂണിസ്റ്റ് അനുഭാവികളുടെയും സഹായത്തോടെ 1920ൽ ബോൾഷെവിക്കുകൾ അസർബൈജാന്റെ അധികാരം പിടിച്ചെടുത്തു. സോവിയറ്റ് യൂണിയനിൽ അംഗമായതിന് ശേഷം സ്വകാര്യമേഖലയിൽ ഉണ്ടായിരുന്ന എണ്ണപ്പാടങ്ങളെല്ലാം ദേശസാത്കരിക്കുകയും കേന്ദ്രീകൃത വ്യവസ്ഥ അനുസരിച്ച് എണ്ണ മുഴുവനും റഷ്യയിലേക്ക് കയറ്റി അയക്കുന്ന സ്ഥിതി ഉണ്ടാവുകയും ചെയ്തു. ഇക്കാലത്താണ് തൊഴിലാളികളെ ഉല്പാദന സാങ്കേതിക വിദ്യ പഠിപ്പിക്കുന്നതിനായി അസർബൈജാൻ സ്റ്റേറ്റ് ഓയിൽ അക്കാദമി (Azerbaijan State Oil Academy) രൂപീകരിച്ചത്. എല്ലാ മേഖലകളിലും ശാസ്ത്രസാങ്കേതികവിദ്യയുടെ സഹായം സ്വീകരിച്ച സോവിയറ്റ് സർക്കാർ എണ്ണ കുഴിച്ചെടുക്കുന്നതിനുള്ള ആധുനിക സാങ്കേതിക വിദ്യകൾ അമേരിക്കയുമായുള്ള സഹകരണത്തിലൂടെ ആർജ്ജിക്കുകയും എണ്ണ ഉത്പാദനം പുതിയ ഉയർച്ചയിലേക്ക് എത്തിക്കുകയും ചെയ്തു. ഒരിക്കൽ കൂപ്പുകുത്തിയ എണ്ണ ഉത്പാദനം 1940 കളിൽ 475000 ബാരൽ ആയി ഉയർന്നു.

രണ്ടാം ലോകമഹായുദ്ധ കാലത്ത് വീണ്ടും പ്രതിസന്ധികൾ ഉണ്ടായെങ്കിലും വളരെ പെട്ടെന്ന് തന്നെ അത് മറികടക്കാൻ ബാക്കുവിലെ എണ്ണ വ്യവസായ മേഖലയ്ക്ക് കഴിഞ്ഞു. 1939 മുതൽ ആരംഭിച്ച രണ്ടാം

ലോകമഹായുദ്ധത്തിൽ ബാക്കുവിൽ നിന്നുള്ള ധാരാളം തൊഴിലാളികൾ സൈനിക സേവനം അനുഷ്ഠിച്ചതിനാൽ എണ്ണക്കിണറുകളിൽ തൊഴിലാളികളുടെ ഒഴിവുകൾ ഉണ്ടായി. ആ ഒഴിവുകളിലേക്ക് സ്ത്രീകൾ കടന്നുവരികയും തൊഴിലാളികളുടെ ലഭ്യതക്കുറവ് പരിഹരിക്കപ്പെടുകയും ചെയ്തു. 1942 ൽ 38 ശതമാനമാണ് സ്ത്രീകളുടെ പങ്കാളിത്തമെങ്കിൽ 1944 ഓടെ അത് 60 ശതമാനത്തിലേറെയായി. യുദ്ധകാലത്ത് വർധിച്ച വന്ന ഇന്ധനത്തിന്റെ ആവശ്യകത ഹിറ്റ്ലറുടെ ജർമ്മൻ പട്ടാളത്തിനെ ബാക്കുവിനെ ആക്രമിച്ച് എണ്ണ ഉത്പാദന കേന്ദ്രങ്ങൾ അധീനതയിലാക്കാൻ പ്രേരിപ്പിച്ചു. 1942 സെപ്റ്റംബർ 25 ന് ബാക്കു ആക്രമിക്കാൻ പദ്ധതി ആസൂത്രണം ചെയ്തെങ്കിലും സ്റ്റാലിൻഗ്രാഡ് പോരാട്ടത്തിൽ(Battle of Stalingrad) സോവിയറ്റ് പട്ടാളത്തോട് പരാജയപ്പെട്ടതുകാരണം ഹിറ്റ്ലറുടെ സൈന്യത്തിന് അതിന് സാധിച്ചില്ല. 1945-ൽ രണ്ടാം ലോകമഹായുദ്ധത്തിന് ശേഷം കാസ്പിയൻ കടലിൽ നിന്നുള്ള എണ്ണ ഉല്പാദനത്തിന് വേണ്ടിയുള്ള പ്രയത്നം വ്യാപകമായി നടന്നു. അതിന്റെ. ഫലമായി നിരവധി എണ്ണ ശേഖരങ്ങൾ കണ്ടെത്തുകയും ആധുനിക സാങ്കേതികവിദ്യ ഉപയോഗിച്ച് ഉത്പാദനം വൻതോതിൽ നടത്തിവരികയും ചെയ്തു.

1991-ൽ സോവിയറ്റ് യൂണിയനിൽ നിന്നും സ്വതന്ത്രമായ അസർബൈജാൻ ഈ രംഗത്ത് വിദേശ നിക്ഷേപങ്ങൾക്ക് വേണ്ടിയുള്ള ശ്രമം ആരംഭിച്ചു. ഇത് ലോകോത്തര കമ്പനികളെ ആകർഷിക്കുകയും വൻതോതിലുള്ള നിക്ഷേപങ്ങൾക്ക് വഴിയൊരുക്കുകയും ചെയ്തു. ജോർജിയ, തുർക്കി തുടങ്ങിയ രാജ്യങ്ങളിലേക്ക് നിർമ്മിച്ച പൈപ്പ് ലൈനുകൾ യൂറോപ്പിലേക്കുള്ള എണ്ണക്കച്ചവടം ദ്രുതഗതിയിലാക്കി. 1992 സെപ്റ്റംബർ 13 ന് "സ്റ്റേറ്റ് ഓയിൽ കമ്പനി ഓഫ് അസർബൈജാൻ റിപ്പബ്ലിക്ക് " (State Oil Company Of Azerbaijan Republic-SOCAR) എന്ന സർക്കാർ ഉടമസ്ഥതയിലുള്ള കമ്പനി രൂപീകരിച്ച് സോക്കർ(SOCAR) എന്ന പേരിൽ പെട്രോളും ഡീസലും വിപണനം ആരംഭിച്ചു. വിദേശ നിക്ഷേപം സ്വീകരിക്കുന്നതിലും സ്വന്തമായ ഉല്പന്നമായി വിപണനം ചെയ്യുന്നതിലും വിജയിച്ച അസർബൈജാൻ സ്വാതന്ത്ര്യത്തിന് ശേഷം കുറഞ്ഞ വർഷങ്ങൾക്കുള്ളിൽ തന്നെ സാമ്പത്തികമായ പുരോഗതി പ്രാപിച്ചു. ഇന്ന് ജോർജിയ, തുർക്കി, സ്വിറ്റ്സർലൻഡ്, ഉക്രൈൻ തുടങ്ങിയ നിരവധി രാജ്യങ്ങളിൽ SOCAR ന് വിപുലമായ റീട്ടെയിൽ ശൃംഖല ഉണ്ട്.

തീ തുപ്പുന്ന മല
(Fire Mountain)

സാലിമ പറയുന്ന കാര്യങ്ങൾ കേട്ടും അവളോട് സംശയങ്ങൾ ചോദിച്ചും ഞങ്ങൾ മുന്നോട്ട് സഞ്ചരിച്ചു..അഗ്നിക്ഷേത്രം സ്ഥിതി ചെയ്യുന്ന സുറാഖനി കടന്ന് അബ്ഷെറോൺ ജില്ലയിൽ എത്തി. മരുഭൂമി പോലെ ഉണങ്ങി വരണ്ട പ്രദേശമാണിത്. റോഡിനിരുവശത്തും മരുഭൂമിയിലെ മൺകൂനകൾ പോലെ ചെറുതും വലുതുമായ കുന്നുകളും താഴ്‌വരകളും അനന്തമായി കിടക്കുന്നത് കാണാം. കുറേ ദൂരത്തോളം ഒരു വീടോ കെട്ടിടമോ കാണാനില്ലായിരുന്നു. ഈ ജില്ലയിലാണ് യാനാർദാഗ് (Yanardag) എന്ന് അസർബൈജാനി ഭാഷയിൽ വിളിക്കുന്ന കത്തിക്കൊണ്ടിരിക്കുന്ന മല (Fire Mountain) ഉള്ളത്. യാത്രക്കിടെ പെട്ടെന്ന് ഡ്രൈവർ വാഹനത്തിന്റെ വേഗത കുറച്ച് പ്രധാന റോഡിൽ നിന്നും നന്നേ വീതികുറഞ്ഞ മറ്റൊരു റോഡിലേക്ക് വണ്ടി തിരിച്ചു. ജനവാസം കുറഞ്ഞ മേഖലയിലൂടെ നിരവധി വളവുകളും കയറ്റങ്ങളും കയറി ഞങ്ങൾ യാത്ര തുടർന്നു. നേരത്തേതിൽ നിന്നും വ്യത്യസ്തമായി റോഡിനിരുവശവും മണൽ നിറഞ്ഞ വലിയ കുന്നുകൾ കാണാമായിരുന്നു. അവസാനം ഒരു വലിയ കയറ്റം കയറിയിറങ്ങി തികച്ചും ആധുനികമായ രീതിയിൽ നിർമ്മിച്ച ഒരു കെട്ടിടത്തിന് മുന്നിൽ ഡ്രൈവർ വണ്ടി നിർത്തി.

വാഹനത്തിൽ നിന്നും പുറത്തിറങ്ങിയ സാലിമ നേരെ കെട്ടിടത്തിനകത്തുള്ള ടിക്കറ്റ് കൗണ്ടറിലേക്ക് പോയി. ഞാൻ ഇറങ്ങി ചുറ്റുപാടുമുള്ള കാഴ്ചകൾ നോക്കി നിന്നു. ഇളം മഞ്ഞ നിറത്തിലുള്ള നേർത്ത മണൽ

ഫയർ മൗണ്ടനിലേക്കുള്ള വഴി

മൂടിയ കുന്നുകൾക്കിടയിൽ ആകെ ഒരു കെട്ടിടം മാത്രമേ കാണാനുള്ളൂ. കൊട്ടുംവെയിലിൽ മണൽ പ്രതിഫലിപ്പിക്കുന്ന സൂര്യപ്രകാശം കണ്ണുകളെ ഇറുക്കി അടപ്പിച്ചു. സാലിമ നമുക്കുള്ള ടിക്കറ്റ് വാങ്ങി വന്നു. ഒരാൾക്ക് 3 മനാത് ആയിരുന്നു ടിക്കറ്റ് വില. മരുപ്രദേശമാണെങ്കിലും ആധുനികമായ രീതിയിലാണ് ടിക്കറ്റ് സമ്പ്രദായം ഒരുക്കിയിരിക്കുന്നത്. മെട്രോ സ്റ്റേഷനിലൊക്കെ കാണുന്ന പോലെ ടിക്കറ്റ് സ്കാൻ ചെയ്താലേ അകത്തേക്ക് കടക്കാൻ സാധിക്കുകയുള്ളൂ. ആ കടമ്പയൊക്കെ കടന്ന് ഞങ്ങൾ കെട്ടിടത്തിനകത്ത് കയറി. അവിടെ നിന്നിരുന്ന ഒരുദ്യോഗ സ്ഥൻ ഞങ്ങൾക്ക് മുന്നോട്ട് പോകാനുള്ള വഴി പറഞ്ഞു തന്നു. ആ വഴിയിലൂടെ ചെന്ന് ഞങ്ങൾ അധികം വലിപ്പമില്ലാത്ത കെട്ടിടത്തിന്റെ പിറക് വശത്തെത്തി. വാതിലിലൂടെ പുറത്തുകടന്നപ്പോൾ അഞ്ചാറ് മീറ്റർ താഴേക്കിറങ്ങാനുള്ള പടികളാണ് കണ്ടത്. അതിലൂടെ ഇറങ്ങിയ ഞങ്ങൾ കൃത്രിമമായി നിരപ്പാക്കിയ ഒരു കൊച്ചു മൈതാനം പോലെ തോന്നിക്കുന്ന സ്ഥലത്തെത്തി.

നിരപ്പായ ആ സ്ഥലം അവസാനിക്കുന്നത് ഒരു മലയുടെ അടിഭാഗത്താണ്. ആ ഭാഗമാണ് ഞങ്ങളേവരെയും ആശ്ചര്യപ്പെടുത്തിക്കൊണ്ട് സദാസമയവും തനിയെ കത്തിക്കൊണ്ടിരിക്കുന്നത്. ഇതുവരെ കാണുകയോ കേൾക്കുകയോ ചെയ്യാത്ത ഒന്നായതുകൊണ്ട് ഒരത്ഭുതം തന്നെയായിരുന്നു എനിക്കാ കാഴ്ച. മഴയത്തും, വെയിലത്തും, മഞ്ഞിലും ഒരു തടസ്സവും കൂടാതെ ഒരേ പോലെ അതും എത്രയോ വർഷമായി തുടർച്ചയായി കത്തിക്കൊണ്ടിരിക്കുന്നു എന്ന് പറഞ്ഞപ്പോൾ ആദ്യം എനിക്ക് വിശ്വസിക്കാനായില്ല. 1950 ലാണ് ഇതുവഴി ആടുമേയ്ക്കാൻ വന്ന ഒരു ആട്ടിടയൻ യാദൃശ്ചികമായി ഈ പ്രതിഭാസം കാണാനിടയായത്.

ഫയർ മൗണ്ടനു മുന്നിൽ

പിന്നീട് അത്ഭുതകരമായ ഈ വാർത്ത അറിഞ്ഞ് പല സ്ഥലങ്ങളിൽ നിന്നും സന്ദർശകർ വരാൻ തുടങ്ങി. ടൂറിസം മേഖലയ്ക്ക് ഒരു മുതൽക്കൂട്ടാകും എന്ന് മനസ്സിലാക്കി ഗവൺമെന്റ് ഈ സ്ഥലം ഏറ്റെടുക്കുകയും ബാക്കുവിലെ പ്രധാന വിനോദസഞ്ചാര കേന്ദ്രങ്ങളിലൊന്നാക്കി മാറ്റുകയും ചെയ്തു. 2017-ൽ 63000 ത്തിൽ അധികം ആളുകൾ ഇവിടെ സന്ദർശിക്കുകയുണ്ടായി. അതിൽ ഭൂരിഭാഗം പേരും വിദേശികളായിരുന്നു. പ്രധാനമായും അടുത്തുള്ള രാജ്യങ്ങളായ റഷ്യ, ഇറാഖ്, UAE എന്നിവിടങ്ങളിൽ നിന്നാണ് ഏറ്റവും കൂടുതൽ സന്ദർശകർ വന്നുകൊണ്ടിരിക്കുന്നത്.

ഞങ്ങൾ തൊട്ട് മുൻപ് സന്ദർശനം പൂർത്തിയാക്കിയ സുറാഖനിയിലെ അഗ്നിക്ഷേത്രത്തിൽ ഉണ്ടായിരുന്നു എന്ന് പറയപ്പെടുന്ന സ്വയംഭൂ ആയ അഗ്നി പോലെ തന്നെയാണ് ഇവിടെയും. ഭൂമിശാസ്ത്രപരമായി ഒരേ സ്വഭാവം കാണിക്കുന്നത് ചിലപ്പോൾ വളരെ അടുത്തുള്ള പ്രദേശങ്ങളായതുകൊണ്ടാവാം. ഇവിടെ ഭൂമിക്കടിയിൽ ഹൈഡ്രോകാർബൺ അടങ്ങിയ വാതകങ്ങളുടെ നിക്ഷേപം ധാരാളമുള്ളതാണിതിന് കാരണം. നേരത്തെ സൂചിപ്പിച്ചതുപോലെ ഈ പ്രകൃതിവാതകം പാറകളിലും മറ്റും ഉണ്ടാകുന്ന ചെറിയ സുഷിരങ്ങളിലൂടെയും വിള്ളലുകളിലൂടെയും പുറത്തേക്ക് വരുമ്പോൾ അന്തരീക്ഷത്തിലെ ഓക്സിജനുമായി സമ്പർക്കം ഉണ്ടാവുകയും രാസപ്രവർത്തനം നടന്ന് കത്തുകയും ചെയ്യുന്നു. പെട്രോളിയത്തിന്റെയും പ്രകൃതിവാതകത്തിന്റെയും കലവറയായ അസർബൈജാനിൽ ഇതുപോലെ വേറെയും സ്ഥലങ്ങൾ ഉണ്ടെങ്കിലും ഇതാണ് ഏറ്റവും പ്രധാനപ്പെട്ടത്. സവിശേഷമായ ഭൂപ്രകൃതി കാരണം ലോകത്തിൽ ഈ പ്രതിഭാസം ഏറ്റവും കൂടുതൽ കാണപ്പെടുന്നതും അസർബൈജാനിലാണ്.

അടുത്ത് പോകുന്നതിൽ കുഴപ്പമില്ലെന്നും ഇത്രയും കാലത്തിനിട യിൽ അപകടമൊന്നും ഉണ്ടായിരുന്നില്ലെന്നും സാലിമ പറഞ്ഞെങ്കി ലും പേടികാരണം കൂടുതൽ മുന്നോട്ട് പോകാൻ ഞാൻ മടിച്ചു. പിന്നെ അവിടെ വന്ന മറ്റു സഞ്ചാരികൾ അതിനടുത്ത് ചെന്ന് ഫോട്ടോ എടുക്കു ന്നത് കണ്ടപ്പോൾ ഇത്തിരി ധൈര്യം വന്നു. ഞാൻ പതുക്കെ അതിന്റെ അടുത്തേക്ക് നടന്നു, വലിയ കുഴപ്പമില്ലെന്ന് തോന്നിയപ്പോൾ കൂടുതൽ അടുത്തേക്ക് പോയി. ഒരു അത്ഭുതക്കാഴ്ച ആയതുകൊണ്ട് ഞങ്ങൾ കുറെയേറെ ഫോട്ടോകൾ എടുത്തു. ഏകദേശം 1 മീറ്റർ മുതൽ 2 മീറ്റർ വരെ ഉയരത്തിലാണ് കത്തിക്കൊണ്ടിരിക്കുന്നത്. മലയുടെ ഏറ്റവും അടി ഭാഗമാണ് കത്തുന്നത്. കുറെക്കാലമായി കത്തിയതുകൊണ്ട് മലയുടെ താഴെയുള്ള പാറകൾക്ക് കറുത്ത നിറം കൈവന്നിരുന്നു. വർഷങ്ങൾക്ക് മുൻപേ ഇതിനേക്കാൾ ഉയരങ്ങളിൽ കത്തുമായിരുന്നു എന്ന് സാലിമ പറഞ്ഞു. കുറച്ച് മുകളിലായി കല്ലുകൾ കറുത്തിരിക്കുന്നത് കണ്ടപ്പോൾ പറഞ്ഞത് ശരിയാണെന്ന് എനിക്കും തോന്നി. ഒന്നുകിൽ പ്രകൃതിവാത കത്തിന്റെ ലഭ്യതയിൽ കുറവ് വന്നതുകൊണ്ടോ അല്ലെങ്കിൽ വാതകം പുറത്ത് വന്നുകൊണ്ടിരുന്ന സുഷിരങ്ങൾ അടഞ്ഞതുകൊണ്ടോ ആണ് ഇപ്പോൾ കൂടുതൽ ഭാഗങ്ങൾ കത്താതിരിക്കുന്നത് എന്ന് തോന്നുന്നു.

അന്തരീക്ഷത്തിൽ ഉണ്ടായിരുന്ന വാതകത്തിന്റെ രൂക്ഷ ഗന്ധം സഹിക്കാൻ പറ്റാത്തതിനാലും കഠിനമായ വെയിലിന്റെയും തീയുടെയും ചൂട് കാരണത്താലും ഞങ്ങൾ അധികനേരം അവിടെ ചിലവഴിച്ചില്ല. കത്തിക്കൊണ്ടിരിക്കുന്ന മലയുടെ മുകൾഭാഗത്ത് “YANARDAG” എന്ന വാക്ക് വലിപ്പത്തിൽ പ്രദർശിപ്പിച്ചിട്ടുണ്ട്. ഇവിടെ വരുന്ന സഞ്ചാരികൾക്ക് ഫോട്ടോ എടുത്ത് സൂക്ഷിക്കാൻ വേണ്ടിയാണ് അധികൃതർ ഈ സൗകര്യം ഒരുക്കിയിരിക്കുന്നത്. അതിപ്പോൾ സർവ്വ സാധാരണമായി മിക്ക ടൂറിസ്റ്റ് കേന്ദ്രങ്ങളിലും കാണുന്ന കാര്യമാണ്. അവിടെയെത്താനായി ഞങ്ങൾ നേരത്തേ ഇറങ്ങിയ പടികൾ കയറി മുകളിലെത്തി. അവിടുന്ന് ഒരു ചെറിയ പാലം കടന്നുവേണം എതിർ വശത്തുള്ള മലയുടെ മുകളിലെത്താൻ. ഞങ്ങൾ അവിടെയെത്തിയ പ്പോൾ രണ്ടുപേർ അവിടുന്ന് ഫോട്ടോ എടുക്കുന്നുണ്ടായിരുന്നു. അവർ പോയപ്പോൾ ഞങ്ങളുടെ ഊഴമായി. ഞാൻ ആദ്യം ഫോട്ടോ എടുത്ത് മറ്റുള്ളവർക്കായി മാറിക്കൊടുത്തു. ഞങ്ങൾ നിന്നിരുന്ന ആ വലിയ കുന്നിന്റെ ചരിവ് കാരണം മറുവശത്തെന്താണെന്ന് കാണാൻ സാധിച്ചി രുന്നില്ല. എല്ലാവരും ഫോട്ടോ എടുക്കുന്നതിൽ മുഴുകിയപ്പോൾ കുന്നിന്റെ മറുവശത്തെ കാഴ്ചകൾ കാണാനായി ഞാൻ ക്യാമറയും എടുത്ത് മെല്ലെ മുകളിലേക്ക് കയറാൻ തുടങ്ങി.

ഇടയനും ആട്ടിൻപറ്റവും

വിചാരിച്ചിരുന്ന പോലെ എളുപ്പമായിരുന്നില്ല കയറ്റം. നന്നായി കിതച്ചുകൊണ്ടായിരുന്നു ഞാൻ മുകളിൽ എത്തിയത്. പക്ഷെ ആ ക്ഷീണമൊക്കെ അവിടുന്നുള്ള കാഴ്ചകൾ ഇല്ലാതാക്കി എന്നതാണ് സത്യം. ഒരു ഭാഗത്ത് നോക്കെത്താ ദൂരത്തോളം കുന്നുകളും താഴ്‌വരകളും മാത്രമാണ്. കാഴ്ച്ചയിൽ മരുഭൂമി പോലെ തോന്നിക്കുമെങ്കിലും ഉറച്ച ഭൂമിയാണെന്ന് ചവിട്ടുമ്പോൾ മനസ്സിലായി. ഈ കുന്നുകളെല്ലാം ഒരു തരം നേർത്ത മണൽ കൊണ്ട് മൂടിയിരിക്കുന്നതുകൊണ്ടാണ് മണൽക്കുന്നുകളാണെന്ന് തോന്നുന്നത്. ഇത്തിരി ദൂരെ മറ്റൊരുഭാഗത്ത് കുറച്ച് കെട്ടിടങ്ങൾ കാണാം. സൂക്ഷിച്ചു നോക്കിയപ്പോഴാണ് ആ ഭാഗത്തുനിന്നും പ്രായം കുറഞ്ഞ ഒരു ആട്ടിടയൻ കുറേ ചെമ്മരിയാടുകളുമായി മുന്നിലുള്ള കുന്നിറങ്ങി വരുന്നത് കണ്ടത്. ഇരുപത് വയസ്സിൽ താഴെ മാത്രമേ അവന് പ്രായം കാണൂ. അമ്പതെണ്ണത്തിൽ കുറയാത്ത ആടുകളുമായാണ് മൂപ്പരുടെ വരവ്. വളരെ രസകരമായ കാഴ്ചയായതുകൊണ്ട് ഞാൻ അവരെ തന്നെ നോക്കിനിന്നു. ചെറുപ്പം മുതലേ പരിശീലിച്ചതുകൊണ്ടാണെന്നു തോന്നുന്നു അവയെ അവന് ശരിക്കും നിയന്ത്രിക്കാനാവുന്നുണ്ട്. കൂട്ടത്തിൽ കുസൃതി നിറഞ്ഞ രണ്ടുമൂന്നെണ്ണത്തിന് അവന്റെ അസർബൈജാനി ഭാഷയിലുള്ള ശകാരവും കിട്ടുന്നുണ്ട്. അവരെന്റെ അടുത്തെത്തിയപ്പോൾ, അവന്റെ ഭാഷ എനിക്കും എന്റെ ഭാഷ അവനും പിടികിട്ടില്ല എന്നറിഞ്ഞുകൊണ്ടുതന്നെ അത്യാവശ്യം ആംഗ്യഭാഷയും ഇംഗ്ലീഷ് ഭാഷയും കൂട്ടിക്കുഴച്ച് ആടുകളുടെ ഫോട്ടോ എടുത്തോട്ടെ എന്ന് ചോദിച്ചു. ക്യാമറ ഉയർത്തിപ്പിടിച്ച് ഞാൻ കാണിച്ച പരാക്രമം കണ്ടിട്ട്

അവന് കാര്യം പിടികിട്ടി. ഇത്തിരി ഗൗരവമുള്ള മുഖഭാവമാണെങ്കിലും അവൻ പരന്നു നടക്കുന്ന ആടുകളെ നിയന്ത്രിച്ച് ഒരു സ്ഥലത്താക്കിയിട്ട് എനിക്ക് ഫോട്ടോ എടുക്കുന്നതിനായി സൗകര്യം ചെയ്തുതന്നു. കിട്ടിയ അവസരം പാഴാക്കാതെ ഞാൻ അവയുടെ കുറച്ച് ഫോട്ടോ എടുത്തു, ശേഷം അവനോട് ആംഗ്യഭാഷയിൽ നന്ദിയും പറഞ്ഞ് തിരിച്ചു നടന്നു.

കുന്നിറങ്ങി പഴയ സ്ഥലത്ത് തിരിച്ചെത്തിയപ്പോൾ എന്റെ കൂട്ടുകാരാരും അവിടെയുണ്ടായിരുന്നില്ല. ഒരു നിമിഷം പകച്ചുപോയെങ്കിലും ദൂരെ പാലം കടന്ന് മറ്റൊരുഭാഗത്തേക്ക് നടക്കുന്ന കൂട്ടുകാരെ കണ്ടപ്പോൾ സമാധാനമായി. ഞാൻ വേഗത്തിൽ നടന്ന് അവരുടെ അടുത്തെത്തി. സാലിമ അവരെയും കൂട്ടി YANARDAG ന്റെ തൊട്ടടുത്തുള്ള തുറന്ന മ്യൂസിയത്തിലേക്ക് നടക്കുകയായിരുന്നു. പേരുപോലെ തന്നെ മതിലുകളോ മേൽക്കൂരയോ ഇല്ലാത്ത ചതുരാകൃതിയിലുള്ള ഒരു സ്ഥലത്തായിരുന്നു മ്യൂസിയം. വളരെ ചെറിയ സ്ഥലത്ത് ഒരുക്കിയതായതുകൊണ്ട് അധികം പ്രദർശനവസ്തുക്കളൊന്നും അവിടെയില്ലായിരുന്നു. പണ്ടുകാലത്ത് അവിടെ ജീവിച്ചിരുന്നവർ ഉപയോഗിച്ചിരുന്ന ശിലാനിർമ്മിതമായ പലതരം ഉപകരണങ്ങൾ, പാത്രങ്ങൾ, ശവക്കല്ലറകളിൽ ഉപയോഗിച്ചിരുന്ന ഫലകങ്ങൾ എന്നിവയാണ് പ്രധാനമായും വിവരണങ്ങൾ സഹിതം പ്രദർശിപ്പിച്ചിരിക്കുന്നത്. മേൽക്കൂരയോ ചുറ്റും മറവുകളോ ഇല്ലാത്ത ഇതുപോലുള്ള ഒരു തുറന്ന മ്യൂസിയം കർണാടകയിലെ ഹാലേബീഡ് ക്ഷേത്രത്തിനടുത്ത് സന്ദർശിച്ചത് ഞാൻ ഓർത്തു.

ബാക്കുവിലെ മിക്ക ടൂറിസ്ററ് കേന്ദ്രത്തിലും അനുബന്ധമായി അസർബൈജാന്റെ പൗരാണിക ജീവിതത്തെ വെളിപ്പെടുത്തുന്ന ഇതുപോലുള്ള കൊച്ചു മ്യൂസിയങ്ങൾ ഒരുക്കിയിട്ടുണ്ട്. സന്ദർശകരെ ആകർഷിക്കുന്നതിനും വരുമാനം വർധിപ്പിക്കുന്നതിനും ഇവ സഹായിക്കുന്നുണ്ട്. ഈ പ്രദേശത്തെ വിനോദ സഞ്ചാരം പ്രോത്സാഹിപ്പിക്കുന്നതിന് വേണ്ടിയാണ് 2007 ൽ അസർബൈജാനിലെ സ്റ്റേറ്റ് ടൂറിസം ഏജൻസിയുടെ (State Tourism Agency Of Azerbaijan) കീഴിൽ ഈ മ്യൂസിയം സഞ്ചാരികൾക്കായി ഒരുക്കിയത്. എല്ലാം സൂക്ഷ്മമായി കണ്ട് മനസ്സിലാക്കിയ ശേഷം ഞങ്ങൾ പുറത്തേക്ക് നടന്നു. മ്യൂസിയത്തിന് പുറത്തായി കുട്ടികൾക്ക് കളിക്കാൻ വേണ്ടിയുള്ള ഒരു പാർക്ക് ഉണ്ടായിരുന്നു. ആമിനക്ക് വേണ്ടി ഞങ്ങൾ അവിടെയും കുറച്ച് സമയം ചിലവഴിച്ചു. പിന്നീട് ബാക്കുവിലേക്ക് തന്നെ തിരിച്ചു പോയി.

ഹൈദർ അലിയേവ്

യനാർദാഗ് സന്ദർശിച്ചതിനുശേഷം മടക്കയാത്രയിൽ കത്തിക്കൊണ്ടിരിക്കുന്ന മല തന്നെയായിരുന്നു മനസ്സിൽ. ആ മലയെക്കുറിച്ച് പുറംലോകമറിഞ്ഞിട്ടിപ്പോൾ 70 വർഷത്തിനടുത്തായി. ഇതുവരെ കെടാതെ കത്തിക്കൊണ്ടിരിക്കുന്നുണ്ട്. അതിന് മുൻപ് എത്ര കാലമായി കത്തുന്നുണ്ടായിരിക്കും. ഇതൊക്കെ ചിന്തിച്ച് ഞാൻ ഉറക്കത്തിന്റെ വക്കോളമെത്തിയിരുന്നു. അപ്പോഴാണ് സാലിമ വണ്ടിയിലെ മൈക്ക് എടുത്ത് സംസാരിക്കാൻ തുടങ്ങിയത്. ഞങ്ങൾ വീണ്ടും ബാക്കു നഗരത്തിലേക്കാണ് പോകുന്നതെന്നും ഉച്ചഭക്ഷണത്തിനുശേഷം സന്ദർശിക്കാനുള്ള ഹൈദർ അലിയേവ് സെന്റർ ബാക്കു നഗരത്തിനുള്ളിൽത്തന്നെയായതുകൊണ്ടാണ് അങ്ങോട്ട് തന്നെ മടങ്ങുന്നത് എന്നുമാണ് അവൾ പറഞ്ഞത്. ഹൈദർ അലിയേവ് സെന്റർ എന്ന് കേട്ടപ്പോഴേ എന്റെ ഉറക്കമെല്ലാം ഏതോ വഴിക്ക് പോയി. ഞങ്ങൾ ബാക്കു എയർ പോർട്ടിൽ വന്നിറങ്ങിയതിന് ശേഷം ഹോട്ടലിലേക്ക് പോകുമ്പോൾ അതിന്റെ ഒരു ഭാഗം ദൂരെ നിന്നും കണ്ടിരുന്നു. ദൂരെ നിന്നുപോലും ഒരു മനോഹര ദൃശ്യമായിരുന്നു അത്. വാഹനത്തിലായിരുന്നതുകൊണ്ട് കാഴ്ച വളരെ പെട്ടെന്ന് മറഞ്ഞുപോയിരുന്നു. ഏതായാലും ഇനി നന്നായി കാണാമല്ലോ എന്നോർത്തപ്പോൾ സന്തോഷം തോന്നി.

ഏതാണ്ട് ഒരു മണി ആയപ്പോൾ ഞങ്ങളുടെ വാഹനം “INDIA” എന്ന പേരുള്ള ഇന്ത്യൻ റെസ്റ്റോറന്റിന് മുന്നിൽ നിന്നു. സാലിമ നേരത്തേ പറഞ്ഞുവച്ചിരുന്ന ഭക്ഷണം റെഡിയാക്കാനായി വേഗത്തിൽ വണ്ടിയിൽ നിന്നും ഇറങ്ങി നടന്നു. ശരിക്കും ഇന്ത്യയിൽ കാലുകുത്തിയ പോലെയായിരുന്നു റെസ്റ്റോറെന്റിന്റെ വാതിൽ തുറന്ന് അകത്തേക്ക്

കാൽ വച്ചപ്പോൾ എനിക്ക് തോന്നിയത്. കാരണം അതിനകത്ത് തദ്ദേശീയരായ ആരും തന്നെ ഇല്ലായിരുന്നു. മിതമായ ശബ്ദത്തിൽ കേട്ടിരുന്ന പഞ്ചാബി സംഗീതവും, കുശലം പറഞ്ഞുകൊണ്ട് ഭക്ഷണം കഴിക്കുന്ന ഇന്ത്യക്കാരായ ആളുകളും, അവരുടെ ആവശ്യങ്ങൾ അന്വേഷിച്ചുകൊണ്ട് ചടുലമായി അങ്ങോട്ടുമിങ്ങോട്ടും നീങ്ങുന്ന ഇന്ത്യക്കാരായ റെസ്റ്റോറന്റ് ജീവനക്കാരും, അങ്ങിനെ മൊത്തത്തിൽ ഒരു ഇന്ത്യൻ അന്തരീക്ഷം തന്നെ. ഒരു മൂലയിൽ ഞങ്ങൾക്കായി ഒരുക്കിയ മേശ ചൂണ്ടിക്കാണിച്ച് സാലിമ നിൽക്കുന്നുണ്ടായിരുന്നു. ഒരേ സമയം പത്തു പേർക്കോളം സുഖമായി ഇരിക്കാൻ പറ്റുന്ന വലിയ മേശയായിരുന്നു അത്. അതിന്റെ മധ്യത്തിലായി നമുക്കുള്ള ആവിപറക്കുന്ന വിഭവങ്ങൾ വലിയ പാത്രങ്ങളിൽ തുറന്ന് വച്ചിരിക്കുന്നു. ഉത്തരേന്ത്യൻ വിഭവങ്ങളായ റോട്ടി, ചിക്കൻ കറി, ഉരുളക്കിഴങ്ങ് കൊണ്ടുള്ള കറി, പരിപ്പ് കറി, പച്ചരി ചോറ്, തൈര്, പപ്പടം എന്നിവയൊക്കെയായിരുന്നു ഒരുക്കിയിരുന്നത്. നല്ല വിശപ്പുണ്ടായിരുന്നതുകൊണ്ട് ഞങ്ങൾ നന്നായി ആസ്വദിച്ചു കഴിച്ചു.

രുചികരമായ ഉച്ചഭക്ഷണത്തിന് ശേഷം 2.20 ആയപ്പോഴാണ് ഞങ്ങൾ റെസ്റ്റോറന്റിൽ നിന്നും ഹൈദർ അലിയേവ് സെന്ററിലേക്ക് പോയത്. വളരെ അടുത്തയതിനാൽ 5 മിനുട്ട് മാത്രമേ അവിടെയെത്താൻ വേണ്ടിവന്നുള്ളൂ. വളരെ ആശ്ചര്യത്തോടെയും അത്ഭുതത്തോടെയുമായിരുന്നു ഹൈദർ അലിയേവ് സെന്ററിന്റെ മുന്നിലുള്ള പുൽത്തകിടിയിൽ ഞങ്ങൾ ബസ് ഇറങ്ങിയത്. വർണ്ണനാതീതമായ സൗന്ദര്യവും ഭംഗിയും ഉള്ള സ്ഥലത്തായിരുന്നു ബാക്കുവിന്റെ അഭിമാന സംരംഭമായ ഹൈദർ അലിയേവ് സെന്റർ സ്ഥാപിച്ചിരിക്കുന്നത്. പച്ചപ്പരവതാനി വിരിച്ചതുപോലുള്ള മനോഹരമായ ആ പുൽമൈതാനിയിൽ പൂമ്പാറ്റകളെപ്പോലെ ഓടിക്കളിക്കുന്ന കുട്ടികളും അവരുടെ കളികൾ ആസ്വദിക്കുന്ന രക്ഷിതാക്കളും അങ്ങിങ്ങായി ഇടം പിടിച്ചിരിക്കുന്നു. റോഡിന് മറുവശത്താണെങ്കിൽ അംബരചുംബികളായ കെട്ടിടങ്ങൾ നിരനിരയായി നിൽക്കുന്നു. പച്ചപ്പുൽ മൈതാനിയെ കീറിമുറിച്ച് പോകുന്ന കോൺക്രീറ്റ് നിർമ്മിതമായ നടവഴിയും ചവിട്ടുപടികളും കഴിഞ്ഞാൽപ്പിന്നെ ദൂരെ കണ്ണഞ്ചിപ്പിക്കുന്ന തൂവെള്ള നിറത്തിൽ ഉയർന്ന് നിൽക്കുന്ന മനോഹരമായ ഹൈദർ അലിയേവ് സെന്റർ കാണാം.

ബാക്കുവിനെ സംബന്ധിച്ചിടത്തോളം ഇത്രയും പ്രാധാന്യമുള്ളതും വേറിട്ട് നിൽക്കുന്നതും അതിമനോഹരവുമായ ഒരു കെട്ടിടത്തിന് അസർബൈജാന്റെ മൂന്നാമത്തെ പ്രസിഡന്റും രാഷ്ട്രനിർമ്മാതാവും ഏറ്റവും ജനപ്രിയനായ രാഷ്ട്രീയ നേതാവും ഒക്കെയായ ഹൈദർ അലിയേവിന്റെ പേര് നൽകിയതിൽ എനിക്ക് ഒട്ടും അതിശയോക്തി തോന്നിയില്ല.

ഹൈദർ അലിയേവ് സെന്റർ

ആധുനിക അസർബൈജാനെക്കുറിച്ച് പറയുമ്പോൾ ഒഴിവാക്കാൻ പറ്റാത്തതാണ് ഹൈദർ അലിയേവിന്റെ പേര്. ബാക്കുവിൽ നിന്നും 450 കിലോമീറ്റർ ദൂരെയുള്ള നഖ്ചിവൻ പ്രവിശ്യയിൽ 1923 മെയ് 10 നാണ് ഹൈദർ അലിയേവ് ജനിച്ചത്. അലിയേവിന്റെ രാഷ്ട്രീയ ജീവിതം ആരംഭിക്കുന്നത്, 1969 ജൂലൈ 12 ന് ചേർന്ന അസർബൈജാൻ കമ്മ്യൂണിസ്റ്റ് പാർട്ടി പ്ലീനത്തിൽ, കേന്ദ്രക്കമ്മിറ്റിയിലേക്ക് തിരഞ്ഞെടുക്കുമ്പോൾ മുതലാണ്. അതിന് മുൻപ് സോവിയറ്റ് യൂണിയന്റെ രഹസ്യ സുരക്ഷാ വിഭാഗമായ KGB യുടെ അസർബൈജാനിലെ തലവനായിരുന്നു അദ്ദേഹം. തന്റെ പ്രവർത്തന മികവ് കാരണം റാങ്കുകൾ പടിപടിയായി ചവിട്ടിക്കയറിയ അലിയേവ് വളരെ പെട്ടെന്നായിരുന്നു KGB യുടെ ചെയർമാനും പിന്നീട് 1967 ൽ ഏറ്റവും ഉയർന്ന റാങ്കായ മേജർ ജനറൽ പദവിയിലും എത്തിച്ചേർന്നത്.

KGB യുടെ തലവൻ എന്ന നിലയിൽ അഴിമതിക്കെതിരായ തന്റെ വിട്ടുവീഴ്ചയില്ലാത്ത പ്രവർത്തനങ്ങൾ അദ്ദേഹത്തെ കൂടുതൽ ശക്തനും ജനപിന്തുണയുള്ള നേതാവുമാക്കിമാറ്റി. 1969 മുതൽ അസർബൈജാൻ കമ്മ്യൂണിസ്റ്റ് പാർട്ടി സെക്രട്ടറിയും ഭരണാധികാരിയുമായതിനുശേഷം രാജ്യത്തെ സാമ്പത്തിക പുരോഗതിക്കൊപ്പം സാമൂഹിക സാംസ്കാരിക പുരോഗതിയിലേക്കും അലിയേവ് നയിച്ചു. 1982 നവംബർ 22 ന് അദ്ദേഹം സോവിയറ്റ് കമ്മ്യൂണിസ്റ്റ് പാർട്ടിയുടെ പോളിറ്റ്ബ്യൂറോവിലേക്ക് സ്ഥിരമെമ്പറായി നോമിനേറ്റ് ചെയ്യപ്പെട്ടു. തുടർന്ന് സോവിയറ്റ് യൂണിയനിൽ ഒരു അസർബൈജാനി പൗരന് അതുവരെ ലഭിച്ച ഏറ്റവും വലിയ സ്ഥാനമായ മന്ത്രിമാർ ഉൾപ്പെടുന്ന കൗൺസിലിന്റെ ഡെപ്യൂട്ടി ചെയർമാൻ സ്ഥാനവും ലഭിക്കുകയുണ്ടായി. എന്നാൽ 1987ൽ എല്ലാ സ്ഥാനങ്ങളിൽ നിന്നും നിർബന്ധിതമായി രാജിവയ്ക്കേണ്ടിവന്ന

അലിയേവ് 1990 വരെ മോസ്കോയിൽ തന്നെ താമസിക്കുകയും പിന്നീട് നാട്ടിലേക്ക് തിരിച്ചുവന്ന് പുതിയൊരു രാഷ്ട്രീയ ജീവിതം ആരംഭിക്കുകയും ചെയ്തു.

1991-ൽ ഹൈദർ അലിയേവ് കമ്മ്യൂണിസ്റ്റ് പാർട്ടിയിലെ പ്രാഥമിക അംഗത്വം രാജിവച്ചു. ഇതേ വർഷം തന്നെയാണ് സോവിയറ്റ് യൂണിയനിൽ നിന്നും അസർബൈജാൻ സ്വാതന്ത്ര്യമാകുന്നത്. അതിന് ശേഷം 1992 നവംബർ 21-ന് ന്യൂ അസർബൈജാൻ എന്ന പുതിയ രാഷ്ട്രീയപാർട്ടിയുടെ ലീഡറായി അലിയേവിനെ തിരഞ്ഞെടുത്തു. നിരവധി ആഭ്യന്തര പ്രശ്നങ്ങളാൽ ആടിയുലഞ്ഞ സർക്കാരിനെ മാറ്റി അലിയേവിന്റെ നേതൃത്വത്തിലുള്ള സർക്കാർ വരണമെന്ന് ജനങ്ങൾ ആഗ്രഹിച്ചതിനെത്തുടർന്ന് 1993-ൽ അസർബൈജാന്റെ മൂന്നാമത്തെ പ്രസിഡന്റായി അദ്ദേഹം തിരഞ്ഞെടുക്കപ്പെട്ടു. സോവിയറ്റ് യൂണിയന്റെ തകർച്ചയെ തുടന്ന് കടുത്ത സാമ്പത്തിക പ്രതിസന്ധി നേരിടുന്നതിൽ അംഗരാജ്യമായിരുന്ന അസർബൈജാന്റെ സ്ഥിതിയും വ്യത്യസ്തമായിരുന്നില്ല. എന്നാൽ ഊർജ്ജമേഖലയിലെ വളർച്ചയിലൂടെ രാജ്യത്തെ സാമ്പത്തികപുരോഗതിയിലേക്ക് നയിക്കുവാൻ അദ്ദേഹത്തിന് കഴിഞ്ഞു. 1998-ൽ വീണ്ടും അലിയേവ് പ്രസിഡന്റായി തിരഞ്ഞെടുക്കപ്പെട്ടു. എണ്ണ ഉത്പാദനം മാത്രമല്ല തുടർന്ന് എല്ലാ മേഖലയിലും പുരോഗതി പ്രാപിക്കുവാൻ രാജ്യത്തെ സജ്ജമാക്കുന്നതിൽ അദ്ദേഹം വിജയിച്ചു. അസർബൈജാൻ എന്ന രാജ്യത്തെ പുനർനിർമ്മിക്കുകയും പുരോഗതിയിലേക്ക് നയിക്കുകയും ചെയ്തതിൽ അലിയേവിന്റെ പങ്ക് ഇന്നും രാജ്യത്തെ ജനങ്ങൾ സ്മരിക്കുന്നു. 1999 മുതൽ അദ്ദേഹത്തിന്റെ ആരോഗ്യത്തിൽ ഗുരുതരമായ കുറവുകൾ ഉണ്ടായി. ഹൃദയസംബന്ധമായ അസുഖത്തെത്തുടർന്ന് അമേരിക്കയിൽ ചികിത്സയിലിരിക്കെ 2003 ഡിസംബർ 12-ന് അദ്ദേഹം അന്തരിച്ചു. ശേഷം മകനും പിൻഗാമിയുമായ ഇൽഹാം അലിയേവ് പ്രസിഡന്റായി ചുമതലയേറ്റു.

മരണശേഷം ഹൈദർ അലിയേവിനോടുള്ള ആദരസൂചകമായി അസർബൈജാനിൽ നിരവധി സ്മാരകങ്ങളും പ്രതിമകളും സ്ഥാപിക്കപ്പെട്ടു. രാജ്യത്തെ പ്രധാന റോഡുകൾ സ്ഥാപനങ്ങൾ എന്നിങ്ങനെ എല്ലാ മേഖലയിലും അദ്ദേഹത്തിന്റെ പേര് ഇന്നും സ്മരിക്കപ്പെടുന്നു. ഹൈദർ അലിയേവ് സെന്റർ ഇതിൽ ഏറ്റവും പ്രാധാന്യം അർഹിക്കുന്ന ഒന്നാണ്.

ഹൈദർ അലിയേവ് സെന്റർ (Haider Aliyev Center)

വെയിലിന്റെ കാഠിന്യം അല്പം കുറഞ്ഞപ്പോൾ തന്നെ കാസ്പിയൻ കടലിൽ നിന്നും വീശുന്ന ഇളം തണുപ്പോടുകൂടിയുള്ള കാറ്റ് കൂടുതൽ ആസ്വാദ്യകരമായി തോന്നി. ഹൈദർ അലിയേവ് സെന്ററിന്റെ മുന്നിലുള്ള പുൽത്തകിടിയിലൂടെ നടന്ന് മുകളിലേക്കുള്ള പടികൾ കയറുന്നതിന് മുൻപേ മൈതാനിയിൽ റോഡിന് അഭിമുഖമായി സന്ദർശകർക്ക് ഫോട്ടോ എടുക്കാനായി ഉണ്ടാക്കിയ "I LOVE BAKU" എന്ന അക്ഷര മാതൃകയ്ക്ക് മുന്നിൽ എല്ലാവരും അല്പസമയം ചിലവഴിച്ചു. നല്ല തിരക്കായിരുന്നു അവിടെ. നിരവധി പേർ ഫോട്ടോ എടുക്കാൻ കാത്തുനിൽക്കുന്നുണ്ടായിരുന്നു. അവസരം നോക്കി എന്റെ കൂടെയുള്ളവർ എല്ലാം ഫോട്ടോ എടുത്തു. ആമിനയുടെ ആവശ്യപ്രകാരം കുറേ നല്ല ഫോട്ടോ എടുത്തുകൊടുത്തതിന് ശേഷം ഞാൻ മുന്നോട്ട് നടന്നു. താഴെ നിന്നും മുകളിലേക്ക് രണ്ടുമൂന്ന് തട്ടുകളായാണ് ആ മൈതാനം പോലുള്ള സ്ഥലം കിടക്കുന്നത്. മുകളിലേക്ക് കയറുന്നതിന് ചെറിയ ചവിട്ടുപടികൾ ഉണ്ട്. ഏറ്റവും ഉയരം കൂടിയ തട്ട് കയറുന്നതിനായി ഒരു എസ്കലേറ്റർ തന്നെയുണ്ട്. ഇങ്ങനെയുള്ള തുറന്ന സ്ഥലത്ത് എസ്കലേറ്റർ സ്ഥാപിച്ചാൽ വെയിലും മഴയും കൊണ്ടിട്ട് കേടാവൂലെ എന്ന ചോദ്യം എന്റെ മനസ്സിൽ തോന്നാതിരുന്നില്ല. ഞങ്ങൾ അതിൽക്കയറി മുകളിലെത്തിയപ്പോൾ വീണ്ടും ചവിട്ടുപടികൾ കണ്ടു. പടികൾ കയറി മുകളിലെത്തിയപ്പോഴാണ് ഹൈദർ അലിയേവ് സെന്ററിന്റെ യഥാർത്ഥ വലിപ്പം ബോധ്യമായത്. മനോഹരമായ ഒരു പർവതം തൊട്ടുമുന്നിൽ

നിൽക്കുന്നപോലെയാണ് എനിക്ക് തോന്നിയത്.

കാറ്റിന് നല്ല കുളിരുള്ളതുകൊണ്ട് കാലാവസ്ഥ മികച്ചതായി തോന്നിയെങ്കിലും വെയിൽ ഉള്ളത് കാരണം വല്ലാതെ ബുദ്ധിമുട്ടി. തൂവെള്ള നിറമുള്ള വലിയ കെട്ടിടമായതിനാൽ വെയിൽ തട്ടുമ്പോഴുണ്ടാകുന്ന പ്രതിഫലനം കാരണം കണ്ണ് തുറന്ന് നോക്കാൻ തന്നെ ബുദ്ധിമുട്ടായിരുന്നു. എന്റെ സൺഗ്ലാസ് ശരിക്കും പ്രയോജനപ്പെട്ടു. ഞങ്ങൾ നേരെ അലിയേവ് സെന്ററിനകത്തേക്ക് കയറിയില്ല, പകരം ഒരാൾക്കൂട്ടം കണ്ട വശത്തേക്ക് സാലിമ ഞങ്ങളെയും കൂട്ടി നടന്നു. അടുത്ത് ചെന്നപ്പോഴാണ് മനസ്സിലായത് അവിടെയും ഫോട്ടോ എടുക്കുന്നതിനുള്ള സഞ്ചാരികളുടെ തിരക്കാണെന്ന്. ബാക്കുവിലെ മിക്ക വിനോദസഞ്ചാര കേന്ദ്രങ്ങളിലും സഞ്ചാരികൾക്കായി ഫോട്ടോ എടുക്കാനുള്ള സൗകര്യങ്ങൾ അധികൃതർ ഒരുക്കിയിട്ടുണ്ടെങ്കിലും ഇവിടെ വളരെ വ്യത്യസ്തമായി ചില കലാരൂപങ്ങളുടെ പ്രദർശനമാണ് കണ്ടത്. തുർക്കിയിലെ പ്രശസ്തനായ കലാകാരൻ അഹമ്മദ് ഗുണേഷ്ടെകിൻ (Ahmed Guneshtekin) ഒരുക്കിയ അപൂർവ്വവും മനോഹരവുമായ ചില കലാ സൃഷ്ടികളുടെ പ്രദർശനത്തിന് മുന്നിൽ നിന്നും ഫോട്ടോ എടുക്കാൻ മത്സരിക്കുന്ന കുട്ടികളും മുതിർന്നവരുമാണ് ആ ആൾക്കൂട്ടത്തിന് കാരണം. കല, സാഹിത്യം, ആത്മീയത എന്നിവയ്ക്ക് പ്രാമുഖ്യമുള്ള നാസിമി ഫെസ്റ്റിവലിന്റെ ഭാഗമായാണ് 2019 ഒക്ടോബർ മാസം അഹമ്മദ് ഗുണേഷ്ടെകിൻ ഹൈദർ അലിയേവ് സെന്ററിൽ എക്സിബിഷൻ നടത്തിയത്. കലാരൂപങ്ങളിൽ കുറച്ചെണ്ണം പുറത്തും ബാക്കിയുള്ളവ അകത്തുള്ള എക്സിബിഷൻ ഹാളിലുമായാണ് പ്രദർശിപ്പിച്ചിരിക്കുന്നത്. അദ്ദേഹത്തിന്റെ ഏറ്റവും ഖ്യാതി നേടിയ "അനശ്വരതയുടെ മുറി (Room Of Immortality)" എന്ന അത്ഭുത കലാസൃഷ്ടി പുറത്തുള്ള കലാരൂപങ്ങൾക്കിടയിൽ ഉണ്ടായിരുന്നത് കണ്ട് ഞാൻ അത്ഭുതപ്പെട്ടുപോയി. നൂറ്റിമുപ്പതോളം ആളുകളുടെ സഹായത്തോടെ, 35 ടൺ അലുമിനിയം ഉപയോഗിച്ചുണ്ടാക്കിയ 22000 ചെറിയ തലയോട്ടികൾ ചേർത്ത് വച്ചാണ് ഗുണേഷ്ടെകിൻ ഈ കലാസൃഷ്ടി നടത്തിയത്. നീണ്ട നാക്ക് പുറത്തേക്ക് നീട്ടിയിരിക്കുന്ന ഒരു വലിയ തലയോട്ടിയുടെ രൂപമാണ് അതിന്.

ഏറെ നേരം കാത്തിരുന്നാണ് ആ തിരക്കിനിടയിൽ എല്ലാവർക്കും ഫോട്ടോ എടുക്കാനായത്. പുറത്തെ കാഴ്ചകൾ ഏതാണ്ട് കണ്ടുതീർത്തു എന്ന് ഉറപ്പുവരുത്തിയശേഷം ഞങ്ങൾ സാക്ഷാൽ ഹൈദർ അലിയേവ് സെന്ററിനടുത്തേക്ക് നടന്നു. പറഞ്ഞറിയിക്കാൻ പറ്റാത്ത രൂപഭംഗിയാണ് ഹൈദർ അലിയേവ് സെന്ററിന്. ഒരു വശത്തുനിന്നും നോക്കിയാൽ വലിയൊരു വൈൻ ഗ്ലാസ് നിലത്തുവീണുകിടക്കുന്നതുപോലെയാണ്

തോന്നുക. ഒഴുകുന്ന പോലെയുള്ള രൂപവും, എവിടെയും കൂർത്തിരിക്കുന്ന അരികുകളോ മൂലകളോ ഇല്ലെന്നതും ഇതിന്റെ നിർമാണത്തിന്റെ ഏറ്റവും വലിയ പ്രത്യേകതയാണ്. മാത്രമല്ല ചുറ്റുമുള്ള ഭൂപ്രകൃതിക്ക് ഏറ്റവും അനുയോജ്യമായ രീതിയിലാണ് കെട്ടിടത്തിന്റെ രൂപവും സ്ഥാനവും. ആയിരക്കണക്കിന് വർഷങ്ങളായിട്ടുള്ള അധിനിവേശച്ചങ്ങലകളുടെ ബന്ധനത്തിൽ നിന്നും മോചിതരായ അസർബൈജാനിലെ ജനങ്ങളുടെ അഭിമാനസ്തംഭമായാണ് ഹൈദർ അലിയേവ് സെന്റർ എന്ന മഹത്തരമായ കെട്ടിടം ഉയർന്നു നിൽക്കുന്നത്.

സാഹ മുഹമ്മദ് ഹദിദ് എന്ന ഇറാഖ് വംശജയും ബ്രിട്ടീഷ് പൗരയുമായ ആർക്കിടെക്റ്റ് ആണ് 619000 ചതുരശ്ര അടി വിസ്തീർണമുള്ള ഹൈദർ അലിയേവ് സെന്റർ നിർമ്മിച്ചത്. 2007-ൽ തുടങ്ങിയ നിർമ്മാണപ്രവർത്തനങ്ങൾ അവസാനിച്ചത് 2012-ലാണ്. ആധുനിക രീതിയിലും മികച്ച ഡിസൈനിലും കെട്ടിടങ്ങൾ ഉണ്ടാക്കാൻ അനുയോജ്യമായ ഗ്ലാസ് ഫൈബർ പ്ലാസ്റ്റിക്കുകളും (GFRP-Glass Fibre Reinforced Plastic) ഗ്ലാസ് ഫൈബർ കോൺക്രീറ്റ് (GFRC-Glass Fibre Reinforced Concrete)പാനലുകൾ ഉപയോച്ചുമാണ് നിർമ്മാണം നടത്തിയത്. 1800 കോടി രൂപയാണിതിന് ചെലവായത് എന്ന് കണക്കാക്കപ്പെടുന്നു. കോൺഫറൻസ് ഹാൾ, ഗാലറി ഹാൾ, മ്യൂസിയം എന്നിവയാണ് ഈ കെട്ടിടത്തിന്റെ പ്രധാന ഭാഗങ്ങൾ. അകത്തായാലും പുറത്തായാലും എവിടെയും കാണുന്നത് കണ്ണഞ്ചിപ്പിക്കുന്ന വെള്ള നിറമാണ്. ഇതുപോലുള്ള ഒരു കെട്ടിടത്തിന് അനുയോജ്യമായതുകൊണ്ടും രാജ്യത്തിന്റെ തിളക്കമാർന്ന ഭാവിയെ സൂചിപ്പിക്കുവാനുമാണ് വെള്ള നിറം തിരഞ്ഞെടുത്തത്. തന്റെ ഡിസൈൻ വൈദഗ്ധ്യത്തിനുള്ള അംഗീകാരമായി അവാർഡുകൾ ഇതിന്റെ നിർമാണത്തിന് ശേഷം ആർക്കിടെക്റ്റായ സാഹയെ തേടി വന്നു. ഹൈദർ അലിയേവ് സെന്ററിനും അതിന്റെ രൂപഭംഗി കാരണം നിരവധി ഡിസൈൻ അവാർഡുകൾ ലഭിച്ചിട്ടുണ്ട്.

വെയിൽ ഏൽക്കാതെ കെട്ടിടത്തിന് മുന്നിലുള്ള തണലിൽ കാത്തുനിന്ന ഞങ്ങളുടെ അടുത്തേക്ക് സാലിമ പ്രവേശന ടിക്കറ്റുമായി വന്നു. 12 മനാത് ആണ് ഒരാളുടെ ടിക്കറ്റിന്റെ വില. പുറത്തെ കാഴ്ചകൾ കണ്ടിട്ട് അന്തം വിട്ടുനിന്ന ഞാൻ അകത്തോട്ട് കയറുമ്പോൾ അവിടെ എന്തായിരിക്കും എന്ന ആകാംക്ഷയിലായിരുന്നു. ഗ്യാലറി ഹാളിലേക്കാണ് ഞങ്ങൾ ആദ്യം നടന്നു കയറിയത്. എക്സിബിഷനുകളൊക്കെ നടക്കുന്നത് ഈ ഹാളിലാണ്. വളരെ വലിപ്പമുള്ളതായിരുന്നു ഈ ഭാഗം, മാത്രമല്ല ഒരു ചെറിയ മുടി വീണാൽ കൂടി വ്യക്തമായി കാണുന്ന അത്രയും വെള്ള നിറമായിരുന്നു ഉള്ളിൽ. അസർബൈജാന്റെ ചരിത്രത്തെക്കുറിച്ചും സാമൂഹിക സാംസ്കാരിക ജീവിതത്തെക്കുറിച്ചും വളരെ

വിശദമായി പ്രതിപാദിക്കുന്ന നിരവധി പ്രദർശന വസ്തുക്കൾ നിറഞ്ഞതായിരുന്നു ഗാലറി ഹാൾ. സാഹിത്യം, കല, സംഗീതം, വസ്ത്രധാരണം, ആത്മീയം എന്നിങ്ങനെ എല്ലാ മേഖലകളെയും സംബന്ധിക്കുന്ന അതിവിപുലമായ ഒരു എക്സിബിഷനാണ് ഞങ്ങൾ സാക്ഷിയായത്. കാഴ്ചയിലെ മനോഹാരിത മാത്രമല്ല എനിക്കത് വിജ്ഞാനപ്രദവുമായിരുന്നു. പല രാജ്യങ്ങളിൽ നിന്നുള്ള പ്രശസ്തരായ നിരവധി കലാകാരന്മാരുടെയും ഡിസൈനർമാരുടെയും കരവിരുതിൽ ജനിച്ച ചിത്രങ്ങളും ഡിസൈനുകളും പ്രദർശനത്തിൽ ഉൾപ്പെട്ടിട്ടുണ്ട്.

ഗ്യാലറി ഹാളിലേക്ക് കടന്നിട്ട് ആദ്യം കണ്ടത് പകുതി പൂർത്തിയായ നിലയിലുള്ള ഒരു കാർപെറ്റ് ആയിരുന്നു. അസർബൈജാനിലെ കാർപെറ്റ് നിർമ്മാണം എങ്ങിനെയാണ് നടക്കുന്നത് എന്നതിന്റെ ഒരു മാതൃകയാണ് അവിടെ പ്രദർശിപ്പിച്ചിരിക്കുന്നത്. ഗ്യാലറി ഹാളിന്റെ ആഡംബരതയിൽ കണ്ണഞ്ചിപ്പോയ ഞാൻ അതിനെ ശ്രദ്ധിക്കാതെ നേരെ നടക്കുകയായിരുന്നു. എന്നാൽ ഈ നാടിനെ സംബന്ധിച്ചിടത്തോളം വളരെ പ്രാധാന്യമർഹിക്കുന്ന ഒന്നാണെന്നറിഞ്ഞപ്പോൾ അതിനെപ്പറ്റി കൂടുതൽ അറിയണം എന്ന് തോന്നി. അസർബൈജാനിലെ സ്ത്രീകൾ പരമ്പരാഗതമായി കൈമാറി വന്ന ഒരു നിർമ്മാണരീതിയാണ് ഇത്. വീടുകളിലെ സന്ദർശക മുറികളിലും മറ്റും നിലത്തും ചുമരിലും ഫർണീച്ചറുകളിലും ഒക്കെ വിരിക്കാനാണ് ഈ കാർപെറ്റുകൾ ഉപയോഗിക്കുന്നത്. പണ്ടുകാലത്ത് ഇവിടുത്തെ സ്ത്രീകൾ നിർബന്ധമായി പഠിച്ചിരിക്കേണ്ട ഒരു കൈത്തൊഴിലായിരുന്നു ഇത്. പക്ഷെ ഇന്നിത് കുറെയൊക്കെ അന്യം നിന്ന്പോയി. കുടുംബത്തിലെ സ്ത്രീകളാണ് കാർപെറ്റ് നിർമ്മിക്കുന്നതെങ്കിലും നിർമ്മിക്കാനാവശ്യമായ അസംസ്കൃത വസ്തുക്കളൊക്കെ ശേഖരിക്കുന്നത് പുരുഷന്മാരാണ്. ചെമ്മരിയാടിന്റെ രോമമാണ് പ്രധാന അസംസ്കൃതവസ്തു. വ്യവസായികമല്ലാതെ പൂർണമായും കൈകൊണ്ട് നിർമ്മിക്കുന്ന ഇവയിലെ ഭംഗിയുള്ള ചിത്രപ്പണികളും നിർമ്മാണ രീതിയും വാമൊഴിയായി പുതിയ തലമുറകളിലേക്ക് പകർന്നുകൊടുക്കപ്പെട്ടവയാണ്. കലയും നിർമ്മാണ വൈദഗ്ദ്യവും ഒത്തുചേർന്ന ഈ കൈത്തൊഴിൽ അസർബൈജാന്റെ സംസ്കാരികത്തനിമ വെളിപ്പെടുത്തുന്ന ഒന്നാണ്. UNESCO നേരിട്ട് മുൻകൈ എടുത്താണ് ഈ സാംസ്കാരിക പൈതൃകത്തെ സംരക്ഷിക്കാനുള്ള നടപടികൾ എടുത്ത് മുൻപോട്ട് പോകുന്നത്.

ജോർജ് മറൈൻ (Jorge Marin), ജൗമേ പ്ലെൻസാ (Jaume Plensa), അഹമ്മദ് ഗുണേഷ്ടെകിൻ തുടങ്ങിയ പ്രശസ്തരായ കലാകാരന്മാരുടെ ശില്പങ്ങളും അതിനൂതനങ്ങളും വ്യത്യസ്തത ഉളവാക്കുന്ന

'El Angel De La Seguridad Social' എന്ന ശിൽപ്പം

കലാരൂപങ്ങളും പ്രദർശിപ്പിച്ചിരിക്കുന്ന ഭാഗത്തുകൂടിയായി പിന്നീട് എന്റെ നടത്തം. ലോകത്തിന്റെ വിവിധ ഭാഗങ്ങളിൽ നിന്നുള്ള കലാസൃഷ്ടികൾ ഒരു ഹാളിനുള്ളിൽ എന്ത് മനോഹരമായിട്ടാണ് പ്രദർശിപ്പിച്ചിരിക്കുന്നത്. ഞാൻ ശരിക്കും അത്ഭുതപ്പെട്ടുപോയി. മെക്സിക്കൻ ശില്പിയും ചിത്രകാരനും ഒക്കെയായ ജോർജ് മറൈനിന്റെ "സാമൂഹ്യ രക്ഷകനായ മാലാഖ (El Angel De La Seguridad Social)" എന്ന ശില്പവും സ്പാനിഷ് കലാകാരനായ ജൗമേ പ്ലെൻസയുടെ അക്ഷരങ്ങൾ സംയോജിപ്പിച്ചുകൊണ്ട് നിർമ്മിച്ച " സ്വന്തം ചിത്രം (Self Portrait)" എന്ന ശില്പവും ഏവരെയും ആകർഷിക്കുന്നതുപോലെ എന്നെയും ആകർഷിച്ചു. അതെല്ലാം കണ്ടതിനുശേഷം അസർബൈജാന്റെ പരമ്പരാഗത വസ്ത്രധാരണ രീതികൾ പ്രദർശിപ്പിച്ചിരിക്കുന്ന ഭാഗത്തേക്കായിരുന്നു ഞങ്ങൾ നടന്നെത്തിയത്. വിവിധ പ്രദേശങ്ങളിൽ വ്യത്യസ്ത കാലഘട്ടങ്ങളിൽ ജനങ്ങൾ ധരിച്ചിരുന്ന വിവിധങ്ങളായ വസ്ത്രങ്ങൾ പ്ലാസ്റ്റിക് കൊണ്ടുള്ള മനുഷ്യരൂപങ്ങളെ ധരിപ്പിച്ചായിരുന്നു പ്രദർശിപ്പിച്ചിരുന്നത്. ഒരു മികച്ച ടെക്സ്റ്റൈൽ ഷോപ്പിൽ ഉപഭോക്താക്കളെ ആകർഷിക്കുന്നതിനായി എങ്ങിനെയാണോ വസ്ത്രങ്ങൾ പ്രദർശിപ്പിക്കുന്നത്, ഏതാണ്ട് അതുപോലെയായിരുന്നു ഇവിടെയും. ആധുനികതയുടെ കുത്തൊഴുക്കിൽ പെട്ട് വസ്ത്രധാരണരീതികളൊക്കെ മാറിയപ്പോൾ പലതും ചരിത്രപ്രദർശനങ്ങളിൽ മാത്രം ഒതുങ്ങിപ്പോയി. "അതിൽ ചിലവ മാത്രമേ ഇപ്പോൾ പ്രചാരത്തിൽ ഉള്ളൂ, അതും ചില പ്രത്യേക ആഘോഷവേളയിൽ മാത്രം"

എന്ന് അവിടെ നിന്നും പോകുമ്പോൾ സാലിമ ഞങ്ങളോട് പറഞ്ഞു.

ഗോബുസ്താൻ (Gobustan) മലകളിലെ പാറമടകളിൽ താമസിച്ചിരുന്ന ശിലായുഗ മനുഷ്യൻ മുതൽ ആധുനിക അസർബൈജാനികൾ വരെ സംഗീതത്തോട് കൃത്യമായ അഭിമുഖ്യമുള്ളവരാണെന്ന് കാണാം. അസർബൈജാൻ എന്ന രാജ്യത്തിന്റെ സംഗീതപ്രേമം എത്രത്തോളമുണ്ട് എന്ന് വെളിവാക്കുന്ന ഒരു പ്രദർശനമാണ് അടുത്തതായി ഞങ്ങൾ കണ്ടത്. ശിലായുഗ മനുഷ്യർ ഉപയോഗിച്ചിരുന്ന പാറകളാൽ നിർമ്മിതമായ സംഗീതോപകരണങ്ങൾ മുതൽ ആധുനിക കാലത്തെ ഉപകരണങ്ങൾ വരെയുണ്ട് ഇവിടെ പ്രദർശനത്തിന്. കല്ലുകൊണ്ട് മുട്ടിയാൽ ഇമ്പമാർന്ന ശബ്ദം പുറപ്പെടുവിക്കാൻ കഴിവുള്ള വലിയ ഒരു പാറക്കല്ല് ഇവിടെ പ്രദർശിപ്പിച്ചത് വളരെ ആശ്ചര്യപൂർവമാണ് ഞങ്ങൾ കണ്ടത്. ഏതാണ്ട് 2 മീറ്ററോളം വ്യാസമുള്ള ആ പാറയിൽ ഒരു ചെറിയ കുഴിയിൽ ഒന്നുരണ്ട് കഷണം ചെറിയ കല്ലുകളും ഉണ്ടായിരുന്നു. ആ ചെറിയ കല്ലുകൊണ്ട് ഞങ്ങൾ ഓരോരുത്തരും കൗതുകത്തോടെ പാറയിൽ മുട്ടിനോക്കി. ശരിക്കും ഒരു സംഗീതോപകരണത്തിൽ നിന്നും പുറപ്പെടുന്ന ശബ്ദം പോലെ തന്നെയായിരുന്നു. പാറക്കെട്ടുകളിലെ ഗുഹകളിൽ താമസിച്ചിരുന്ന ശിലായുഗത്തിലെ മനുഷ്യർ അവരുടെ ജീവിതത്തിലെ പ്രധാന ആഘോഷവേളകളിൽ ഇത്തരം പാറകളിൽ നിന്നും ഉയരുന്ന താളത്തിന്റെ അകമ്പടിയോടെ നൃത്തം ചെയ്യുന്ന രംഗം എന്റെ മനസ്സിൽ ഓടിയെത്തി. നമ്മുടെ നാട്ടിലും ചില ക്ഷേത്രങ്ങളിലൊക്കെ ഇത്തരം ശിലകൾ ഉണ്ട്. അസർബൈജാനിലെ പല സ്ഥലങ്ങളിൽ നിന്നും ഇത്തരം സംഗീതോപകരണമായി ഉപയോഗിക്കപ്പെട്ടിരുന്ന പാറകൾ കണ്ടെത്തിയിട്ടുണ്ട്. ഇരുമ്പിന്റെ അംശം കൂടുതലായതുകൊണ്ടും, ശിലാരൂപീകരണ സമയത്തുണ്ടാകുന്ന പ്രത്യേകതകളും ഒക്കെയാണ് ഇത്തരം സ്വഭാവം ഈ ശിലകൾക്ക് ഉണ്ടാകാൻ കാരണം എന്ന് ഞാൻ മുൻപ് വായിച്ചതോർത്തു.

ഒരു ഭാഗത്ത് തുകൽ കൊണ്ട് ഉണ്ടാക്കിയ സംഗീതോപകരണങ്ങൾ, കമ്പി വലിച്ചുകെട്ടി ഉണ്ടാക്കിയ വീണ, സിത്താർ പോലുള്ള ഉപകരണങ്ങൾ മറ്റൊരുഭാഗത്ത് എന്നിങ്ങനെ മുൻപരിചയമുള്ളതും ആദ്യമായി കാണുന്നതും ഒക്കെയായി നൂറുകണക്കിന് വ്യത്യസ്തമായ സംഗീതോപകരങ്ങളുടെ മാസ്മരിക പ്രദർശനത്തിനിടയിലൂടെ ഞങ്ങൾ നടന്നുനീങ്ങി. ഈ സംഗീതോപകരണങ്ങൾ പ്രദർശിപ്പിച്ചിരിക്കുന്ന രീതിയിലും ഒരു പ്രത്യേകത ഉണ്ടായിരുന്നു. ഏതെങ്കിലും ഒരു സംഗീതോപകരണത്തിന്റെ മുന്നിൽ പോയി നിന്നാൽ ആ ഉപകരണം പ്രവർത്തിപ്പിച്ചാൽ ഉണ്ടാകുന്ന ശബ്ദം നമുക്ക് ഒരശരീരി പോലെ കേൾക്കാം. ആധുനിക

ശിലായുഗ മനുഷ്യരുടെ സംഗീത ഉപകരണം

സാങ്കേതികവിദ്യ ഉപയോഗിച്ചുള്ള ആ ക്രമീകരണം ഞങ്ങളെല്ലാം നന്നായി ആസ്വദിച്ചു. അവിടെ മധ്യത്തിലായി നിലയുറപ്പിച്ച ഒരു വലിയ സ്ക്രീനിൽ സംഗീത കുലത്തിലെ പ്രഗത്ഭമതികളായവരുടെ സ്റ്റേജ് പരിപാടികളുടെ പ്രസക്ത ഭാഗങ്ങൾ മാറിമറിയുന്നത് ശ്രദ്ധിക്കാനിടയായി. ഉപകരണ സംഗീതജ്ഞന്മാരായിരുന്നു കൂടുതലും. അക്കൂട്ടത്തിൽ ഒരു പരിചിതമുഖം കണ്ടപ്പോഴായിരുന്നു ശ്രദ്ധിച്ചത്. ഇന്ത്യക്കാരനായ പ്രശസ്ത സിത്താർ വിദ്വാൻ പണ്ഡിറ്റ് രവിശങ്കർ അവതരിപ്പിക്കുന്ന പരിപാടിയായിരുന്നു അതിൽ വന്നത്. സംഗീതത്തിന് രാജ്യത്തിന്റെയോ ഭാഷയുടെയോ അതിർവരമ്പുകളില്ലല്ലോ. അസർബൈജാനെ സ്വാധീനിച്ച പ്രഗത്ഭമതികളായ സംഗീതജ്ഞരിൽ ഒരു ഇന്ത്യക്കാരൻ ഉൾപ്പെട്ടതിൽ എനിക്കഭിമാനം തോന്നി. അയാൾ ഇന്ത്യക്കാരനാണെന്ന് സാലിമയോട് പറയാതിരിക്കാനും എനിക്കായില്ല.

ചരിത്രം നൽകിയ ശേഷിപ്പുകളെല്ലാം ആധുനികമായരീതിയിൽ അഭിമാനത്തോടെ മറ്റുള്ളവർക്ക് കാണുവാനും പഠിക്കുവാനും പ്രദർശിപ്പിക്കുക എന്നത് അസർബൈജാനിലെ വിനോദസഞ്ചാരമേഖല അനുവർത്തിക്കുന്ന ഒരു നയമാണ്. ഇവിടുത്തെ ഒട്ടനേകം വിനോദസഞ്ചാര കേന്ദ്രങ്ങൾ സന്ദർശിച്ച ഞങ്ങൾക്ക് അക്കാര്യം നേരത്തെ ബോധ്യപ്പെട്ടിരുന്നു. ചരിത്രം പറയുന്ന കൊച്ചു മ്യൂസിയങ്ങൾ പല സ്ഥലത്തും കാണാൻ സാധിച്ചു. അസർബൈജാനിലെ പല പ്രദേശങ്ങളിൽ നിന്നും പുരാവസ്തു ഗവേഷകർ ഖനനത്തിലൂടെ കണ്ടെത്തിയ ചരിത്രാവശിഷ്ടങ്ങൾ പല

കേന്ദ്രങ്ങളിലായി പ്രദർശിപ്പിച്ചിട്ടുണ്ട്, അതിൽ ഒരു ഭാഗം ഹൈദർ അലിയേവ് സെന്ററിലും നമുക്ക് കാണാം. ഞങ്ങൾ അവിടേക്ക് നടന്നു. രാജഭരണകാലത്തെ പടയാളികൾ ഉപയോഗിച്ചിരുന്ന ആയുധങ്ങൾ, അതിനും മുൻപേ പ്രാചീന മനുഷ്യർ ഉപയോഗിച്ചിരുന്ന ലോഹനിർമ്മിതമായതും പല മൃഗങ്ങളുടെയും പല്ലുകൊണ്ടും എല്ലുകൊണ്ടും നിർമ്മിച്ചതുമായ ആയുധങ്ങൾ, ലോഹം, കളിമണ്ണ്, പാറക്കല്ല് തുടങ്ങിയവ കൊണ്ടുള്ള പലതരം പാത്രങ്ങൾ, ആഭരണങ്ങൾ, ശിലാ ലിഖിതങ്ങളും ചുമർ ചിത്രങ്ങളും അടങ്ങിയ ശിലാപാളികൾ മുതലായവയും കൂടാതെ ഇസ്ലാം മത ഗ്രന്ഥമായ "ഖുർ ആൻ " ന്റെ ആദ്യകാല അച്ചടിക്കോപ്പികളും കാണാൻ സാധിച്ചു. ഇതിനോട് സാമ്യമായ പലതും നേരത്തെ ബാകുവിലെ മറ്റ് വിനോദ സഞ്ചാര കേന്ദ്രങ്ങളിൽ കണ്ടിട്ടുണ്ടെങ്കിലും ഇവിടെ കുറച്ചുകൂടി വിശാലമായും മനോഹരവുമായാണ് ഇവയൊക്കെ പ്രദർശിപ്പിച്ചിരിക്കുന്നത്.

ഹൈദർ അലിയേവ് സെന്റർ സമയമെടുത്ത് സന്ദർശിച്ചാൽ പിന്നെ ബാകുവിൽ എവിടെയും പോകേണ്ട ആവശ്യമില്ല എന്ന് സാലിമ ഇതിനകത്തേക്ക് കയറും മുൻപേ പറഞ്ഞിരുന്നു, കാരണം തലസ്ഥാനനഗരിയുടെ മാത്രമല്ല അസർബൈജാൻ എന്ന രാജ്യത്തെ കുറിച്ചും ഇവിടെയുള്ള മനുഷ്യരെക്കുറിച്ചും അവരുടെ ജീവിതത്തിന്റ സമസ്ത മേഖലകളെക്കുറിച്ചുമൊക്കെയുള്ള സമഗ്രമായ ഒരു വിശദീകരണം ഹൈദർ അലിയേവ് സെന്ററിലെ മ്യൂസിയം നമ്മോട് പറഞ്ഞുതരുന്നു. സാലിമ പറഞ്ഞ വാക്കുകളെ സാധൂകരിക്കുന്ന കാഴ്ചകളാണ് പിന്നീട് കണ്ടത്. ഒന്നാം നിലയിലെ അവസാനഭാഗത്തായിരുന്നു ഞങ്ങൾ നടന്നെത്തിയത്. ബാകു എന്ന മഹാനഗരത്തിന്റെ ഒരു ചെറു പതിപ്പാണ് ഇവിടെ പ്രദർശിപ്പിച്ചിരിക്കുന്നത്. ഏറ്റവും പ്രധാനപ്പെട്ട ഹോട്ടലുകൾ, ഗവണ്മെന്റ് സ്ഥാപനങ്ങൾ, വലിയ കെട്ടിടങ്ങൾ, സ്ട്രീറ്റുകൾ എന്നിവയുടെയൊക്കെ കൊച്ചു മാതൃകകൾ അവയുടെ സൗന്ദര്യം ഒട്ടും ചോരാതെ ഉണ്ടാക്കിവച്ചിരിക്കുന്നത് കാണുമ്പോൾ ആശ്ചര്യപ്പെടുകയല്ലാതെ മറ്റൊന്നും ചെയ്യാനില്ലായിരുന്നു. ആദ്യദിവസം സന്ദർശിച്ച " ഫ്ളയിം ടവർ (Flame Towers) " കൊച്ചുരൂപത്തിൽ കണ്ടപ്പോൾ ഞങ്ങളെല്ലാവരും അത്ഭുതത്തോടെ പരസ്പരം നോക്കി. ബാകു നഗരത്തിനെക്കുറിച്ച് മൊത്തത്തിൽ ഒരറിവ് ലഭിക്കുന്നതിനും പ്രധാന കേന്ദ്രങ്ങൾ മനസ്സിലാക്കുന്നതിനും ഈ പ്രദർശനം കൊണ്ട് സാധിക്കുന്നു എന്നത് ഒട്ടും അതിശയോക്തിയില്ലാത്ത കാര്യമാണ്.

ഹൈദർ അലിയേവ് സെന്റർ പൂർണ്ണമായ രീതിയിൽ കണ്ടുതീർക്കണമെങ്കിൽ ഒന്നിൽ കൂടുതൽ ദിവസങ്ങൾ തന്നെ വേണ്ടിവരും. ഏറെ

ഇലാൻദാഗ് പർവ്വതത്തിന്റെ ചിത്രത്തിന് മുന്നിൽ

നേരമായുള്ള നിൽപ്പും നടത്തവും കാരണം കാലുകൾ കഴയ്ക്കാൻ തുടങ്ങിയിരുന്നു. ഞങ്ങളുടെ അസ്വസ്ഥത കണ്ടപ്പോൾ "ഇനി നമുക്ക് പ്രധാന ഭാഗങ്ങൾ മാത്രം കണ്ടിട്ട് മടങ്ങാം" എന്ന് പറഞ്ഞിട്ട് സാലിമ ഞങ്ങളെ കൂട്ടി അവിടുന്ന് മറ്റൊരു ഭാഗത്തേക്ക് നടന്നു. ഹൈദർ അലിയേവ് മ്യൂസിയം എന്ന് പേരെഴുതിയ ഒരു ഹാളിന്റെ മുന്നിലേക്കായിരുന്നു ഞങ്ങൾ പോയത്. അപ്പോൾ ഇത്രയും നേരം കണ്ടത് മ്യൂസിയമല്ലേ എന്ന ചോദ്യം എന്റെ മനസ്സിലേക്ക് പാഞ്ഞെത്തി!! പിന്നീടാണ് കാര്യം മനസ്സിലായത്, അസർബൈജാനിലെ ജനങ്ങൾ രാഷ്ട്രനിർമ്മാതാവായി കരുതുന്ന സാക്ഷാൽ ഹൈദർ അലിയേവിന്റെ ജീവിതവുമായി ബന്ധപ്പെട്ട കാര്യങ്ങൾ മാത്രം പ്രദർശിപ്പിക്കുന്ന മ്യൂസിയമാണെന്ന്. അകത്തേക്ക് കടന്ന ഞാൻ അതിനുള്ളിലെ ക്രമീകരണങ്ങൾ കണ്ടിട്ട് അത്ഭുതപ്പെട്ടുപോയി. ആധുനിക ഇലക്ട്രോണിക് സംവിധാനങ്ങളുടെ സഹായത്തോടെ ഹൈദർ അലിയേവിന്റെ ജീവിതത്തിലെ പ്രധാന നാഴികക്കല്ലുകൾ, സംഭവങ്ങൾ എന്നിവയൊക്കെ നമുക്ക് മനസിലാക്കാം. ചുമരിൽ ചില വർഷങ്ങൾ എഴുതിയിട്ട് അതിന് താഴെയായി ആ വർഷങ്ങളിൽ അലിയേവിന്റെ ജീവിതത്തിൽ നടന്ന പ്രധാന സംഭവങ്ങൾ ചിത്രങ്ങൾ സഹിതം പ്രദർശിപ്പിച്ചിട്ടുണ്ട്. ഔദ്യോഗിക ജീവിതത്തിലും വ്യക്തിജീവിതത്തിലും അദ്ദേഹം ഉപയോഗിച്ചിരുന്ന പലതരം വസ്തുക്കൾ ഒരു ഭാഗത്ത് പ്രദർശിപ്പിച്ചതിൽ കൗതുകമുണർത്തുന്ന ഒരു പഴയ

പാട്ടുപെട്ടി എന്റെ ശ്രദ്ധയിൽ പെട്ടു. പഴയതാണെങ്കിലും ഒരു ചെറിയ പോറൽ പോലുമേൽക്കാതെ അത് സൂക്ഷിച്ചിട്ടുണ്ട്. ഞാൻ അതിന്റെ ഫോട്ടോ എടുത്തു. പിന്നീട് എന്നെ ഏറ്റവും കൂടുതൽ ആകർഷിച്ചത് മ്യൂസിയത്തിനകത്തുണ്ടായിരുന്ന ആഡംബര കാറുകളായിരുന്നു. ഹൈദർ അലിയേവ് ഉപയോഗിച്ചിരുന്ന ഔദ്യോഗിക വാഹനങ്ങളായിരുന്നു അവ. പ്രധാനമായും ജർമ്മൻ കാർ നിർമ്മാതാക്കളായ മെഴ്സിഡസ് ബെൻസിന്റെ രാജകീയ മോഡലായ 600 SEL Pullman എന്ന കാറാണ് എന്റെ മനം കവർന്നത്. ചില റഷ്യൻ നിർമ്മിത കാറുകളും അദ്ദേഹത്തിന്റെ ഔദ്യോഗിക വാഹനങ്ങളിൽ ഉൾപ്പെട്ടിട്ടുണ്ട്. എല്ലാം അക്കാലത്തെ ഏറ്റവും ആഡംബരം നിറഞ്ഞതും മികച്ച സുരക്ഷാസംവിധാനമുള്ളവയും ആയിരുന്നു.

ഹൈദർ അലിയേവ് മ്യൂസിയസത്തിനകത്ത് ഏവരുടെയും ശ്രദ്ധയാകർഷിക്കുന്ന ഒന്നാണ് ഇളം പച്ച നിറത്തിലുള്ള ഒരു പർവ്വതത്തിന്റെ ചിത്രം. ഒരു ചുമർ നിറഞ്ഞു നിൽക്കുന്ന അത്രയും വലിപ്പമുണ്ട് ആ ചിത്രത്തിന്. അസർബൈജാനിലെ ജുൽഫാ(Julfa) പ്രദേശത്ത് സ്ഥിതി ചെയ്യുന്ന അഗ്നിപർവ്വതസ്വഭാവമുള്ള ഇലാൻദാഗ്(Ilandagh) എന്ന പേരിൽ അറിയപ്പെടുന്ന പർവതത്തിന്റെ ചിത്രമാണിത്. അസർബൈജാനി ഭാഷയിൽ ഇലാൻദാഗ് എന്നാൽ പാമ്പുകളുടെ പർവ്വതം (Snake Mountain) എന്നാണ് അർഥം. ഹൈദർ അലിയേവിന് ഇഷ്ടമുള്ള ചിത്രമായതുകൊണ്ട് അതിന് മുന്നിൽ നിന്ന് അവസാനമായി ഒരു ഫോട്ടോ എടുത്ത് ഞാനും കൂട്ടരും പുറത്തേക്കിറങ്ങി.

ഹൈദർ അലിയേവ് സെന്ററിനകത്ത് ആകർഷകമായ മറ്റൊരു മ്യൂസിയം കൂടിയുണ്ട്. ലോകപ്രസ്തമായ വിന്റേജ് കാറുകൾ പ്രദർശിപ്പിച്ചിരിക്കുന്നൊരു കാർ മ്യൂസിയം. സാലിമ ഞങ്ങളെ അങ്ങോട്ട് നയിച്ചു. ക്ഷീണിതരായാണ് ഞങ്ങൾ കാർ മ്യൂസിയത്തിൽ എത്തിയതെങ്കിലും, അതിനകത്ത് കയറിയപ്പോൾ ക്ഷീണമൊക്കെ മറന്നു. കാരണം ഞങ്ങൾ കരുതിയതുപോലെ സാധാരണ ഒരു കാർ മ്യൂസിയമായിരുന്നില്ല, മറിച്ച് അതിവിശാലമായ ഹാളും അതിൽ നൂറുകണക്കിന് കാറുകളുടെ ശേഖരവും ഉണ്ടായിരുന്ന അത്യാധുനികമായ രീതിയിൽ അതിമനോഹരമായി ക്രമീകരിച്ച ഒന്നായിരുന്നു. ഒരു കാലത്ത് നിരത്തുകൾ അടക്കിവാണ്, പിന്നീട് പ്രതാപം നഷ്ടപ്പെട്ട് ഇതുപോലുള്ള മ്യൂസിയങ്ങളിൽ ഇടം നേടിയ നൂറുകണക്കിന് കാറുകൾ. അതിൽ മെഴ്സിഡസ് ബെൻസ്, ബെന്റ്ലി, റോൾസ് റോയ്സ്, ഫോർഡ് തുടങ്ങിയ ലോകപ്രശസ്ത കാർ നിർമ്മാതാക്കളുടെ കണ്ണഞ്ചിപ്പിക്കുന്ന നിറങ്ങളോടും സൗന്ദര്യത്തോടും കൂടിയുള്ള വാഹനങ്ങൾ സൗന്ദര്യമത്സരത്തിലെന്നപോലെ നിരന്നു

നിൽക്കുന്ന കാഴ്ച കാണേണ്ടതുതന്നെയാണ്. ഓരോന്ന് കാണുമ്പോഴും അതിനെ ക്യാമെറക്കുള്ളിലാക്കാനുള്ള വ്യഗ്രതയായിരുന്നു എനിക്ക്. എല്ലാം കണ്ട് തിരിച്ചെത്തുവാൻ മണിക്കൂറുകൾ വേണമെന്ന് എല്ലാവർക്കും ബോധ്യമായിരുന്നു. അതുകൊണ്ട് ഏറ്റവും ആഡംബരം നിറഞ്ഞ കുറെയേറെ കാറുകൾ കാണുകയും ഫോട്ടോ എടുക്കുകയും ചെയ്തിട്ട് മടങ്ങാം എന്ന് തീരുമാനിച്ചു. എന്നാലും ഹൈദർ അലിയേവ് സെന്ററിൽ ഏറ്റവും കൂടുതൽ സമയം ചിലവഴിച്ചത് കാർ മ്യൂസിയത്തിൽ തന്നെയായിരുന്നു. കാഴ്ചകൾ പിന്നെയും കാണാനുണ്ടായിരുന്നെങ്കിലും ക്ഷീണം കാരണം ഞങ്ങളുടെ ആസ്വാദനശേഷി കുറഞ്ഞു വന്നു. ഒടുവിൽ അതിനകത്തുനിന്നും പുറത്തേക്ക് നടന്നപ്പോൾ സമയം 5.30 കഴിഞ്ഞിരുന്നു.

ലിറ്റിൽ വെനീസ്
(Little Venice)

ഹൈദർ അലിയേവ് സെന്ററിൽ നിന്നും ഇറങ്ങിയതിന് ശേഷം വളരെ ക്ഷീണിതരായാണ് ഞങ്ങൾ വാഹനത്തിൽ കയറിയത്. ഇന്നിനി വേറെ സന്ദർശനങ്ങളൊന്നും വേണ്ട, ഭക്ഷണം കഴിച്ചിട്ട് റൂമിലേക്ക് പോകാം എന്നായിരുന്നു എല്ലാവരും ആഗ്രഹിച്ചിരുന്നത്. റെസ്റ്റോറന്റുകാരോട് ഞങ്ങൾക്കുള്ള ഭക്ഷണം പറഞ്ഞിരുന്നത് 8 മണിക്കായിരുന്നു. സമയം ആറുമണിയോടടുക്കുന്നേയുണ്ടായിരുന്നുള്ളൂ. “ഭക്ഷണം നേരത്തേ കിട്ടുമോ” എന്ന് സാലിമ റെസ്റ്റോറന്റിൽ വിളിച്ച് ചോദിച്ചെങ്കിലും, “തിരക്കുള്ള ദിവസമാണ്, 8 മണിയാകാതെ ഭക്ഷണം തയ്യാറാക്കാനാവില്ല” എന്നായിരുന്നു മറുപടി. ഏതാണ്ട് രണ്ടുമണിക്കൂർ എങ്ങിനെ ചിലവഴിക്കും എന്നായി പിന്നീട് ഞങ്ങളുടെ ചിന്ത. അവസാനം സാലിമ തന്നെ ഒരു വഴി പറഞ്ഞു, “നമ്മുടെ ഭക്ഷണം ഏർപ്പാടാക്കിയത് നിസാമി സ്ട്രീറ്റിലുള്ള ഒരു റെസ്റ്റോറന്റിലാണ്. സ്ട്രീറ്റിൽ നിന്നും നടന്നുപോകാനുള്ള ദൂരത്തിൽ ഒരു നല്ല പാർക്ക് ഉണ്ട്, നമുക്ക് അവിടെ പോകാം”. ഈ സന്ധ്യാസമയത്ത് പാർക്കിൽ ചിലവഴിക്കുന്നതുതന്നെയാണ് ഏറ്റവും നല്ല തീരുമാനം എന്ന് ഞങ്ങൾക്കും തോന്നി. അങ്ങിനെ ഞങ്ങൾ ലിറ്റിൽ വെനീസ് എന്ന് വിളിക്കുന്ന ബാക്കുവിലെ പ്രധാന പാർക്കിലേക്ക് പോയി.

ഇത്തിരി നേരം ബാക്കു നഗരത്തിലൂടെയുള്ള യാത്രയ്ക്ക് ശേഷം ഞങ്ങളുടെ വാഹനം പാർക്കിന് മുന്നിലുള്ള റോഡരികിൽ നിർത്തി. ഏറ്റവും തിരക്കേറിയ സമയമായതുകൊണ്ട് ഞങ്ങളെ ഇറക്കിയ ഉടൻ

കാർപെറ്റ് മ്യൂസിയം

വാഹനം തിരിച്ചുപോയി. മതിലും ഗേറ്റും ഇല്ലാത്തതിനാൽ റോഡരികിൽ നിന്നുതന്നെയാണ് പാർക്ക് ആരംഭിക്കുന്നത്. ഒരു വശത്ത് മനോഹരമായ കെട്ടിടങ്ങളും മറുവശത്ത് വിശാലമായ പുൽത്തകിടിയുമാണ്. ഇവയ്ക്കിടയിൽ മിനുസമുള്ള ഗ്രാനൈറ്റ് കല്ലുകൾ പാകിയ നടപ്പാതയും കാണാം. മനോഹരമായ സന്ധ്യാനേരം ആസ്വദിക്കാനായി പാർക്കിലേക്ക് ജനങ്ങൾ ഒഴുകിവരുന്ന സമയമായിരുന്നു. ഞങ്ങളും അവരുടെ ഇടയിലൂടെ നടന്നു. ഒറ്റനോട്ടത്തിൽ അതിർത്തികൾ കാണാൻ പറ്റാത്തതിനാൽ അതിവിശാലമായ പാർക്കാണെന്ന് ഞാൻ ഊഹിച്ചു. അകത്തേക്ക് പോകുന്ന നടവഴിയുടെ ഇടത് ഭാഗത്തായുള്ള ഭംഗിയുള്ള കെട്ടിടങ്ങളിലൊന്നിലേക്ക് ചൂണ്ടിക്കാണിച്ചുകൊണ്ട് ഇതാണ് കാർപെറ്റ് മ്യൂസിയം എന്ന് സാലിമ പറഞ്ഞു. വളരെ കൗതുകം ജനിപ്പിക്കുന്ന ഒരു രൂപമായിരുന്നു ആ മ്യൂസിയത്തിന്. ചിത്രപ്പണികളോടുകൂടിയ ഒരു കാർപെറ്റ് ഉരുട്ടി മടക്കിവച്ച ആകൃതിയാണതിന്. കാർപെറ്റ് നിർമ്മാണത്തിന് പേരുകേട്ട സ്ഥലമായതിനാൽ അതിന്റെ നിർമ്മാണവും വിവിധ നിറങ്ങളോടും ഡിസൈനുകളോടും കൂടിയ കാർപെറ്റുകളുടെ പ്രദർശനവും വിപണനവും ഒക്കെ അതിനകത്തുണ്ട്. പക്ഷെ പ്രവർത്തനസമയം കഴിഞ്ഞതിനാൽ അകത്തുകയറി നോക്കാൻ കഴിഞ്ഞില്ല.

കാസ്പിയൻ കടലിന്റെ തെക്കൻ തീരത്തിന് അഭിമുഖമായി നിരപ്പായി കിടന്നിരുന്ന വിശാലമായ ഒരു സ്ഥലമാണ് ബാകു ബുലെവാർഡ് (Baku Bulevard) എന്ന പേരിൽ 1900 മുതൽ ഒരു പ്രത്യേക പരിഗണനയോട്

കൂടി വികസിപ്പിച്ചെടുത്തത്. ബാക്കു മുനിസിപ്പാലിറ്റിയുടെ നിർമ്മാണ വിഭാഗം തലവനായിരുന്ന മമ്മദ് ഹസ്സൻ ഹജിൻസ്കി(Mammad Hassan Hajinski) 1909-ൽ നടത്തിയ പ്രവർത്തനങ്ങളാണ് ഒരു പാർക്ക് എന്ന രീതിയിൽ വികസിക്കാനുള്ള പ്രധാന കാരണം. ടൺ കണക്കിന് മണ്ണ് ഇറക്കുമതിചെയ്ത് തീരപ്രദേശം ഉയർത്തുക മരങ്ങൾ നട്ടുപിടിപ്പിക്കുക തുടങ്ങിയവയായിരുന്നു ആദ്യകാല പ്രവർത്തനങ്ങൾ. സോവിയറ്റ് കാലത്താണ് ഇവിടെ ആദ്യമായി കോഫി ഷോപ്പുകളും സിനിമ തീയേറ്ററും ഒക്കെ വന്നത്. 1970 മുതൽ കിഴക്കും പടിഞ്ഞാറും ദിശകളിലേക്ക് ബാക്കു ബുലെവാർഡ് വീണ്ടും വികസിക്കാൻ തുടങ്ങി. സ്വാതന്ത്ര്യത്തിന് ശേഷം പ്രസിഡന്റായിരുന്ന ഹൈദർ അലിയേവ് ആയിരുന്നു ആദ്യമായി ബാക്കു ബുലെവാർഡിനെ നാഷണൽ പാർക്ക് ആയി പ്രഖ്യാപിച്ചത്. ഇതിന്റെ ഒരു ചെറിയ ഭാഗമാണ് ലിറ്റിൽ വെനീസ് എന്നറിയപ്പെടുന്ന പാർക്ക്.

രുചികരങ്ങളായ ആസർബൈജാനി ഭക്ഷണം ലഭിക്കുന്ന ഒരു റെസ്റ്റോറന്റും അതുപോലെ വിദേശഭക്ഷണം ലഭിക്കുന്ന മറ്റൊരു റെസ്റ്റോറന്റും ഇവയ്ക്കിടയിലൂടെ വളഞ്ഞുപുളഞ്ഞു കിടക്കുന്ന നീലത്തടാകവും അതിന് കുറുകെ പണിതിരിക്കുന്ന കുറെ ചെറു പാലങ്ങളും ഇവയ്ക്ക് പുറമെ നീണ്ടുകിടക്കുന്ന കറുത്ത ഗ്രാനൈറ്റ് കല്ല് പാകിയ നടപ്പാതയും പാതയുടെ അരികിൽ ഇവിടെയെത്തുന്നവർക്ക് ഇരിക്കാനുള്ള ഇരിപ്പിടങ്ങളും നിരനിരയായി നട്ടുവളർത്തിയ മരങ്ങൾക്കിടയിലൂടെ പോകുന്ന കോൺക്രീറ്റ് നിർമ്മിതമായ ചെറുനടപ്പാതകളും ഒക്കെ ഉൾക്കൊള്ളുന്നതാണ് ലിറ്റിൽ വെനീസ് പാർക്ക്. ഞങ്ങൾ നടന്ന് തടാകത്തിനടുത്തെത്തിയപ്പോഴാണ് അതിലൂടെ നാലുപേർ അടങ്ങുന്ന ഒരു കുടുംബം ബോട്ടിൽ സവാരി ചെയ്യുന്ന മനോഹര ദൃശ്യം കണ്ടത്. കണ്ട ഉടൻ "നമുക്കും അതുപോലെ ഒരു ബോട്ട് സവാരി ചെയ്താലോ" എന്ന് കൂട്ടുകാരെല്ലാം സാലിമയോട് ചോദിച്ചു. അവൾ ഉടൻ ടിക്കറ്റ് എടുക്കുന്ന കൗണ്ടറിലേക്ക് പോയി. നിരാശപ്പെടുത്തുന്ന വിവരവുമായാണ് സാലിമ തിരിച്ചുവന്നത്. ചിലപ്പോൾ ശക്തിയായ കാറ്റുണ്ടാവും എന്ന കാലാവസ്ഥ മുന്നറിയിപ്പ് മാനിച്ച് ബോട്ട് സർവീസ് തത്കാലം നിർത്തിവച്ചിരിക്കുകയാണ്, ഇപ്പോൾ ഞങ്ങൾ കണ്ടത് ഇന്നത്തെ അവസാന സർവീസ് ആണ് എന്നാണ് അധികൃതർ സാലിമയോട് പറഞ്ഞത്. അപ്പോഴും ചെറുതായി വീശിക്കൊണ്ടിരുന്ന കാറ്റിനെ ഞങ്ങളെല്ലാവരും ശപിച്ചു. ആദ്യദിവസം ഞങ്ങളുടെ വീൽ റൈഡ് നഷ്ടപ്പെടുത്തിയതും ഈ കാറ്റ് തന്നെയായിരുന്നു.

ബോട്ട് യാത്ര നടക്കാതെ വന്നപ്പോൾ നിരാശരായ എല്ലാവരും പാർക്കിൽ അവിടവിടെയായി ഇരുന്നു. നിറയെ കാഴ്ചകൾ ഉള്ള

ലിറ്റിൽ വെനീസ് പാർക്ക്

പാർക്കിൽ എനിക്ക് അടങ്ങിയിരിക്കാൻ കഴിഞ്ഞില്ല. ഞാൻ ക്യാമറയും കയ്യിലെടുത്ത് നടക്കാൻ ആരംഭിച്ചു. ആമിന എന്നെ തനിച്ച് പോകാൻ സമ്മതിച്ചില്ല, അവൾ കൂടെ വന്നു. ഞങ്ങൾ ഇരുവരും തടാകത്തിന രികിലൂടെ പാർക്കിന്റെ മറ്റേ അറ്റത്തേക്ക് നടന്നു. കടലിനടുത്തായതു കൊണ്ട് കാറ്റിന്റെ ശക്തിയും തണുപ്പും വർധിച്ചുകൊണ്ടിരുന്നു. ഞങ്ങൾ അതൊന്നും വകവയ്ക്കാതെ മുന്നോട്ട് പോയി. നിശ്ചലമായിരുന്ന നീലത്തടാകത്തിൽ കാറ്റ് ചെറിയ ഓളങ്ങൾ സൃഷ്ടിച്ചു. ഈ തടാകവും അതിന് മുകളിലൂടെയുള്ള ചെറുപാലങ്ങളും കണ്ടാൽ ഇറ്റലിയിലെ വെനീസ് നഗരത്തെയാണ് ഓർമ്മ വരിക. വെനീസ് നഗരവുമായുള്ള സാദൃശ്യമാണ് ലിറ്റിൽ വെനീസ് എന്ന് പേര് വിളിക്കാൻ കാരണം. 1960 ലാണ് പാർക്കുൾപ്പെടുന്ന പട്ടണത്തിന്റെ ഈ ഭാഗം നിർമ്മിക്കുന്നത്. അക്കാലത്ത് ബാക്കുവിലെ മേയറായിരുന്ന അലിഷ് ലംബരാൻസ്കി (Alish Lambaranski) ഇറ്റലിയിലെ വെനീസിലേക്ക് ഒരു യാത്ര പോവുകയുണ്ടായി. അതിസുന്ദരമായ വെനീസിലെ തടാകങ്ങളും അതി നിടയിലെ കെട്ടിടങ്ങളും തടാകങ്ങൾക്ക് കുറുകെയുള്ള മനോഹരമായ ചെറു പാലങ്ങളും കണ്ടപ്പോൾ ഇതുപോലുള്ള ഒരു നഗരം ബാക്കുവിലും വേണമെന്ന ആഗ്രഹം അദ്ദേഹത്തിന്റെ മനസ്സിൽ ജനിച്ചു. അങ്ങിനെ യാണ് ലിറ്റിൽ വെനീസ് എന്ന പാർക്കിന്റെ നിർമ്മാണം ആരംഭിച്ചത്.

ഞാനും ആമിനയും നടന്ന് പാർക്കിന്റെ ഒരറ്റത്ത് എത്തി. വലിയ നടപ്പാത അവസാനിക്കുന്നിടത്ത് ഒരു വലിയ തൂണിൽ

അസർബൈജാന്റെ പതാക കാറ്റിൽ ഇളകിയാടുന്ന കാഴ്ച കാണാം. അതിന് താഴെയായി ആൾക്കൂട്ടത്തിനിടയിൽ ചിലരെ വളരെ വ്യത്യസ്തരായി കാണപ്പെട്ടു. നന്നായി വസ്ത്രം ധരിച്ച അവർ ഒരുമിച്ച് കൂടി ചിരിക്കുകയും ഫോട്ടോ എടുക്കുകയും ചെയ്യുന്നത് ശ്രദ്ധിച്ചപ്പോൾ ഏതോ ഒരു ആഘോഷത്തിൽ പങ്കെടുക്കുന്നവരാണ് എന്നെനിക്ക് തോന്നി. മനോഹരമായ വസ്ത്രധാരണവും മുഖത്തെ സന്തോഷവും അവരെ ആകർഷണീയരാക്കിയിരുന്നു. അസ്തമിക്കാനൊരുങ്ങുന്ന സൂര്യൻ നൽകിയ സ്വർണ്ണവർണ്ണമണിഞ്ഞ ആകാശവും തണുത്ത കാറ്റും മറക്കാനാകാത്ത ഒരു സന്ധ്യയുടെ അനുഭൂതി പകർന്നുനൽകി. ആ അനുഭൂതിയിൽ അവിടുത്തെ കാഴ്ചകൾ എല്ലാം തന്നെ അതിമനോഹരങ്ങളായിത്തീർന്നു. അതിൽ എടുത്തുപറയേണ്ടത് കുറച്ച് ദൂരെയായി വ്യക്തമായി കാണുന്ന ഫ്ലെയിം ടവറിന്റെ (Flame Tower) മൂന്ന് കെട്ടിടങ്ങളായിരുന്നു. തലേദിവസം രാത്രി കണ്ടതിൽനിന്നും തികച്ചും വ്യത്യസ്തമായൊരു കാഴ്ചയായിരുന്നു അത്. കുറച്ച് സമയം അവിടെ ചിലവഴിച്ച് എത്ര നോക്കിയാലും മതിവരില്ലാത്ത അവയുടെ കുറേയെറെ ഫോട്ടോകളും ക്യാമറയിൽ പകർത്തിയതിനുശേഷം ഞങ്ങൾ തിരിച്ച് കൂട്ടുകാരുടെ അടുത്തേക്ക് നടന്നു.

തിരിച്ച് നടക്കുന്നതിനിടയിൽ വഴിയിൽ കണ്ട ഐസ്ക്രീം കടയിൽ ആമിനയുടെ കണ്ണുകൾ ഉടക്കി. ഐസ്ക്രീം കഴിക്കാനുള്ള സമ്മതം വാങ്ങാനായി ഉമ്മയായ നിഷച്ചേച്ചിയുടെ അടുത്തേക്ക് അവൾ ഓടിപ്പോയി. തണുപ്പ് അസഹനീയമാകാൻ തുടങ്ങിയെങ്കിലും ഞാൻ വീണ്ടും നടക്കാൻ ആരംഭിച്ചു. വിശാലമായ പാർക്കിൽ കൂടുതൽ കാഴ്ചകൾക്ക് വേണ്ടി എന്റെ ക്യാമറക്കണ്ണുകൾ പരതി നടക്കുകയായിരുന്നു. പാർക്കിന്റെ ഒരു അതിർത്തി ബാക്കു ഹാർബറിനോട് ചേർന്നാണ് എന്നറിയാവുന്നതുകൊണ്ട് ഞാൻ ആ ഭാഗത്തേക്കാണ് നടന്നത്. കടലിൽ നിന്നും തണുത്ത കാറ്റ് വീശുന്നതുകൊണ്ടാണെന്ന് തോന്നുന്നു ആ ഭാഗത്ത് ആൾകാർ കുറവായിരുന്നു. പാർക്കിന്റെ അവസാനം ഒരു ചെറു മതിലായിരുന്നു. അവിടെ നിന്നും നോക്കിയാൽ ഹാർബർ അടുത്തുനിന്നും കാണാം. തിരക്കേറിയ ഹാർബറാണെന്ന് കാണുമ്പോൾ തന്നെ അറിയാം. ചെറുതും വലുതുമായ അനേകം ബോട്ടുകളും എണ്ണക്കപ്പലുകളും അടുത്തും അകലെയുമായി നിർത്തിയിട്ടിരിക്കുന്നു. ചെറിയവ കൂടുതലും മൽസ്യബന്ധനത്തിനുള്ളതാണെന്ന് തോന്നുന്നു. കുറച്ച് സമയം അവിടെ നിന്നിട്ട് ഞാൻ മറ്റൊരു ഭാഗത്തേക്ക് നടന്നു. കണ്ടാൽ ഓസ്ട്രേലിയയിലെ ഓപ്പറ ഹൗസ് പോലെ തോന്നിക്കുന്ന ഡെന്നിസ് മാൾ ബാക്കുവിലെ പ്രധാന ഷോപ്പിംഗ് മാളുകളിൽ ഒന്നാണ്. അതിനടുത്തേക്കാണ് ഞാൻ നടന്നെത്തിയത്. കൗതുകം തോന്നിയതുകൊണ്ട്

അതിന്റെ ഫോട്ടോ എടുത്തു. ശേഷം ഞാൻ കൂട്ടുകാരുടെ അടുത്തേക്ക് നടന്നു.

ഞാൻ തിരിച്ചെത്തിയപ്പോഴും കൂട്ടുകാരും സാലിമയും അവിടെ ത്തന്നെ ഇരിപ്പുണ്ടായിരുന്നു. എനിക്കിനി നഗരവുമായി അതിർത്തി പങ്കിടുന്ന പാർക്കിന്റെ ഭാഗം മാത്രമേ കാണാനായി ബാക്കിയുണ്ടായി രുന്നുള്ളൂ. ഞങ്ങളെല്ലാവരും ഒരുമിച്ച് ആ ഭാഗത്തേക്ക് നടന്നു. കാരണം ഞങ്ങൾക്ക് പോകാനുള്ള സമയമായി എന്ന് സാലിമ പറഞ്ഞിരുന്നു. അവിടെയെത്തിയപ്പോൾ ആദ്യം അവിടെയായിരുന്നു പോകേണ്ടി യിരുന്നത് എന്ന് തോന്നിപ്പോയി. അതിമനോഹരമായിരുന്നു ആ സ്ഥലം. ഇറ്റാലിയൻ നിർമാണവിദഗ്ദരുടെ കയ്യൊപ്പ് ചാർത്തിയ വലുതും മനോഹരവുമായ കെട്ടിടങ്ങൾ നഗരത്തിന്റെ ഭാഗമായി ഒരു വശത്ത്, മറുഭാഗത്ത് നീലത്തടാകവും അതിമനോഹരമായ പാലവും പിന്നെ ആഢംബരപൂർവം തലയുയർത്തിനിൽകുന്ന സദാഫ് അസീറി ക്യൂസൈൻ (Sadaf Azeri Cuisine) എന്ന റെസ്റ്റോറന്റും. ഇവയെ പശ്ചാത്തലമാക്കി നിരവധി ഫോട്ടോ ഞങ്ങൾ എടുത്തു. മാത്രമല്ല പുറപ്പെടും വരെ അവിടെത്തന്നെ നിന്നു. വെളിച്ചക്കുറവ് അനുഭവപ്പെ ടാൻ തുടങ്ങിയപ്പോൾ സാലിമ ഞങ്ങളെയും കൂട്ടി പുറത്തേക്ക് നടന്നു.

ചരിത്രം പറയുന്ന തെരുവുകൾ

ലിറ്റിൽ വെനീസിലെ പാർക്കിൽ നിന്നും നേരെ പോയത് രാത്രി ഭക്ഷണം ബുക്ക് ചെയ്തിരുന്ന റെസ്റ്റോറന്റിലേക്കായിരുന്നു. ഞങ്ങളെ ഇറക്കാനായി വണ്ടി നിർത്തിയത് റെസ്റ്റോറന്റ് സ്ഥിതി ചെയ്യുന്ന നിസാമി സ്ട്രീറ്റിൽ നിന്നും കുറച്ച് ദൂരെയായിരുന്നു. റോഡ് മുറിച്ച് കടന്നുവേണം പോകാൻ. സാലിമ മുന്നിൽ നടന്നു. ഭൂമിക്കടിയിലൂടെ നിർമ്മിച്ച തുരങ്കത്തിലൂടെയാണ് ഞങ്ങൾ അപ്പുറത്തേക്ക് കടന്നത്. യൂറോപ്പിലുള്ള പല ടൗണുകളിലും ഇതുപോലുള്ള തുരങ്കങ്ങൾ കാണാം.റോഡ് മുറിച്ച് കടക്കുമ്പോൾ ഉണ്ടാകുന്ന ട്രാഫിക് പ്രശ്നങ്ങൾ കുറയ്ക്കുവാനും " ഫ്ലൈ ഓവർ" നിർമിക്കാതെ, ഭൂമിക്ക് മുകളിലുള്ള നിർമ്മാണം കുറച്ച് പട്ടണത്തിലെ സ്ഥലം ലാഭിക്കാനും ഈ സമ്പ്രദായം ഉപകാരപ്പെടുന്നു. ചുറ്റും ടൈൽസ് പാകി മോടിപിടിപ്പിച്ച തുരങ്കത്തിലൂടെ നടക്കുമ്പോൾ ഇതിനുമുൻപും പല സ്ഥലങ്ങളിലും കണ്ട ഒരു കാഴ്ച വീണ്ടും എന്നെ തേടിയെത്തി. സാക്സോഫോൺ എന്ന സംഗീതോപകരണത്തിൽ പ്രാവീണ്യമുള്ള ഒരാൾ ഏകനായി നിന്നുകൊണ്ട് അത് വായിക്കുന്നു. അതുവഴി കടന്നുപോകുന്നവരിൽ ചിലർ അയാളുടെ മുന്നിൽ വച്ച താലത്തിൽ കാശ് ഇട്ടുകൊടുക്കുന്നു. ഇത്തരത്തിൽ തെരുവ് സംഗീതം അവതരിപ്പിക്കുന്നവർ കൂടുതലും ഇതുപോലുള്ള തുരങ്കങ്ങളെ ആശ്രയിക്കാറുണ്ട്. ആ സംഗീതം ആസ്വദിക്കുന്നതിനുവേണ്ടി ഞാൻ എന്റെ നടത്തത്തിന്റെ വേഗത കുറച്ചു. വളരെ മനോഹരമായാണ് അയാൾ ആ സംഗീതോപകരണം പ്രവർത്തിപ്പിക്കുന്നത്. തുരംഗമായതുകൊണ്ട് അതിന്റെ ശബ്ദം എങ്ങും പോകാതെ അതിനുള്ളിൽ തന്നെ മുഴങ്ങിക്കേട്ടു.

മിർസ അൽഅക്ബർ സാബിറിന്റെ വെങ്കലപ്രതിമ

അയാളെ ശ്രദ്ധിക്കാതെ കൂട്ടുകാരൊക്കെ നടന്ന് സ്ട്രീറ്റിന്റെ മറുവശത്തേക്ക് കയറിപ്പോയപ്പോൾ ഞാനും പിറകെ വേഗത്തിൽ നടന്നു.

ഇസ്തിഗ്ലാലിയത്ത് സ്ട്രീറ്റിന്റെ (Istiglaliyyat Street) ഒരു ഭാഗത്തേക്കാണ് ഞങ്ങൾ നടന്നുകയറിയത്. ബാക്കുവിലെ ഏറ്റവും പഴക്കമുള്ളതും മനോഹരവുമായ തെരുവുകളിലൊന്നാണ് ഇസ്തിഗ്ലാലിയത്ത് (Istiglaliyyat) തെരുവ്. റഷ്യൻ സാമ്രാജ്യത്വ ഭരണകാലത്ത് റഷ്യൻ സാർ ചക്രവർത്തിയായ നിക്കോളായ് ഒന്നാമനെ അനുസ്മരിച്ച് "നിക്കോളയേവ്സ്കയ" (Nikolayevskaya) എന്നും റഷ്യൻ വിപ്ലവത്തിന് ശേഷം "പാർലമെന്റ്സ്കായ" (Parlamentskaya) എന്നും സോവിയറ്റ് ഭരണകാലത്ത് "കമ്മ്യൂണിസ്റ്റിഷെസ്കായ" (Communsticheskaya) എന്നുമായിരുന്നു ഈ തെരുവിന്റെ മുൻ പേരുകൾ. 1991-ൽ അസർബൈജാൻ സ്വതന്ത്രമായതിനുശേഷം അസർബൈജാനിയിൽ "പരമാധികാരം" എന്നർത്ഥം വരുന്ന "ഇസ്തിഗ്ലാലിയത്ത്" എന്ന് തെരുവിന്റെ പേര് പുനർനാമകരണം ചെയ്യപ്പെട്ടു. 2.2 കിലോമീറ്റർ (1.4 മൈൽ) വരെ നീളുന്ന ഈ തെരുവിൽ പ്രധാനപ്പെട്ട സർക്കാർ ഓഫീസുകൾ, യൂണിവേഴ്സിറ്റികൾ, വലിയ കടകൾ, റെസ്റ്റോറന്റുകൾ എന്നിവ സ്ഥിതി ചെയ്യുന്നു. പഴയ

ഇസ്തിഗ്ലാലിയത്ത് സ്ട്രീറ്റിലെ ഫൗണ്ടൻ

തെരുവാണെങ്കിലും വളരെ വൃത്തിയായും ഭംഗിയായുമാണ് ബാക്കു നഗരസഭ ഈ തെരുവിനെ സംരക്ഷിച്ചുപോരുന്നത്. എവിടെയും മാലിന്യത്തിന്റെ ഒരു കണികപോലും കാണാൻ സാധിക്കില്ല. ഞങ്ങൾ പ്രശസ്ത കവിയും അധ്യാപകനുമൊക്കെയായ മിർസ അൽഅക്ബർ സാബിറിന്റെ (Mirza Alakbar Sabir) വെങ്കലത്തിൽ തീർത്ത പ്രതിമ പിന്നിട്ട് മുന്നോട്ട് നടന്നു. ഈ തെരുവിന് ഒരാഭരണം പോലെയായി രുന്നു ആ മനോഹരമായ പ്രതിമ. പ്രതിമക്ക് ചുറ്റും പണിത ഇരിപ്പിട ങ്ങളെല്ലാം സായാഹ്നം ആസ്വദിക്കാനെത്തിയവർ കയ്യടക്കിയിരുന്നു. ഈ വഴിയിൽ പാർക്കുകളും ചത്വരങ്ങളും മനോഹരമായ ജലധാരകളും ഉള്ളതുകൊണ്ട് വൈകുന്നേരങ്ങളിൽ ആൾത്തിരക്ക് കൂടുതലാണ്.

ഞങ്ങൾ നടന്ന് ഫൗണ്ടെയ്ൻ സ്ക്വയറിനടുത്തെത്തി. സോവിയറ്റ് ഭരണകാലത്ത് സ്ഥാപിക്കപ്പെട്ട അനേകം ജലധാരകൾ ഇപ്പോഴും നന്നായി പ്രവർത്തിക്കുന്നുണ്ടിവിടെ. പലതും ഓൾഡ് സിറ്റിയുടെ കോട്ട മതിലിനുപുറത്ത് മതിലിനോട് ചേർന്നാണ് സ്ഥാപിച്ചിട്ടുള്ളത്. പുരാ തനമായ കോട്ടമതിലിന്റെ പശ്ചാത്തലത്തിൽ ജലധാരകൾക്ക് ഒരു മാസ്മരിക സൗന്ദര്യമായിരുന്നു. ബാക്കുവിലെ ഫൗണ്ടെയ്ൻസ് സ്ക്വയർ

ജനങ്ങളുടെ ഒരു ഒത്തുചേരൽ സ്ഥലമാണ്, പ്രത്യേകിച്ച് ജോലിസമയം കഴിഞ്ഞുള്ള സമയങ്ങളിലും വാരാന്ത്യങ്ങളിലും. ഭംഗിയുള്ള ജലധാരകൾക്ക് പുറമെ നിരവധി ബോട്ടിക്കുകൾ, റെസ്റ്റോറന്റുകൾ, ഷോപ്പുകൾ, ഹോട്ടലുകൾ, മനോഹരമായ നടപ്പാതകൾ എന്നിവയാൽ ആകർഷകമായ ഒരു വിനോദസഞ്ചാര കേന്ദ്രം കൂടിയാണിത്. ഇസ്തിഗ്ലാലിയത്ത് തെരുവിൽ നിന്നും തുടങ്ങി പഴയ നഗരത്തിന്റെ (Old City) കോട്ടമതിലിനോട് ചേർന്ന് നിസാമിസ്ട്രീറ്റിലൂടെ വികസിച്ചുപോകുന്ന ഒരു ചത്വരമാണിത്. ബാക്കു നഗര ഭരണാധികാരികൾ നിരവധി പൊതു പരിപാടികളും പ്രദർശനങ്ങളും ആഘോഷങ്ങളും നടത്തുന്ന സ്ഥലം കൂടിയാണിത്.

പകൽവെളിച്ചം കുറഞ്ഞുവന്നുകൊണ്ടിരുന്നു. ഞങ്ങൾ നടന്ന് റെസ്റ്റോറന്റിനടുത്തെത്തി. 8 മണിക്കാണ് ഞങ്ങളുടെ ഭക്ഷണം പറഞ്ഞിരുന്നത്. മാത്രമല്ല തിരക്ക് കാരണം പറഞ്ഞസമയത്തിന് മുൻപേ ഭക്ഷണം തരാൻ പറ്റില്ല എന്ന് റെസ്റ്റോറന്റ് മാനേജർ തീർത്തു പറഞ്ഞിരുന്നു. 7 മണി കഴിഞ്ഞതേ ഉള്ളൂവെങ്കിലും, സാലിമ ഞങ്ങളെ കൂട്ടാതെ റെസ്റ്റോറന്റിനകത്തേക്ക് പോയി നേരത്തേ ഭക്ഷണം ലഭിക്കാൻ ഒരു ശ്രമം കൂടി നടത്തി നോക്കി, പക്ഷെ രക്ഷയുണ്ടായിരുന്നില്ല. തൽകാലം അവിടെയെങ്ങാനും ഇരിക്കാം എന്നോർത്തു ഞങ്ങൾ നിസാമി സ്ട്രീറ്റിലെ പ്രധാന ചത്വരത്തിനടുത്തുള്ള ഇരിപ്പിടങ്ങളിൽ പോയിരുന്നു. വൈകുന്നേരമായതുകൊണ്ട് ഒരു പ്രവാഹം പോലെ ആളുകൾ വന്നുകൊണ്ടിരിക്കുകയായിരുന്നു. ഞങ്ങൾ ഇരിക്കുന്നതിന്റെ എതിർവശത്ത് നിരവധി റസ്റ്റോറന്റുകൾ പ്രവർത്തിക്കുന്നുണ്ട്. ആരെയും ആകർഷിക്കുന്ന ഭംഗിയുള്ള ലൈറ്റുകളാൽ അലങ്കരിക്കപ്പെട്ട ഈ റസ്റ്റോറന്റുകളെല്ലാം പെട്ടെന്ന് തന്നെ ആളുകളെക്കൊണ്ട് നിറയാൻ തുടങ്ങി. മഹാനഗരങ്ങളിലെ തിരക്കേറിയ ജീവിതം കാരണം വീർപ്പുമുട്ടുന്ന ജനങ്ങൾ വൈകുന്നേരങ്ങളിൽ കൂട്ടമായി റെസ്റ്റോറന്റുകളിലാണ് അഭയം തേടുന്നത്. ഭക്ഷണം കഴിച്ച് വേഗം അവിടുന്ന് പോവുക എന്നതല്ല മറിച്ച് കൂടെയുള്ള കുടുംബം, കൂട്ടുകാർ എന്നിവരുമായി മണിക്കൂറുകൾ സംസാരിച്ച് കൂടെ രുചികരമായ ഭക്ഷണമൊക്കെ കഴിച്ച് അതുവഴി തിരക്കെന്ന വിരസതയിൽ നിന്നും ആശ്വാസം കണ്ടെത്തുന്നു.

ഇരുട്ട് കൂടുന്തോറും സ്ട്രീറ്റിന്റെ ഭംഗിയും കൂടി വന്നു. കൂടുതൽ ലൈറ്റുകൾ കത്താൻ തുടങ്ങി.നടക്കാൻ പറ്റാത്ത വിധം തിരക്കും അനുഭവപ്പെട്ടു. ബാക്കുവിലെ ജനങ്ങളെല്ലാം നിസാമി സ്ട്രീറ്റിലേക്കാണോ വരുന്നത് എന്ന് തോന്നിപ്പോകും. ഇരുന്ന് മടുത്തപ്പോൾ എന്റെ കൂടെയുണ്ടായിരുന്നവരൊക്കെ ഓരോരോ കടകളിൽ കയറിയിറങ്ങി നടക്കാൻ തുടങ്ങി. ഞാൻ അവിടെയിരുന്ന് തികച്ചും നയനമനോഹരമായ ആ സ്ട്രീറ്റിന്റെ

ഭംഗി ആസ്വദിച്ചുകൊണ്ടിരുന്നു. 1864 ലെ ബാക്കു ടൗൺ പ്ലാനിംഗിൽ ഇടം നേടിയതിന് ശേഷമാണ് നിസാമി സ്ട്രീറ്റിന്റെ ചരിത്രം ആരംഭിക്കുന്നത്. ബാക്കുവിലെ ഉയർന്ന പ്രദേശമായ അബ്ദുള്ള ഷായ്ഗ് (Abdulla Shaig) സ്ട്രീറ്റിൽ നിന്നും ആരംഭിച്ച് താഴെയുള്ള " ഒരുജോവ് "(Orujov) സ്ട്രീറ്റ് വരെ മൂന്നര കിലോമീറ്റർ നീണ്ടുകിടക്കുന്നതാണ് ഇതിന്റെ വലിപ്പം..വാഹനനിരോധിതമേഖല ആയതുകൊണ്ട്, കാൽനടക്കാരുടെ ഒരു പറുദീസ തന്നെയാണ് ഇത്. ഷോപ്പിങ്ങിന് വേണ്ടി മാത്രമല്ല, സായാഹ്നം ആസ്വദിക്കുന്നതിനും ധാരാളം ആളുകൾ ഇവിടേക്ക് വരും.ഈ സ്ട്രീറ്റിന്റെ ഒരു മൂലയിൽ നിർമ്മിച്ച പാർക്കും വൈകുന്നേരങ്ങളിൽ ധാരാളം ആളുകളെ ഇങ്ങോട്ടാകർഷിക്കുന്നു. ലോകപ്രസിദ്ധമായ നിരവധി ബ്രാൻഡുകൾ വിൽക്കപ്പെടുന്ന ഷോപ്പുകൾ, റസ്റ്റോറന്റുകൾ എന്നിവ ചേർന്നപ്പോൾ ലോകത്തിലെ തന്നെ വിലപിടിച്ച സ്ട്രീറ്റിലൊന്നായി നിസാമി സ്ട്രീറ്റ് മാറി.

1859-ൽ ഉണ്ടായ ശക്തമായ ഭൂകമ്പത്തിൽ നഗരത്തിന് കാര്യമായ നാശനഷ്ടങ്ങൾ സംഭവിച്ചു. അതിന് ശേഷമാണ് ആസൂത്രിതമായ പുതിയ നഗരത്തെക്കുറിച്ച് ആലോചനകൾ നടന്നത്. 1864 ലാണ് ആദ്യഘട്ട നിർമ്മാണം പൂർത്തിയായത്. അന്ന് അതിനെ ടോർഗോവായ (Torgovaya) സ്ട്രീറ്റ് എന്നാണ് വിളിച്ചിരുന്നത്. 1880 യോടെ താമസത്തിനും മറ്റുമായി ഈ സ്ട്രീറ്റിൽ ഇരുനിലക്കെട്ടിടങ്ങൾ നിർമ്മിതമായി. വികസനത്തിന്റെ ഭാഗമായി ലോകോത്തര നിലവാരമുള്ള ഹോട്ടലുകളും ഇവിടെ നിർമ്മിക്കപ്പെട്ടു. 1925 ൽ ഈ സ്ട്രീറ്റ് ഫൈസുലി (Fisuli) സ്ട്രീറ്റ് എന്ന് പുനർനാമകരണം ചെയ്യപ്പെട്ടു. 1962 ൽ പന്ത്രണ്ടാം നൂറ്റാണ്ടിൽ ജീവിച്ചിരുന്ന സുപ്രസിദ്ധ പേർഷ്യൻ കവിയായ നിസാമി ഗഞ്ചാവിയുടെ (Nizami Ganjavi) പേര് സ്വീകരിക്കുന്നതുവരെ ഫൈസുലി സ്ട്രീറ്റ് എന്ന പേര് നിലനിന്നു.

പേർഷ്യൻ സാഹിത്യത്തിലെ എക്കാലത്തെയും മികച്ച പ്രണയകാവ്യങ്ങൾ രചിക്കപ്പെട്ടത് നിസാമിയുടെ തൂലികയിലൂടെയാണ്. AD 1141 മുതൽ 1209 വരെയായിരുന്നു അദ്ദേഹത്തിന്റെ ജീവിതകാലം. പേർഷ്യൻ സംസ്കാരത്തെയും ഭാഷയെയും ഉൾകൊള്ളുന്ന പ്രദേശങ്ങളായ അസർബൈജാൻ, ഇറാൻ, താജിക്കിസ്ഥാൻ, അഫ്ഘാനിസ്ഥാന്റെ ചില ഭാഗങ്ങൾ, എന്നിവിടങ്ങളിലെല്ലാം നിസാമിയുടെ ഖ്യാതി നിലനിൽക്കുന്നു. ഒരു അനാഥനായി വളർന്ന അദ്ദേഹത്തിന്റെ ശരിയായ പേര് ഇല്യാസ് എന്നായിരുന്നു. പിന്നീട് എഴുതാൻ ആരംഭിച്ചതുമുതലാണ് നിസാമി ഗഞ്ചാവി എന്ന പേര് സ്വീകരിച്ചത്. അക്കാലത്തെ പേർഷ്യയുടെ സാമൂഹിക രാഷ്ട്രീയ പശ്ചാത്തലങ്ങൾ നിസാമിയുടെ സാഹിത്യ രചനകളിൽ പ്രതിഫലിച്ചുകാണാം.

കുറേയേറെ സമയം അവിടെത്തന്നെ ഇരുന്നതുകൊണ്ട് സാലിമയിൽ നിന്ന് ഈ സ്ഥലത്തെക്കുറിച്ചും ഇതിന്റെ ചരിത്ര പശ്ചാത്തലങ്ങളെക്കുറിച്ചും ചോദിച്ചറിയാൻ പറ്റി. കുറേ സമയം കഴിഞ്ഞിട്ടും കൂട്ടുകാരൊന്നും തിരിച്ചുവരാഞ്ഞപ്പോൾ എനിക്ക് മടുപ്പ് തോന്നി. ഒന്ന് ചുറ്റിക്കറങ്ങിവരാം എന്നോർത്തുകൊണ്ട് ഞാൻ എണീറ്റുനടന്നു. റെസ്റ്റോറന്റുകൾ ഉള്ള ഭാഗത്തുകൂടിയാണ് നടന്നത്. അതിന്റെ ഭംഗി എന്നെ വല്ലാതെ ആകർഷിച്ചിരുന്നു. പല ആകൃതിയിലും വലിപ്പത്തിലും ഉള്ള ലൈറ്റുകൾ കൊണ്ട് മനോഹരമായി അലങ്കരിച്ചവയാണെല്ലാം. അവിടെയൊന്നും സൂചി കുത്താനുള്ള ഇടം ബാക്കിയുമുണ്ടായിരുന്നില്ല. അതിനേക്കാൾ എന്നെ അത്ഭുതപ്പെടുത്തിയത് ഈ റെസ്റ്റോറന്റുകളും കടകളും ഒക്കെ ആളുകളെക്കൊണ്ട് നിറഞ്ഞിരിക്കുമ്പോഴും അത്ര തന്നെ ആളുകൾ സ്ട്രീറ്റിലും ഉണ്ടായിരുന്നു എന്നുള്ളതാണ്. ബാക്കുവിലെ ജനങ്ങൾ നിസാമി സ്ട്രീറ്റിന് കൂടുതൽ പ്രാധാന്യം കൊടുക്കുന്നുണ്ട് എന്നെനിക്ക് മനസ്സിലായി. ഇത്രയും ഭംഗിയായും വൃത്തിയായും അധികൃതർ ഈ പ്രദേശം സൂക്ഷിക്കുന്നതിന്റെ കാരണവും ഇതായിരിക്കണം. പ്രത്യേകതരം കല്ലുകൊണ്ട് ഭംഗിയായി ഇന്റർലോക്ക് ചെയ്തിരുന്ന സ്ട്രീറ്റിലൂടെ ഇതൊക്കെ ഓർത്തുകൊണ്ട് ഞാൻ കുറച്ച് ദൂരം നടന്നു.

സമയം ഏതാണ്ട് 8 മണിയോടടുത്തപ്പോൾ ഞാൻ തിരിച്ചുവന്നു. സാലിമയും കൂട്ടുകാരും കടകളിൽ നിന്നും വാങ്ങിയ സാധനങ്ങളുമായി അവിടെ കാത്തുനിൽക്കുന്നുണ്ടായിരുന്നു. ഞങ്ങൾ ഭക്ഷണം കഴിക്കാനായി റെസ്റ്റോറന്റിലേക്ക് നടന്നു. ഡോൾമ(Dolma) എന്നായിരുന്നു റെസ്റ്റോറന്റിന്റെ പേര്. തിരക്കേറിയ ആ സ്ട്രീറ്റിന്റെ ഒരു വശത്തുനിന്നും താഴേക്കുള്ള പടികൾ ഇറങ്ങിവേണം പോകാൻ. ഒരു വലിയ കെട്ടിടത്തിന്റെ ഭൂമിക്കടിയിലുള്ള നിലയിലാണ് റെസ്റ്റോറന്റ് പ്രവർത്തിക്കുന്നത്. ഒരേ സമയം രണ്ടുപേർക്ക് കഷ്ടിച്ച് കടന്നുപോകാൻ മാത്രം പറ്റുന്ന ഇടുങ്ങിയ ചവിട്ടുപടികളായിരുന്നു. ഞങ്ങൾ ഒരാൾക്ക് പിറകെ മറ്റൊരാളായി ഇറങ്ങി. ഇത്രയും പേർക്ക് ഒരുമിച്ചിരിക്കാനുള്ള സൗകര്യം ഇതിനകത്തുണ്ടാവുമോ എന്ന ആശങ്ക ഞങ്ങൾ പടികൾ ഇറങ്ങുമ്പോൾ പങ്കുവച്ചു. പക്ഷെ റെസ്റ്റോറന്റിന്റെ അകത്തെത്തിയതും ഞങ്ങൾ അമ്പരന്നുനിന്നു. ആരെയും അതിശയിപ്പിക്കുന്ന വിധം വിശാലവും തിരക്ക് നിറഞ്ഞതും ആയിരുന്നു. ഇത്രയും മനോഹരമായ ഒരു റെസ്റ്റോറന്റ് ഇവിടെ ഭൂമിക്കടിയിൽ പ്രവർത്തിക്കുന്നുണ്ടെന്ന് പുറത്തു നിന്നുള്ള കാഴ്ച്ചയിൽ ഒരിക്കലും മനസ്സിലാവില്ല. പഴയകാലത്തെ ഒരു പേർഷ്യൻ ഭക്ഷണശാലയുടെ മാതൃകയിലാണ് ഈ റെസ്റ്റോറന്റ് രൂപകൽപന ചെയ്തിരിക്കുന്നത്. നൂറ്റാണ്ടുകൾക്ക് പിറകിലേക്ക് സഞ്ചരിച്ച ഒരു പ്രതീതിയായിരുന്നു അതിനുള്ളിലേക്ക് കടന്നപ്പോൾ എനിക്കുണ്ടായത്.

മധ്യത്തിൽ ഒരു വഴിയും രണ്ടു വശങ്ങളിലുമായി സ്വകാര്യത ലഭിക്കും വിധം ക്രമീകരിച്ച ചെറുതും വലുതുമായ മുറികളുമായിരുന്നു ഉണ്ടായിരുന്നത്. ഭക്ഷണം കഴിക്കാൻ വന്നവരും തിരക്കിട്ട് അങ്ങോട്ടുമിങ്ങോട്ടും പോകുന്ന ജീവനക്കാരും വഴിയിൽ തിരക്ക് സൃഷ്ടിച്ചിരുന്നു. ഒരു ഭാഗത്തായി 3 പേർ അടങ്ങുന്ന കൊച്ചു സംഘം ചടുലമായ പാട്ടുകൾ ഉൾക്കൊള്ളിച്ചുകൊണ്ട് സംഗീതപരിപാടികൾ നടത്തുന്നുണ്ടായിരുന്നു. പെട്ടെന്നുതന്നെ 8 പേർക്ക് പറ്റിയ ഒരു മുറിയിലേക്ക് ഞങ്ങൾ ആനയിക്കപ്പെട്ടു. അത്ര വിശാലമല്ലാത്ത ആ മുറിയിലെ തീൻമേശക്ക് ചുറ്റും ഞങ്ങളിരുന്നു.

ഭക്ഷണത്തിന് വേണ്ടി കാത്തിരിക്കുന്ന ആളുകളെ രസിപ്പിക്കുന്നതിനും വിരസത മാറ്റുന്നതിനും വേണ്ടി റെസ്റ്റോറന്റുകാർ കണ്ടുപിടിച്ച സൂത്രമാണീ സംഗീതപരിപാടി എന്ന് തോന്നുന്നു. ഞാനും അസർബൈജാനി സംഗീതം ആസ്വദിച്ചിരുന്നു. അവിടെ ഭക്ഷണം കഴിക്കാനായി വന്നവരിൽ ചിലർ അവരോട് ചില പാട്ടുകൾ പാടാൻ അപേക്ഷിക്കുകയും അവർ അത് പാടുമ്പോൾ അതിനോട് നന്ദി പ്രകടിപ്പിക്കുകയും ചെയ്യുന്നത് കണ്ടു. ഭക്ഷണസാധനങ്ങൾ മുന്നിൽ കൊണ്ടുവന്ന് വച്ചപ്പോഴാണ് സംഗീതത്തിൽനിന്നും ശ്രദ്ധ ഭക്ഷണത്തിലേക്കായത്. ഇതുവരെ കാണാത്ത വിഭവങ്ങളായിരുന്നു എല്ലാം. നല്ല വിശപ്പുണ്ടായിരുന്ന ഞങ്ങൾ അതൊന്നും നോക്കാതെ കഴിക്കാനാരംഭിച്ചു. പക്ഷെ ഭക്ഷണം രുചിച്ചുനോക്കിയ എല്ലാവരും നിരാശരായി മുഖത്തോടുമുഖം നോക്കിയിരുപ്പായി. ഒട്ടും രുചികരമല്ലാത്തതിനാൽ അത് ഞങ്ങളെക്കൊണ്ട് കഴിക്കാൻ പറ്റില്ലായിരുന്നു. ഞങ്ങൾ സാലിമയെ വിളിച്ച് ഇക്കാര്യം പറഞ്ഞു. അവൾ മാറിയിരുന്ന് അവളുടേതായ ഭക്ഷണം കഴിക്കുകയായിരുന്നു. അവൾ വന്ന് നോക്കിയപ്പോഴാണ് സംഗതി പിടികിട്ടിയത്. ഞങ്ങൾ ഓർഡർ ചെയ്ത ഭക്ഷണം അല്ലായിരുന്നു അവ. എല്ലാം മാറിയിരിക്കുന്നു!

സാലിമ ഉടൻ അതിന്റെ അധികൃതരെ വിളിച്ചുവരുത്തി കാര്യം പറഞ്ഞു. അവർ പരിശോധിച്ചപ്പോൾ, അവർക്ക് മാറിപ്പോയതാണെന്ന് മനസ്സിലാവുകയും ഞങ്ങളോട് ക്ഷമ പറയുകയും ചെയ്തു. ഉടൻ തന്നെ നമ്മുടെ ഭക്ഷണം കൊണ്ടുവരുമെന്നും അതുവരെ സംഗീതം ആസ്വദിച്ചോളൂ എന്ന് പറഞ്ഞ് നമുക്കായി അവിടെയുള്ള പാട്ടുകാരോട് പാടുവാൻ പറഞ്ഞു. പക്ഷെ വിശപ്പിലും നിരാശയിലും മുങ്ങിനിൽക്കുന്ന ഞങ്ങൾക്ക് സംഗീതം അത്രമേൽ ആസ്വദിക്കാനായില്ലെങ്കിലും മറ്റൊന്നും ചെയ്യാനില്ലാത്തതിനാൽ ഞാൻ അവരുടെ സംഗീതാലാപന രീതികളൊക്കെ ശ്രദ്ധിച്ച് സമയം കളഞ്ഞു. ഞങ്ങളുടെ ഭക്ഷണം വീണ്ടും വിളമ്പാൻ മുക്കാൽ മണിക്കൂറിൽ കൂടുതൽ സമയം എടുത്തു. ഭക്ഷണം

വന്നപ്പോഴേക്കും അതുവരെ അസർബൈജാനി സംഗീതം കേട്ടുകൊണ്ടിരുന്ന ഞങ്ങളുടെ വിശപ്പ് പോയിരുന്നു. സാധാരണ കഴിക്കുന്നതുപോലെ കഴിക്കാൻ ആർക്കും കഴിഞ്ഞിരുന്നില്ല. ചിക്കൻ കബാബും വൈനും ആയിരുന്നു പ്രധാന ഭക്ഷണം. വേഗത്തിൽ ഭക്ഷണം കഴിച്ചുകഴിഞ്ഞ ഞങ്ങൾക്ക് പോരുന്നതിന് മുൻപേ വിളമ്പിയ അസർബൈജാനി ചായ നന്നേ ഇഷ്ടപ്പെട്ടു. ചൂട് ചായ ആസ്വദിച്ച് കുടിച്ചതിനുശേഷം ഞങ്ങൾ ഹോട്ടലിലേക്ക് മടങ്ങി.

ഗ്രാമങ്ങളിലൂടെ ഗബാലയിലേക്ക്(Qabala)

കഴിഞ്ഞ ദിവസത്തെ യാത്രാക്ഷീണം കാരണം സാധാരണയിലും വൈകിയാണ് ഞാൻ എണീറ്റത്. ബാക്കുവിലെ ഞങ്ങളുടെ മൂന്നാം ദിവസമായ ഇന്ന് കുറച്ച് ദൂരെയാണ് പോകേണ്ടത് അതുകൊണ്ട് കൃത്യം 9 മണിക്ക് തയ്യാറായി വരണം എന്ന് സാലിമ പറഞ്ഞിരുന്നു. രുചികരമായ പ്രഭാത ഭക്ഷണവും കഴിച്ച് പറഞ്ഞ സമയത്ത് തന്നെ ഞാനും സുഹൃത്ത് ജോസും ലോബ്ബിയിലെത്തി. അധികം വൈകാതെ തന്നെ കൂട്ടുകാരും എത്തി. പക്ഷെ അര മണിക്കൂർ കൂടി കഴിഞ്ഞാണ് സാലിമ എത്തിയത്. വൈകിയതിന്റെ ജാള്യത മറച്ചുവയ്ക്കാൻ ഒരു പുഞ്ചിരിയുമായാണ് മൂപ്പർ വന്നത്. ഡ്രൈവർ വരാൻ ഇത്തിരി താമസിച്ചു അതുകൊണ്ടാണ് വൈകിയതെന്ന് പറഞ്ഞ് അവൾ ഞങ്ങളെയും കൂട്ടി പുറത്തേക്ക് നടന്നു. വാഹനം പുറത്ത് റെഡിയായി നിൽക്കുന്നുണ്ടായിരുന്നു. ഡ്രൈവറോട് ശുഭദിനം ആശംസിച്ച് ഞങ്ങൾ വാഹനത്തിൽ കയറി, ശേഷം ദീർഘമായ അന്നത്തെ യാത്രക്ക് തുടക്കം കുറിച്ചു.

വണ്ടി പുറപ്പെട്ടപ്പോൾ തന്നെ സാലിമ യാത്രയെക്കുറിച്ച് സംസാരിക്കാൻ തുടങ്ങി. അസർബൈജാന്റെ വടക്ക് കിഴക്ക് ഭാഗത്തായി സ്ഥിതി ചെയ്യുന്ന പ്രകൃതി രമണീയമായ ഗബാല (Qabala) എന്ന ഗ്രാമപ്രദേശത്തേക്കാണ് ഞങ്ങൾ പോകുന്നത്. ബാക്കുവിൽ നിന്നും ഉദ്ദേശം 215 കിലോമീറ്റർ ഉണ്ട് ദൂരം. ഏതാണ്ട് മൂന്ന് മണിക്കൂറോളം യാത്ര ഉണ്ടാകും. മനോഹരമായ മലനിരകളും കാടുകളും പുഴകളും ഒക്കെച്ചേർന്ന് ഒരുക്കുന്ന സുന്ദരമായ കാലാവസ്ഥയുള്ള ഗബാല പണ്ടുകാലം മുതൽക്ക് തന്നെ

പ്രശസ്തിയാർജ്ജിച്ചൊരു ഭൂപ്രദേശമായിരുന്നു. BC നാലാം നൂറ്റാണ്ടിന് മുൻപ് "കോക്കേഷ്യൻ അൽബേനിയ" (Kaukasian Albania) സാമ്രാജ്യത്തിന്റെ തലസ്ഥാനമായിരുന്നു ഇത്. ഗബാലയുടെ ഭൂപ്രകൃതിയിൽ ആകൃഷ്ടരായി BC 60-ൽ റോമാക്കാർ തുടങ്ങിയ അധിനിവേശം പിന്നീട് പലരും തുടർന്നെങ്കിലും ഈ പ്രദേശത്തിന്റെ സംസ്കാരം അതുപോലെ തന്നെ നിലനിന്നുപോന്നു. അനുയോജ്യമായ കാലാവസ്ഥയും ഫലഭൂയിഷ്ഠമായ മണ്ണും ഇവിടത്തുകാരെ ക്രമേണ മികച്ച കൃഷിക്കാരാക്കിമാറ്റി. പലതരം വിളകൾ ഇവിടുത്തെ ഗ്രാമങ്ങളിൽ ഉല്പാദിപ്പിച്ച് ബാകു ഉൾപ്പെടെയുള്ള നഗരങ്ങളിലേക്ക് വിൽപ്പനക്കായി കൊണ്ടുപോകുന്നു. വിനോദസഞ്ചാരവും കൃഷിയും തന്നെയാണ് ഗബാലയുടെ പ്രധാന വരുമാനം. ഗബാല എയർപോർട്ട് വന്നതോടുകൂടി ഇവിടേക്കുള്ള വിനോദസഞ്ചാരവും വർധിച്ചു. റഷ്യയിൽ നിന്നും ദുബായിയിൽ നിന്നുമൊക്കെ ധാരാളം പേർ അനുദിനം ഇവിടുത്തെ കാലാവസ്ഥയും കാഴ്ചകളും ആസ്വദിക്കാനായി എത്തുന്നു.

ഞങ്ങളുടെ വാഹനം ബാകു നഗരം പിന്നിടുമ്പോഴേക്കും എന്റെ കണ്ണിൽ ഉറക്കം ആധിപത്യം സ്ഥാപിച്ചിരുന്നു. ക്ഷീണം കാരണം വേഗം മയങ്ങിപ്പോയി. ഇടയ്ക്ക് ഉണർന്നപ്പോൾ വണ്ടി ചെറു പട്ടണങ്ങളെയും കവലകളെയും അതിവേഗം പിന്നിട്ടുപോവുകയായിരുന്നു. തലേദിവസത്തെ അതേ അനുഭവം തന്നെയായിരുന്നു ഇന്നും. ബാകു നഗരത്തിന് പുറത്തെത്തിയാൽ പിന്നെ കെട്ടിടങ്ങളൊക്കെ വൃത്തിഹീനവും ഭംഗിയില്ലാത്തവയും ആയിട്ടെനിക്ക് തോന്നി. അത് കഴിഞ്ഞപ്പോൾ നല്ല ചില ഗ്രാമക്കാഴ്ചകളും കണ്ണുകളിലേക്ക് ഓടിയെത്തി. മനോഹരമായ പർവ്വതപ്രദേശങ്ങളും അതിന്റെ താഴ്‌വരകളിൽ പച്ചപ്പ് നിറഞ്ഞ കൃഷിഭൂമിയും അവിടവിടെയായി കാണുന്ന കൊച്ചു വീടുകളും കണ്ണുകൾക്ക് ഇമ്പമുള്ള കാഴ്ചകളായിരുന്നു.

കുറേ ദൂരം പിന്നിട്ടപ്പോൾ മനുഷ്യവാസത്തിന്റേതായ സൂചനകൾ തീർത്തും അവസാനിച്ചു. ഇരുവശത്തും അനന്തതയിലേക്ക് നീളുന്ന കുന്നുകൾ മാത്രമായി മാറി. നല്ല കാറ്റ് ലഭിക്കുന്നതിനാൽ സമതലങ്ങളിൽ അനേകം കാറ്റാടിയന്ത്രങ്ങൾ സ്ഥാപിച്ചിട്ടുണ്ട്. കുറേ സമയം ഒരേ കാഴ്ചകൾ തന്നെയായപ്പോൾ അറിയാതെ ഉറക്കത്തിലേക്ക് വഴുതിവീണതായിരുന്നു. ഡ്രൈവർ വച്ച ഉച്ചത്തിലുള്ള ഹിന്ദി പാട്ടുകൾ എന്നെ ഉറക്കത്തിൽ നിന്നും ഉണർത്തി. ഇന്ത്യക്കാരായ ഞങ്ങളെ ഒന്ന് രസിപ്പിച്ച് നിർത്താനായിരുന്നു ഹിന്ദി പാട്ടുകൾ. പെട്ടെന്നുള്ള നമ്മുടെ ഭാവമാറ്റം കണ്ടപ്പോൾ ചിരിച്ച മുഖവുമായി സാലിമ പറഞ്ഞു, അസർബൈജാനിൽ ബോളിവുഡ് സിനിമകൾക്കും പാട്ടുകൾക്കും ആരാധകർ

ഏറെയാണ്. ഇന്ത്യക്കാരുടെ വസ്ത്രങ്ങളും നൃത്തങ്ങളും ഒക്കെ സാലിമക്ക് വളരെ ഇഷ്ടമാണെന്നും പറഞ്ഞു. ഈ പ്രദേശങ്ങളിൽ ഉള്ളവർ നമ്മുടെ സംഗീതവും നൃത്തവും സിനിമയും ഒക്കെ നന്നായി ആസ്വദിക്കുന്നവരാണെന്ന് അയൽരാജ്യമായ ഉസ്ബെക്കിസ്ഥാൻ എന്ന രാജ്യം സന്ദർശിക്കുന്ന അവസരത്തിൽ അവിടുത്തെ ഞങ്ങളുടെ ഗൈഡ് പറഞ്ഞതായി ഞാൻ ഓർത്തു.

ദീർഘദൂരം ഒരു പച്ചപ്പമില്ലാത്ത മരുപ്രദേശമാണ് കണ്ടതെങ്കിലും പിന്നീട് ഭൂപ്രകൃതിക്ക് ചെറിയ മാറ്റങ്ങൾ കാണപ്പെട്ടു. ചില ഇടങ്ങളിൽ മരങ്ങളും കുറ്റിച്ചെടികളും കുറച്ചൊരു പച്ചപ്പ് നൽകി. ഒരു തരിയാണെങ്കിലും മരുഭൂമിയിലെ പച്ചപ്പിന് അതിന്റേതായ ഭംഗിയുണ്ട്. ഭൂപ്രകൃതി മരുഭൂമിയിൽ നിന്നും ജനവാസകേന്ദ്രത്തിലേക്ക് മാറുന്നതിന്റെ സൂചനയാണതെന്ന് എനിക്ക് തോന്നി. എന്റെ തോന്നൽ ശരിയാകും വിധം കണ്ണിന് കുളിർമയേകുന്ന തരത്തിലുള്ള ഒരു കൊച്ചു പുഴയും കുറേ കൊച്ചു വീടുകളും പൊടുന്നനെ എന്റെ കാഴ്ച്ചയിൽ ഇടം പിടിച്ചു. വണ്ടി നിർത്തിയിരുന്നെങ്കിൽ മനോഹരമായ ആ പുഴക്കരയിൽ അല്പനേരം ചിലവഴിച്ച്, കുറച്ച് ഫോട്ടോ ഒക്കെ എടുക്കാമായിരുന്നു. എന്നാൽ നമ്മുടെ ഡ്രൈവർ ഒരു ഭാവമാറ്റവും കൂടാതെ വാഹനം മുന്നോട്ട് ഓടിച്ചു പോയി. ഖോബു ലാൻഡ് (Qobu Land) എന്ന് പേരെഴുതിയ വലിയ ബോർഡ് പോകുന്നതിനിടയിൽ ഞാൻ കണ്ടു. വഴിയിലുള്ള ഏതോ ഗ്രാമമായിരിക്കും എന്ന് ഞാൻ ഊഹിച്ചു.

പുഴ കഴിഞ്ഞിട്ട് ഞങ്ങൾ അധികദൂരം പോയില്ല, 11.30 യോടെ വാഹനം ആ ഗ്രാമത്തിലെ വഴിയോര വിശ്രമകേന്ദ്രത്തിൽ നിർത്തി. ഒന്ന് ഫ്രഷ് ആയി വരാനുള്ള സൗകര്യം ഇവിടെ ഉണ്ട് എന്നും 15 മിനുട്ടിൽ തിരിച്ചുവരണമെന്നും സാലിമ എല്ലാവരോടുമായി പറഞ്ഞു. ഞാൻ ഇറങ്ങി ചുറ്റും നോക്കി. ബാത്രൂം സൗകര്യവും അത്യാവശ്യം കടകളും ഉള്ളതുകൊണ്ട് ദൂരയാത്ര പോകുന്ന വാഹനങ്ങൾ സ്ഥിരമായി നിർത്തിയിടുന്ന സ്ഥലമാണിത്. ഞങ്ങളെപ്പോലെ മാറ്റുവാഹനങ്ങളിൽ നിന്നും ആളുകൾ ഇറങ്ങി നിൽപ്പുണ്ടായിരുന്നു. സ്ഥിരമായി ഇവിടെ ഇങ്ങനെ ആൾകാർ വരുന്നതുകൊണ്ടാണെന്നുതോന്നുന്നു ഗ്രാമത്തിലെ കൃഷിക്കാർ അവരുടെ വിളകൾ ഇവിടെ പ്രദർശിപ്പിച്ചു വിൽക്കുന്നുണ്ടായിരുന്നു. കണ്ടാൽ ഒരു ഗ്രാമീണ ചന്ത തന്നെ എന്ന് തോന്നിപ്പോകും. മുന്തിരി, ആപ്പിൾ, പിന്നെ നമ്മുടെ നാട്ടിലില്ലാത്ത പലതരം പഴവർഗങ്ങളും പച്ചക്കറികളും ഒക്കെയുണ്ട്. കടകളിൽ നിന്നും വാങ്ങുന്നതിനേക്കാൾ വിലകുറച്ച് നല്ല സാധനങ്ങൾ ഇവിടെ കിട്ടുമെന്ന് സാലിമ പറഞ്ഞു. ഈ പ്രദേശത്തുനിന്നും ധാരാളം കാർഷിക ഉത്പന്നങ്ങൾ ബാക്കുവിലേക്ക്

വിൽപ്പനക്കായി കൊണ്ടുപോകുന്നുണ്ട്. അവിടെ ചെന്നാൽ ഈ ഉത്പന്നങ്ങൾക്ക് ഇരട്ടിവിലയായിരിക്കും.

അവിടുത്തെ പ്രകൃതിഭംഗിയിൽ ഞാൻ വല്ലാതെ ആകൃഷ്ടനായി. എങ്ങും പച്ചപ്പാണ്. തൊട്ടടുത്തുതന്നെ ഒരു മരത്തിൽ മഞ്ഞ നിറത്തിലുള്ള ഒരുതരം പഴങ്ങൾ ധാരാളമായി വളർന്നുനിൽക്കുന്നത് കണ്ടു. ഇതുവരെ കാണാത്ത ഒന്നായിരുന്നു അത്. സാലിമയോട് ചോദിച്ചപ്പോൾ "ഇതാണ് ഹെയ്‌വ (Heyva) എന്ന് വിളിക്കുന്ന പഴം. ഈ പ്രദേശത്ത് ഇത് ധാരാളമായി കാണാം" എന്ന് പറഞ്ഞു. കാണാൻ പിയർ (Peer) പഴത്തിന്റെ ഏകദേശ രൂപമാണിതിന്. ഞാൻ അതിന്റെ ഫോട്ടോ എടുത്തിട്ട് വേഗം റോഡിന്റെ മറുവശത്തേക്ക് പോയി. അവിടെ നിന്നും നോക്കിയാൽ വളരെ ദൂരെയുള്ള മലകളും അതിന്റെ താഴ്‌വരകളിൽ ഭൂമി തരം തിരിച്ച് ചെയ്ത കൃഷികളും കാണാം. റോഡിന് തൊട്ടടുത്ത പ്രദേശത്തൊക്കെ ചോളമാണ് കൃഷി ചെയ്തിരിക്കുന്നത്. അങ്ങകലെയോളം വ്യാപിച്ചു കിടക്കുന്ന കൃഷിപ്പാടങ്ങൾ അതിസുന്ദരമായ കാഴ്ചയായിരുന്നു. ഈ നാട്ടുകാരുടെ പ്രധാന വരുമാനം കൃഷിയാണെന്ന് ഈ പ്രദേശങ്ങൾ തന്നെ സാക്ഷ്യപ്പെടുത്തുന്നുണ്ട്. ഞാൻ നിൽക്കുന്നതിന്റെ തൊട്ടടുത്തുതന്നെ ഒരു വൃദ്ധൻ ഉന്തുവണ്ടിയിൽ നിറയെ പഴവർഗങ്ങൾ വിൽക്കുവാൻ വച്ചിരിക്കുന്നുണ്ടായിരുന്നു. വിദൂരതയിലേക്ക് നോക്കിനിൽക്കുന്ന എന്നോട് അയാൾ അസർബൈജാനി ഭാഷയിൽ പഴങ്ങൾ ചൂണ്ടിക്കാണിച്ചിട്ട് എന്തോ പറഞ്ഞു. അത് വാങ്ങാനായിരിക്കും പറയുന്നത് എന്ന് തോന്നി. കൂട്ടുകാർ അപ്പുറത്തുനിന്നും പോകാൻ വിളിച്ചപ്പോൾ ഞാൻ അയാൾക്കൊരു പുഞ്ചിരി മാത്രം സമ്മാനിച്ചുകൊണ്ട് വാഹനത്തിനടുത്തേക്ക് വേഗത്തിൽ നടന്നു.

വൃദ്ധനായ ആ പഴക്കച്ചവടക്കാരനിൽ നിന്നും എന്തെങ്കിലും വാങ്ങണമായിരുന്നു എന്നെനിക്ക് വാഹനത്തിൽ കയറി പുറപ്പെട്ടപ്പോൾ തോന്നാതിരുന്നില്ല. പ്രകൃതി രമണീയമായ സ്ഥലങ്ങളാണ് പിന്നീടുള്ള യാത്രയിൽ എല്ലാം കാണാൻ കഴിഞ്ഞത്. ഞങ്ങൾ വാഹനം നിർത്തിയ സ്ഥലം ഇതിന്റെ ഒരു തുടക്കമായിരുന്നു. മരുപ്രദേശത്തെ മരുപ്പച്ചപോലെയായിരുന്നു ധാരാളം മരങ്ങളും അതിവിശാലമായ പുഴയും കാണാൻ കഴിഞ്ഞത്. പുഴയിൽ വെള്ളം കുറവായിരുന്നതുകൊണ്ട് അടിയിലുള്ള കറുത്ത പാറകൾ പുറത്തേക്ക് എത്തിനോക്കുന്നതുപോലെ കാണപ്പെട്ടു. കുറ(Kura) നദിയുടെ ഭാഗമായ അക്സു പുഴ (Aqsu River) യാണിതെന്ന് സാലിമ പറഞ്ഞു. ദൂരെയുള്ള മലനിരകൾ ചൂണ്ടിക്കാണിച്ചുകൊണ്ട് അവൾ തുടർന്നു. മലനിരകളിലുള്ള മഞ്ഞ് ഉരുകിയിട്ടാണ് പ്രധാനമായും ഇതിലൂടെ വെള്ളം ഒഴുകുന്നത്. പണ്ടുകാലത്തൊക്കെ നിറയെ വെള്ളം ഉണ്ടായിരുന്നു, ഇപ്പോൾ കാലാവസ്ഥയിൽ കുറെ മാറ്റങ്ങൾ വന്നപ്പോൾ

ഇതൊരു പുഴയുടെ അവശിഷ്ടം മാത്രമായി മാറി. മഞ്ഞുകാലം കഴിയു മ്പോൾ കുറച്ചധികം വെള്ളം ഒഴുകാറുണ്ട്. ഒരുകാലത്ത് വിശാലമായി വെള്ളം ഒഴുകിയതിന്റെ അടയാളം കൃത്യമായി കാണാം. ഇപ്പൊൾ കൂടുതലും പാറക്കല്ലുകൾ മാത്രം. അതിനിടയിൽ അങ്ങിങ്ങായി ഒഴുകാതെ കെട്ടിക്കിടക്കുന്ന വെള്ളവും കാണാം. ഇതൊക്കെ കണ്ടപ്പോൾ ഞാൻ അനുദിനം മരിച്ചുകൊണ്ടിരിക്കുന്ന നമ്മുടെ ഭാരതപ്പുഴയെപ്പറ്റി ഓർത്തു.

അക്കു പുഴ കടന്ന് മുന്നോട്ട് പോകുന്തോറും കാനനഭംഗി അതിന്റെ എല്ലാ മനോഹാരിതയും ഉൾക്കൊണ്ടുകൊണ്ട് ആസ്വദിക്കാം. കുത്ത നെയുള്ള ഇറക്കങ്ങളും കയറ്റങ്ങളും വളവുകളും ഒക്കെയുള്ള പാതയാ യിരുന്നു കൂടുതൽ ഭാഗവും. മികച്ച റോഡുകളായതുകൊണ്ട് യാത്ര അതീവ സുഖകരവും ആസ്വാദ്യകരവുമായിരുന്നു. കാടുകൾക്കിടയിലും ചിലയിടങ്ങൾ ആൾപ്പാർപ്പുള്ളതുപോലെ തോന്നിച്ചു. കാരണം കുട്ടികൾ ക്ക് വേണ്ടിയുള്ള പാർക്കുകൾ റോഡരികിൽ ഇടയ്ക്ക് കാണാമായിരുന്നു. കാടുകൾക്കും ഉണ്ട് ചില പ്രത്യേകതകൾ. കാടിന്റെ ചില ഭാഗത്ത് കാണപ്പെട്ട മരങ്ങളിൽ ഇലകൾക്ക് പച്ചയ്ക്ക് പകരം കടും മെറൂൺ നിറമായിരുന്നു. ഏതാണ്ട് നമ്മുടെ ചീരയുടെ നിറം. ചിലപ്പോൾ ഒരു പ്രദേശം മുഴുവനും അങ്ങനെയുള്ള മരങ്ങൾ മാത്രമായിരുന്നു. അത് ഒരു അത്ഭുതക്കാഴ്ച തന്നെയായിരുന്നു. അതുപോലെ തന്നെ ചിലഭാഗത്ത് മഞ്ഞ നിറമുള്ള ഇലകളോട് കൂടിയ മരങ്ങൾ മാത്രം കാണാം. എന്റെ കണ്ണുകൾക്ക് ഇതൊക്കെ അപരിചിതമായിരുന്നു. കാട് കഴിഞ്ഞ് പച്ചപ്പ് നിറഞ്ഞ തുറസ്സായ സ്ഥലം തുടങ്ങിയപ്പോൾ ഡ്രൈവർ ചടുലതയുള്ള അസർബൈജാനി പാട്ടുകൾ വച്ചു. ഏതാണ്ട് ഉറക്കത്തിലായിരുന്ന എല്ലാവരും ഒന്ന് ഉഷാറായി. ഞങ്ങളുടെ ലക്ഷ്യത്തോടടുക്കുന്ന പ്രതീതി ചുറ്റുമുള്ള കാഴ്ചകളിൽ നിന്നും ലഭിച്ചു. 12.30 ആയപ്പോഴേക്കും ഞങ്ങൾ ഗാബാല പട്ടണത്തിന്റെ അതിർത്തിയിൽ എത്തി. ഏകദേശം 3 മണിക്കൂർ നേരത്തെ അസർബൈജാന്റെ ഗ്രാമങ്ങളിലൂടെയുള്ള ഞങ്ങളുടെ യാത്ര അവസാനിച്ചു.

ഗബാലയിൽ
(Qabala)

ഏതാണ്ട് ഒരു മണിയോടെ ഗബാലയിലുള്ള ഡൽഹി-കറാച്ചി ദർബാർ (Delhi-Karachi Darbar) എന്ന ചെറിയ റെസ്റ്റോറന്റിന്റെ മുന്നിൽ ഞങ്ങളുടെ വാഹനം നിർത്തി. ഇവിടെയാണ് ഉച്ചഭക്ഷണം എന്ന് പറഞ്ഞ് സാലിമ ഇറങ്ങി നടന്നു. കാണുമ്പോൾ ഗൃഹാതുരത്വം തുളുമ്പുന്ന ഒരു നാടൻ ഭക്ഷണശാലയായിരുന്നു അത്. അകത്തേക്ക് കയറിയ ഞങ്ങൾക്ക് ആരെയും കാണാനായില്ല.! അടുക്കള ഭാഗത്തുനിന്നും ആളുകൾ സംസാരിക്കുന്നതിന്റെ ശബ്ദം കേട്ടപ്പോൾ സാലിമ അവിടേക്ക് ചെന്നു. അവളെ കണ്ടതും രണ്ടുപേർ വന്ന് അതിശയത്തോടെ അവരുടെ ഭാഷയിൽ എന്തോ സംസാരിച്ചു. അതിന് ശേഷം സാലിമ ഞങ്ങളോടായി പറഞ്ഞു, "ഭക്ഷണം ഒരുക്കിക്കഴിഞ്ഞില്ല, പറഞ്ഞുറപ്പിച്ചതിലും ഒരുമണിക്കൂർ നേരത്തെ വന്നതുകൊണ്ടാണിങ്ങനെ സംഭവിച്ചത്, നമുക്ക് അടുത്തതായി പോകാനുള്ളത് കേബിൾ കാറിലേക്കാണ്, അവിടെ പോയാൽ മൂന്നുമണിക്കൂർ കഴിഞ്ഞേ വരാൻ പറ്റൂ അല്ലെങ്കിൽ ഇവിടെ ഒരുമണിക്കൂർ കാത്തുനിന്ന് ഭക്ഷണം കഴിച്ചിട്ട് പോകണം, ഏതാ വേണ്ടത് ?" ഭക്ഷണം കഴിക്കാതെ മൂന്നുമണിക്കൂർ നിൽക്കുന്നതിനേക്കാൾ നല്ലതല്ലേ ഒരുമണിക്കൂർ കാത്തുനിൽക്കുന്നത് എന്ന് ഞങ്ങൾ പരസ്പരം ആലോചിച്ചു. ഒടുവിൽ ഭക്ഷണം കഴിച്ചിട്ട് പോകാം എന്ന തീരുമാനം സാലിമയെ അറിയിച്ചു. ഇത്രയും പ്രകൃതിരമണീയമായ സ്ഥലത്ത് ഒരു മണിക്കൂർ ചിലവഴിക്കാൻ കിട്ടിയതിൽ ഞാൻ സന്തോഷിച്ചു. എല്ലാവരും റെസ്റ്റോറന്റിൽ ഇരുന്നപ്പോൾ ഇപ്പോൾ വരാമെന്ന് പറഞ്ഞ് ക്യാമറയും എടുത്ത് ഞാൻ റോഡിലേക്കിറങ്ങി.

ഗബാലയിലെ മോസ്ക്

രാജ്യത്തെ ഏറ്റവും പ്രധാനപ്പെട്ട സുഖവാസകേന്ദ്രങ്ങളിലൊന്നായതുകൊണ്ടാവും വീതിയുള്ളതും മികച്ചതുമായ റോഡുകൾ നിർമ്മിച്ചിരിക്കുന്നത് എന്ന് മനസ്സിൽ ചോദിച്ചുകൊണ്ടാണ് ഞാൻ നടത്തം തുടങ്ങിയത്. വിശാലമായ ആ പാതയുടെ ഇരു വശങ്ങളിലും ധാരാളം മരങ്ങളും ചെടികളും വളർന്നുനിൽക്കുന്നുണ്ടായിരുന്നു. അവ കൃത്യമായി പരിപാലിക്കപ്പെടുന്നുണ്ടെന്ന് കാണുമ്പോഴേ വ്യക്തമായിരുന്നു. റോഡിലൂടെ വളരെക്കുറച്ച് വാഹനങ്ങൾ മാത്രമേ ഓടുന്നതായി എനിക്ക് അനുഭവപ്പെട്ടുള്ളൂ. സീസൺ തുടങ്ങിയിട്ട് സഞ്ചാരികൾ വന്നുതുടങ്ങുന്നതേ ഉള്ളൂ എന്നതായിരിക്കും കാരണം. ഞാൻ മരങ്ങൾ നൽകിയ തണലിലൂടെ കാഴ്ചകൾ കണ്ടു നടന്നു. എവിടേക്ക് പോകണമെന്ന് കൃത്യമായ ഒരു ലക്ഷ്യവുമില്ലായിരുന്നു, പക്ഷെ കിട്ടിയ ഒരു മണിക്കൂർ പാഴാക്കരുതെന്ന് നിർബന്ധമായിരുന്നു എനിക്ക്. ദൂരെ ഒരു പള്ളിയുടെ മിനാരം മരങ്ങൾക്കിടയിലൂടെ കണ്ടതുകൊണ്ട് അങ്ങോട്ട് പോകാമെന്ന് വിചാരിച്ചു. 99 ശതമാനവും മുസ്ലിങ്ങൾ വസിക്കുന്ന ഈ

രാജ്യത്ത് പള്ളികൾ വളരെ കുറവായിട്ടാണെനിക്ക് തോന്നിയത്. കണ്ടതെല്ലാം അതിമനോഹരങ്ങളായ കെട്ടിടങ്ങളുമായിരുന്നു. ഇതിന്റെ മിനാരം കാണാൻ നല്ല ഭംഗിയായിരുന്നു. നടന്നെത്തിയപ്പോൾ എന്റെ ഊഹം തെറ്റിയില്ല, അതിമനോഹരമായ ഒരു പള്ളിയായിരുന്നു അത്. മതിലിന് പുറത്തുനിന്നുതന്നെ കുറെ ഫോട്ടോ ഞാൻ എടുത്തു.

പണികഴിപ്പിച്ചിട്ട് അധികം വർഷമായില്ലെങ്കിലും പഴയ ഒരു നിർമ്മിതിയുടെ ഗാംഭീര്യവും മനോഹാരിതയും അതിനുണ്ടായിരുന്നു. ആരാധനക്കുള്ള വലിയൊരു കെട്ടിടവും, തൊട്ടടുത്തായി ഉയരം കൂടിയ മിനാരം ഉൾകൊള്ളുന്ന മറ്റൊരു കെട്ടിടവുമാണ് പള്ളിയുടെ പ്രധാന പ്രധാന ഭാഗങ്ങൾ. അതിന് മുൻപിൽ രണ്ട് വശങ്ങളിലുമായി മനോഹരമായ ജലധാരക്കുള്ള നിർമ്മിതികളും ഉണ്ട്. അടുത്ത് പോയി കാണാനും ഫോട്ടോ എടുക്കാനും കൊതിയായിട്ട് ഞാൻ മെല്ലെ ഗേറ്റ് കടന്ന് ഉള്ളിലേക്ക് പോയി. പള്ളിക്ക് മുന്നിൽ രണ്ടുപേർ സംസാരിക്കുന്നുണ്ടായിരുന്നു. അവർ പോയിട്ട് ഫോട്ടോ എടുക്കാം എന്ന് വിചാരിച്ച് ഞാൻ ജലധാരയുടെ അടുത്ത് തന്നെ നിന്നു. കാരണം അവർ വല്ലതും ചോദിച്ചാൽ ഞാൻ പെട്ടുപോകും. പിന്നീട് പള്ളിയുടെ അടുത്ത് പോയി എല്ലാം കണ്ടാസ്വദിക്കുകയും ഫോട്ടോ എടുക്കുകയും ചെയ്തു. ഫോട്ടോ എടുക്കാൻ അനുവാദമുണ്ടോ എന്ന പേടിയുണ്ടായിരുന്നു എനിക്ക്. എങ്കിലും പറ്റാവുന്നത്ര ക്യാമറക്കുള്ളിൽ പകർത്തിയിട്ട് വേഗം തിരിച്ചു നടന്നു.

തിരിച്ച് റെസ്റ്റോറന്റിന് മുന്നിലെത്തിയപ്പോൾ കൂട്ടുകാരെ കാണാനില്ലായിരുന്നു. അകത്ത് കയറി നോക്കിയപ്പോൾ അവിടെയും ആരുമില്ല!!! മലയാളത്തിലുള്ള ശബ്ദം ദൂരെനിന്നും കേൾക്കുന്നുണ്ട്. ശബ്ദം കേട്ട ഭാഗത്തേക്ക് നടന്നു. റെസ്റ്റോറന്റിന്റെ അരികിലൂടെ പിറകിലേക്ക് പോകുന്ന വഴിയിലൂടെയാണ് ഞാൻ നടന്നത്. അവിടെയെത്തിയപ്പോഴാണ് സ്ഥലത്തിന്റെ ഒരു ഭൂമിശാസ്ത്രം എനിക്ക് മനസ്സിലായത്. റെസ്റ്റോറന്റിന്റെ പിറക് വശം ഒരു വീട് ആണ്. ധാരാളം സഞ്ചാരികൾ ഇവിടേക്ക് വരുന്നതുകൊണ്ട്, വരുമാനമാർഗ്ഗത്തിനായാണ് വീടിന്റെ മുൻവശം റെസ്റ്റോറന്റ് ആക്കിയത്. കൂട്ടുകാരെ അവിടെ കണ്ടപ്പോൾ എന്റെ ശ്വാസം നേരെ വീണു. അവിടെ പറമ്പിൽ നിറയെ ആപ്പിൾ മരങ്ങളായിരുന്നു. വീട്ടുകാരുമായി ചങ്ങാത്തത്തിലായ കൂട്ടുകാർ അവരുടെ സമ്മതത്തോടെ ആപ്പിളുകൾ പറിച്ച് കഴിക്കുന്നതാണ് ഞാൻ കണ്ടത്. ലോകത്തിന്റെ ഏത് കോണിലും ചെന്നെത്തി ജീവിതവിജയം നേടാനുള്ള മലയാളികളുടെ കഴിവ് വേറെ തന്നെയാണ് എന്ന് ഞാൻ മനസ്സിൽ വിചാരിച്ചു. എത്ര പെട്ടെന്നാണ് ഭാഷ പോലും

അറിയാത്ത ഇവിടുത്തെ ആൾക്കാരെ പരിചയപ്പെട്ട്, അവരുമായി ചങ്ങാത്തത്തിലായി അവരുടെ സമ്മതത്തോടുകൂടി പറമ്പിൽ കയറി ആപ്പിൾ പറിച്ച് വിശപ്പടക്കിയത്. താഴെ നിന്നുകൊണ്ട് തന്നെ ആപ്പിൾ പറിക്കാമായിരുന്നു. ആവേശം തോന്നിയ ഞാനും അവരുടെ കൂടെ കൂടി ആപ്പിൾ പറിച്ചു കഴിച്ചു.

പച്ച നിറത്തിൽ അധികം വലിപ്പമില്ലാത്തവയായിരുന്നു ആപ്പിളുകൾ. പക്ഷെ നല്ല രുചിയായിരുന്നു. ഞാൻ രണ്ടെണ്ണം കഴിച്ചു. പൊടുന്നനെ ആ വീട്ടിലെ രണ്ടുപേർ ചിരിച്ചുകൊണ്ട് ഞങ്ങളുടെ അടുത്തേക്ക് വന്നു. അവരെ നേരത്തെ കണ്ടില്ലായിരുന്നു. ഞങ്ങൾ ഇന്ത്യക്കാരാണെന്ന് മനസ്സിലാക്കിയിട്ടാണ് അവരുടെ വരവ്. അവർ ഇന്ത്യൻ വംശജരായിരുന്നു. ഇവിടെ കുടുംബത്തോടൊപ്പം താമസിച്ച് ജോലി ചെയ്യുന്നു. ഞങ്ങൾ പരിചയപ്പെട്ടു. ഇന്ത്യയിൽ ഗുജറാത്തിലായിരുന്നു അവരുടെ വീട്, പക്ഷെ കുറെ വർഷങ്ങളായിട്ട് ഇവിടെയാണ്. കേരളത്തെപ്പറ്റി വലിയ അറിവൊന്നും ഇല്ല എന്നത് സംസാരത്തിലൂടെ മനസ്സിലായി. എന്നാലും ആസിർബൈജാന്റെ ഇത്രയും ഉൾപ്രദേശത്ത് ഇന്ത്യക്കാരെ കാണാൻ പറ്റിയത് സന്തോഷവും ആശ്ചര്യവും ഉണ്ടാക്കുന്ന കാര്യമാണ്. സംസാരിച്ചിരുന്നപ്പോഴാണ് ഭക്ഷണം റെഡി ആയി എന്നുള്ള അറിയിപ്പ് കിട്ടിയത്. കുഴപ്പമില്ലാത്ത നോർത്ത് ഇന്ത്യൻ ഭക്ഷണമായിരുന്നു ലഭിച്ചത്. കഴിച്ചതിനുശേഷം അവരോടൊക്കെ നന്ദി പറഞ്ഞ് ഞങ്ങൾ മടങ്ങി.

സിറ്റിയിൽ നിന്നും 4 കിലോമീറ്റർ മാത്രമേ ഞങ്ങൾ പോകുന്ന കേബിൾ കാറിന്റെ അടുത്തെത്താൻ ദൂരമുള്ളൂ. അതുകൊണ്ട് ഏതാനും മിനുട്ടുകൾ മാത്രമേ യാത്ര ചെയ്യുള്ളൂ, ഞങ്ങൾ ഗബാലയിലെ ഏറ്റവും പ്രധാന വിനോദസഞ്ചാര കേന്ദ്രമായ തുഫാൻദാഗ് വിന്റർ സമ്മർ ടൂറിസം ഹോളിഡേ (Tufandag Winter Summer Holiday) കോംപ്ലെക്സിന് മുന്നിൽ എത്തി. ഗബാലയിൽ വരുന്ന സഞ്ചാരികൾ ഒഴിവാക്കാത്ത ഒരു കേന്ദ്രമാണ് ഇവിടുത്തെ കേബിൾ കാർ. കാരണം ഇടതൂർന്ന് വളർന്നുനിൽക്കുന്ന മരങ്ങൾക്ക് മുകളിലൂടെ യാത്ര ചെയ്ത് എത്തുന്നത് ഗബാല എന്ന പ്രകൃതിയുടെ മടിത്തട്ടിലേക്കാണ്. മനോഹരമായി പണിത ഹോട്ടൽ സമുച്ചയത്തിന്റെയും റെസ്റ്റോറന്റുകളുടെയും ഭാഗമായി തന്നെയാണ് കേബിൾ കാറും ഉൾപ്പെടുത്തിയിരിക്കുന്നത്. സ്വകാര്യസ്ഥാപനങ്ങളാണിവയെല്ലാം. ടൂറിസം മേഖലയിൽ സ്വകാര്യമേഖലയുടെ പങ്കാളിത്തം ഫലപ്രദമായി നടപ്പാക്കിയിട്ടുണ്ടിവിടെ. കേബിൾ കാർ ആരംഭിക്കുന്ന ഈ പ്രദേശം മനോഹരമായ കോക്കാസസ് (Caucasus)പർവത നിരകളുടെ താഴ്വരയിലാണ്. ഇവിടുന്ന് ചെങ്കുത്തായ പർവത ശൃംഗത്തിലേക്കാണ് നമുക്ക് പോകേണ്ടത്.

തുഫാൻദാഗ് ഹോളിഡേ കോംപ്ലക്സ്

ചുറ്റുമുള്ള കെട്ടിടങ്ങളുടെ ഭംഗിയും കേബിൾ കാറിൽ പോയാലെത്തുന്ന ഗിരിശൃംഗങ്ങളുടെ മനോഹാരിതയും നോക്കിരസിക്കുന്നതിനിടയിൽ സാലിമ കേബിൾ കാറിൽ കയറാനുള്ള ടിക്കറ്റുമായി വന്നു. ഞങ്ങളോട് കേബിൾ കാറിൽ പൊയ്ക്കൊള്ളാൻ പറഞ്ഞ് സാലിമ വണ്ടിയിലേക്ക് പോയി. മുകളിൽ ഒരു മണിക്കൂർ ഞങ്ങൾക്ക് സമയമുണ്ടെന്നും തിരിച്ചുവരുന്നതുവരെ അവൾ വാഹനത്തിൽ കാത്തിരിക്കാമെന്നും പറഞ്ഞു. അവളോട് യാത്ര പറഞ്ഞ് ഞങ്ങൾ കേബിൾ കാറിൽ കയറുവാനായി പോയി. പലതരം വലിപ്പമുള്ള ക്യാബിനുകൾ ഉണ്ടായിരുന്നു. രണ്ടുപേർക്ക് ഇരിക്കാൻ പറ്റുന്നതുമുതൽ 8 പേർക്കുള്ള ഫാമിലി ക്യാബിൻ വരെ ഉള്ളതിൽ 8 പേർക്കുള്ള ക്യാബിനിൽ ഞങ്ങൾ കയറിയിരുന്നു. പതുക്കെയായിരുന്നു യാത്രയുടെ തുടക്കം. ആദ്യം നിരപ്പായിട്ടാണെങ്കിലും ക്രമേണ ഉയരത്തിലേക്ക് പോകുവാൻ തുടങ്ങി. താഴെ മുഴുവൻ വലിയ മരങ്ങൾ വളർന്നുനിൽക്കുന്ന വനപ്രദേശമായിരുന്നു. പ്രകൃതി ഭംഗി ആസ്വദിക്കാൻ പറ്റിയ യാത്രയായിരുന്നു. മുകളിൽ പോയി തിരിച്ചുവരുന്നവർ ഇടയ്ക്കിടെ ഞങ്ങളെ കടന്ന് പോയി. മിക്കവരും ആവേശത്താൽ ഞങ്ങളെ കൈ വീശിക്കാണിച്ചു. ഞങ്ങൾ തിരിച്ചും.

പകുതി ദൂരം വരെ വലിയ കുഴപ്പമില്ലാതെ യാത്ര ചെയ്തു. പകുതിദൂരം കഴിഞ്ഞപ്പോഴാണ് പിന്നിട്ട ദൂരത്തെക്കുറിച്ചും ഇനി നമുക്ക് പോകേണ്ടുന്ന ഉയരത്തെക്കുറിച്ചും ഒരു ധാരണ വന്നത്. അത്രയും ദൂരം വലിയ കയറ്റമില്ലായിരുന്നു. ശരിക്കുള്ള കയറ്റം ആരംഭിക്കുന്നതേ ഉണ്ടായിരുന്നുള്ളൂ.

കോക്കാസസ് പർവത നിരകൾ

അതും ചെങ്കുത്തായ കയറ്റം. ഏറ്റവും മുകളിൽ കേബിൾ കാർ അവസാനിക്കുന്ന ഭാഗം വ്യക്തമായി കാണാമായിരുന്നു. അത് പേടിപ്പിക്കുന്ന ഉയരത്തിലാണ്. മുകൾ ഭാഗം കണ്ടതിനുശേഷമുള്ള ഓരോ നിമിഷവും ഭയാനകമായിരുന്നു. കേബിൾ കാറിൽ നിന്നുള്ള ഞരക്കങ്ങൾ ഞങ്ങളെ ശരിക്കും പേടിപ്പിച്ചുകൊണ്ടിരുന്നു. പലപ്പോഴും ഞങ്ങൾ അതിനകത്തുനിന്നും കൂക്കിവിളിച്ചു. യാത്രകൾക്കിടയിൽ പല രാജ്യങ്ങളിലെയും കേബിൾ കാറിൽ കയറിയിട്ടുണ്ടെങ്കിലും ഇത്ര ഭീകരമായ കയറ്റം കയറിയതായി ഓർമ്മയില്ല. താഴെയുള്ള കാനനഭംഗിയൊന്നും ആർക്കും ആസ്വദിക്കാനായില്ല. ആമിന ശരിക്കും പേടിച്ചു. അവസാനത്തെ കുത്തനെയുള്ള കയറ്റം ഞങ്ങൾ എല്ലാവരും ആർത്തുവിളിച്ചാണ് കയറിയത്. പേടിയോടെയായിരുന്നെങ്കിലും ഞാൻ അത് ശരിക്കും ആസ്വദിച്ചു.

സമുദ്രനിരപ്പിൽ നിന്നും ഏതാണ്ട് 6660 അടി ഉയരത്തിലാണ് ഞങ്ങൾ എത്തിനിൽക്കുന്നത്. കേബിൾ കാറിൽ നിന്നും ഇറങ്ങിയ എനിക്ക് പുതിയൊരു ലോകത്തിൽ വന്ന അനുഭവമായിരുന്നു. കുത്തനെ ഉയർന്നുനിൽക്കുന്ന ഒരു പർവതത്തിന്റെ മുകളിലുള്ള അല്പം നിരപ്പായ സ്ഥലത്താണ് ഈ കേബിൾ കാർ സ്റ്റേഷൻ നിർമ്മിച്ചിരിക്കുന്നത്. ചുറ്റിലും അനേകം മലനിരകളും മൊട്ടക്കുന്നുകളും കാടുകളും മാത്രം. മഞ്ഞുകാലത്ത് ഈ കാണുന്നതൊക്കെ മഞ്ഞിൽ മൂടും. ആ കാഴ്ച്ച എന്ത് മനോഹരമായിരിക്കുമെന്ന് ഞാൻ ഊഹിച്ചു. കിട്ടിയ സമയം പാഴാക്കാതെ ഞാൻ ഓരോ ഭാഗത്തും ഓടി നടന്നു കണ്ടു. ഉയർന്ന

പ്രദേശമായതുകൊണ്ട് സദാ സമയവും മൂളിപ്പാട്ടോടുകൂടി തണുത്ത കാറ്റടിക്കുന്നുണ്ടായിരുന്നു. ചില ഭാഗങ്ങൾ കാണുമ്പോൾ ഹിമാലയത്തിൽ എത്തപ്പെട്ടപോലെയാണ് തോന്നിയത്. വലിപ്പം കൊണ്ട് വിസ്മയിപ്പിക്കുന്ന പർവതങ്ങൾ ഒന്നിന് പിറകെ ഒന്നായി അടുക്കിവച്ചതുപോലെ. ദൂരെ മലയടിവാരത്ത് ചെറിയ സോപ്പ് പെട്ടികൾ അടുക്കിവച്ചപോലെ കെട്ടിടങ്ങൾ കാണാം. ഏതോ മലയോര ഗ്രാമമാണെന്ന് കണ്ടാലറിയാം. ഞാൻ അവിടുത്തെ സുഖകരമായ കാലാവസ്ഥയും വിദൂര കാഴ്ചകളും ആവോളം ആസ്വദിച്ചു. 3 മണിയായപ്പോൾ ഞങ്ങൾ എല്ലാവരും ക്യാബിനിൽ കയറി തിരിച്ചിറങ്ങി..

കയറിയതിനേക്കാൾ കൂടുതൽ ഭയത്തോടെയായിരുന്നു ഞങ്ങൾ ഇറങ്ങിയത്. തുടക്കത്തിലെ ഏതാനും നിമിഷങ്ങൾ കയറിയപ്പോൾ ചെയ്തപോലെ ആർത്തുവിളിച്ചാണ് ഇറങ്ങിയത്. വലിയ ഒരു കുഴിയിലേക്ക് പതിക്കുന്നപോലെയായിരുന്നു എനിക്ക് അനുഭവപ്പെട്ടത്. താഴേക്ക് നോക്കാനേ പറ്റില്ലായിരുന്നു. കുറച്ച് ദൂരം പിന്നിട്ടതിനുശേഷമാണ് സമാധാനമായത്.! അതിനുശേഷം ചുറ്റുമുള്ള പ്രകൃതിയൊക്കെ ആസ്വദിച്ചാണ് ഞങ്ങൾ താഴേക്കെത്തിയത്. തിരിച്ചെത്തിയപ്പോൾ സാലിമ അവിടെ കാത്തുനിൽക്കുന്നുണ്ടായിരുന്നു. അടുത്ത ടൂറിസ്റ്റ് കേന്ദ്രത്തിലേക്ക് പോകാനുള്ള തയ്യാറെടുപ്പോടുകൂടിയാണ് അവൾ നിൽക്കുന്നത് എന്നെനിക്ക് മനസ്സിലായി. “നമുക്ക് ഷൂട്ടിങ് പരിശീലന കേന്ദ്രത്തിലേക്ക് പോകാം” എന്ന് പറഞ്ഞ് ഞങ്ങളെ കൂട്ടി വണ്ടിയിൽ കയറി. തുഫാൻദാഗ് വിന്റർ സമ്മർ ടൂറിസം ഹോളിഡേയിൽ നിന്നും വളരെ അടുത്ത് തന്നെയായിരുന്നു ഷൂട്ടിങ് പരിശീലകേന്ദ്രം. വളരെ പെട്ടെന്ന് തന്നെ ഞങ്ങൾ ബേസ് ക്യാമ്പിൽ എത്തി. തോക്കിൽ നിറക്കേണ്ട തിരകൾ വാങ്ങേണ്ടത് ഇവിടെ നിന്നാണ്. ഷൂട്ടിങ് പരിശീലനം നടക്കുന്നത് കുറച്ച് കൂടി മുകളിലേക്ക് മാറിയിട്ടായിരുന്നു. ഓഫീസിൽ കയറിയ ഞങ്ങൾ അന്ധാളിച്ചുപോയി. ചുമരുകൾ നിറയെ വിവിധതരം തോക്കുകളാണ്. ഒരു മിലിറ്ററി ക്യാമ്പിലേക്ക് കയറിയപോലുണ്ട്. ഞങ്ങൾ കയറിയപ്പോൾ നല്ല തിരക്കായിരുന്നു. രണ്ടുപേർ മാത്രമേ ജീവനക്കാരായി ഉണ്ടായിരുന്നുള്ളൂ. അവർ തങ്ങളുടെ മുന്നിലുള്ളവർക്ക് ആവശ്യമായ തിരകൾ വിൽക്കുന്ന തിരക്കിലാണ്. ഞങ്ങൾ അവർക്ക് പിറകിലായി നിലകൊണ്ടു.

തിരക്കൊഴിഞ്ഞ് ഞങ്ങൾ മുന്നിലെത്തിയപ്പോൾ സ്റ്റാഫിലൊരാൾ ഞങ്ങളോട് സംസാരിക്കാൻ തുടങ്ങി. ആദ്യം തോക്ക് തിരഞ്ഞെടുക്കണം. കലാഷ്നിക്കോവ് (AK 47 ആണെന്ന് തോന്നുന്നു) അല്ലെങ്കിൽ ഡബിൾ ബാരൽ ഗൺ, ഇവയിലൊന്നാണ് തിരഞ്ഞെടുക്കേണ്ടത്. ഞങ്ങൾ ആദ്യം വില ചോദിച്ചു. കലാഷ്നിക്കോവിന്റെ തിരകൾക്ക്

വില കൂടുതലാണ്. 26 തിരകൾ അടങ്ങുന്ന ഒരു ബോക്സിന് 108 മനാത് ആണ് വില, അതായത് 4536 ഇന്ത്യൻ രൂപ. ഡബിൾ ബാരൽ ഗണ്ണിന്റെ തിരകൾക്ക് വില കുറവാണ്. 23 എണ്ണത്തിന് 35 മനാത് മാത്രമേ ഉള്ളൂ. ഏകദേശം 1470 ഇന്ത്യൻ രൂപ. ഒന്നും ആലോചിക്കാതെ 35 മനാത് കൊടുത്ത് 23 തിരകൾ സ്വന്തമാക്കി ഞങ്ങൾ വാഹനത്തിലേക്ക് നടന്നു. ഒരു വേട്ടക്കാരന്റെ മുഖഭാവത്തോടെ മുന്നിൽ ജോസും പിറകിൽ ഞാനും.

തിരകൾ വാങ്ങിയ ഓഫീസിൽ നിന്നും കുറച്ച് മുകളിലായി ആൾപ്പാർപ്പില്ലാത്തതും കാട്ടുമൂടിക്കിടക്കുന്നതുമായ സ്ഥലത്താണ് ഷൂട്ടിങ് പരിശീലനം നടക്കുന്നത്. വണ്ടി ഇറങ്ങി അങ്ങോട്ട് നടക്കുമ്പോൾ വെടിയൊച്ച കേൾക്കാമായിരുന്നു. ആവേശത്തോടെയായിരുന്നു നടന്നത്. കാരണം തോക്കും വെടിയുണ്ടയുമൊക്കെ സിനിമയിൽ മാത്രമേ കണ്ടിട്ടുള്ളൂ. പ്രയോഗിക്കാൻ ഒരവസരം ഇപ്പോഴാണ് കിട്ടിയത്. അവിടെ ഒരു പരിശീലകനും അയാൾക്ക് മുന്നിലായി സഞ്ചാരികളുടെ ഒരു ചെറിയ കൃവും ആയിരുന്നു ഉണ്ടായിരുന്നത്. ഞങ്ങളും പോയി പിറകിൽ നിന്നു. എന്താണ് അവിടെ നടക്കുന്നത് എന്ന് ഞാൻ ശ്രദ്ധിച്ചു കണ്ടു. ഓരോ ആൾക്കാരും അവർ വാങ്ങിയ തിരകൾ പരിശീലകന് കൊടുക്കും, അയാൾ അത് അതിന്റേതായ തോക്കിൽ നിറയ്ക്കും, എന്നിട്ട്

ഡബിൾ ബാരൽ ഗണ്ണിന്റെ തിര

അത് ഉപയോഗിക്കേണ്ട വിധം പറഞ്ഞുകൊടുക്കും പിന്നീട് അവർ അയാൾ പറഞ്ഞതുപോലെ വെടിവയ്ക്കും. തെറ്റായി ചെയ്യുമ്പോൾ അയാൾ വീണ്ടും ഇടപെട്ട് പറഞ്ഞുകൊടുക്കും. ഒളിംപിക്സിലെ ഷൂട്ടിങ് പോലെ തന്നെയായിരുന്നു പരിശീലനം. ഒരു യന്ത്രത്തിൽ നിന്നും മൺ പ്ലേറ്റ് പോലുള്ള ഒരു സാധനം ആകാശത്തേക്ക് വളരെ വേഗത്തിൽ തെറിപ്പിക്കും. അതാണ് നമ്മൾ ഉന്നം വച്ച് വെടിവച്ച് പൊട്ടിക്കേണ്ടത്. കണ്ടപ്പോൾ എളുപ്പമായി തോന്നിയെങ്കിലും മിക്കവരും ലക്ഷ്യം കണ്ടിരുന്നില്ല.

ജോസായിരുന്നു ഞങ്ങളുടെ കൂട്ടത്തിൽ മുന്നിൽ നിന്നിരുന്നത്. ജോസിന്റെ ഊഴം കഴിഞ്ഞപ്പോൾ ഞാൻ ചെന്നു. ആദ്യമായിട്ട് തോക്ക് പിടിച്ചപ്പോഴുള്ള ആവേശമായിരുന്നു എനിക്ക്. ആ പരിശീലകൻ എനിക്ക് പുറത്തുനിന്നുള്ള ശബ്ദം കാരണം ഏകാഗ്രത നഷ്ടപ്പെടാതിരിക്കാനും ഉച്ചത്തിലുള്ള ശബ്ദത്തിൽ നിന്നും ചെവികളെ സംരക്ഷിക്കാനും ഉപയോഗിക്കാറുള്ള Earphone പോലുള്ള കവചം തന്നു. ഞാൻ അത് ചെവിയിൽ ധരിച്ചപ്പോൾ തിരകൾ നിറച്ച തോക്ക് തന്നിട്ട് അത് എങ്ങിനെയാണ് പിടിക്കേണ്ടത് എന്ന് പറഞ്ഞു തന്നു. ഞാൻ അയാൾ പറഞ്ഞതുപോലെ തോക്കെടുത്ത് അതിന്റെ പിൻഭാഗം തോളിൽ ഉറപ്പിച്ച് ഉന്നം പിടിച്ച് നിന്നു. ഞാൻ കരുതിയതിലും ഭാരമുണ്ടായിരുന്നു അതിന്. റെഡി ആയോ എന്ന് പരിശീലകൻ ചോദിച്ചപ്പോൾ ശരിയെന്ന്

ഞാൻ പറഞ്ഞു. പൊടുന്നനെ അയാൾ ആ യന്ത്രം പ്രവർത്തിപ്പിച്ചു, ഒരു പ്ലേറ്റ് ആകാശത്തേക്കുയർന്നു. ഞാൻ ഉന്നം നോക്കി വെടി പൊട്ടിച്ചു. ചെറിയ വ്യത്യാസത്തിൽ ഉന്നം തെറ്റിപ്പോയി. വെടിപൊട്ടിയതിന്റെ ആഘാതത്തിൽ തോക്ക് ശക്തിയായി പിറകോട്ട് വന്ന് എന്റെ തോളിൽ ഇടിച്ചു. അതിഭീകരമായ ഇടിയായിരുന്നു അത്. നല്ല വേദന തോന്നി. ജാള്യത മറച്ച് ഞാൻ അടുത്ത ഉണ്ട നിറയ്ക്കാൻ തോക്ക് അയാൾക്ക് നൽകി. ഇത്തവണ ഞാൻ രണ്ടും കല്പിച്ചായിരുന്നു. പിന്നീടുള്ള തുടർച്ചയായ മൂന്ന് അവസരങ്ങൾ ഞാൻ കൃത്യമായി ലക്ഷ്യം കണ്ടു. എനിക്ക് ശേഷം എല്ലാവരും അവസരം വിനിയോഗിച്ചില്ലായിരുന്നു. അതുകൊണ്ട് എനിക്ക് കൂടുതൽ അവസരങ്ങൾ കിട്ടി. പിന്നീടുള്ള അവസരങ്ങൾ ഒന്നും തന്നെ പാഴായിരുന്നില്ല. കാരണം ഞാൻ അത് ഉപയോഗിക്കാൻ കൃത്യമായി പഠിച്ചുകഴിഞ്ഞിരുന്നു.

എനിക്ക് വിശ്വസിക്കാൻ പറ്റാത്ത നിമിഷങ്ങളായിരുന്നു. എന്നെ സംബന്ധിച്ചിടത്തോളം മറക്കാനാവാത്ത ഒരനുഭവം. ആദ്യമായി തോക്ക് ഉപയോഗിക്കുക അതും ഡബിൾ ബാരൽ. അതിൽ ലക്ഷ്യം കാണുക. രസകരമായ അനുഭവങ്ങളും നിമിഷങ്ങളും. 23 തിരകളും ഉപയോഗിച്ച് തീരുന്നതുവരെ അവിടെത്തന്നെ നിന്നു. പിന്നീട് വണ്ടിയിൽ കയറി തിരിച്ചു പോയി.

നോഹ്ഗർ തടാകത്തിലെ (Nohur Lake) അരയന്നങ്ങൾ

തുഫാൻദാഗ് വിന്റർ സമ്മർ ടൂറിസം ഹോളിഡേ കോംപ്ലെക്സിൽ നിന്നും പുറത്ത് കടക്കുമ്പോൾ സമയം 3.30 കഴിഞ്ഞിരുന്നു. നമ്മുടെ വാഹനം ഹൈവേയിൽ കടന്നുകഴിഞ്ഞപ്പോൾ സാലിമ സംസാരിക്കാൻ ആരംഭിച്ചു. "ഗാബാലയിലെ പ്രസിദ്ധവും പ്രകൃതിരമണീയവും സഞ്ചാരികളാൽ ഏറ്റവും കൂടുതൽ സന്ദർശിക്കപ്പെടുന്നതുമായ നോഹ്ഗർ തടാകം സന്ദർശിക്കാനാണ് ഞങ്ങൾ പോകുന്നത് ", സാലിമ ആവേശത്തോടെ പറഞ്ഞു. ഗാബാല സിറ്റിയിൽ നിന്നും 5 കിലോമീറ്റർ കിഴക്കോട്ട് മാറിയാണ് തടാകം സ്ഥിതി ചെയ്യുന്നത്. അടുത്തായതിനാൽ അര മണിക്കൂർ പോലുമെടുത്തില്ല അവിടെയെത്താൻ. ഞങ്ങൾ ബാക്കു-ഗാബാല ഹൈവേ പോകുന്ന വഴിയിലെ "നോഹ്ഗർഖിഷ്‌ലാഗ് (Nohurqishlag)" എന്ന ഗ്രാമത്തിൽ എത്തി. തടാകം വരെ വാഹനം പോകാത്തതുകൊണ്ട് ഞങ്ങൾ ഇറങ്ങി നടന്നു.

തടാകം എത്തുന്നതിന് മുൻപേ തന്നെ ഒരു പ്രധാന ടൂറിസ്റ്റ് കേന്ദ്രമാണിത് എന്നതിന്റെ ലക്ഷണങ്ങൾ കാണാമായിരുന്നു. പോകുന്ന വഴിനീളെ സഞ്ചാരികളെ ലക്ഷ്യം വച്ച് പ്രവർത്തിക്കുന്ന പലതരം കടകളാണ്. കരകൗശല വസ്തുക്കൾ, കളിപ്പാട്ടങ്ങൾ, ഈ ഗ്രാമത്തിൽ വിളയിച്ചെടുത്ത പഴവർഗങ്ങൾ എന്നിവ വിൽക്കുന്ന കടകളാണധികവും. കച്ചവടക്കാർ പുഞ്ചിരിയോടെ സഞ്ചാരികളെ അവരുടെ കടകളിലേക്ക് ക്ഷണിക്കുന്നുണ്ടായിരുന്നു. ഞങ്ങൾ അവരെയെല്ലാം മറികടന്ന് മുന്നോട്ട് നടന്നു. ആ വഴി ചെന്നെത്തുന്നത് ധാരാളം മരങ്ങളുള്ള ഒരു

നോഹ്ഹർ തടാകം

പാർക്കിലാണ്. ഇടതൂർന്ന മരങ്ങൾ കാരണം വെളിച്ചം നന്നേ കുറവായിരുന്നു. പാർക്കിലൂടെ കഷ്ടിച്ച് 100 മീറ്റർ നടന്നു കാണും, അതിശയിപ്പിക്കുന്ന പ്രകൃതിസൗന്ദര്യം കനിഞ്ഞൊഴുകുന്ന നോഹ്ഹർ തടാകക്കരയിൽ ഞങ്ങളെത്തി. കണ്ണുകൾക്ക് വിശ്വസിക്കാനാവാത്ത വിധം പളുങ്ക് പോലുള്ള ഒരു തടാകം. കണ്ണാടിപോലുള്ള തെളിഞ്ഞ വെള്ളം. ഒരു കുഞ്ഞോളം പോലും ശല്യപ്പെടുത്താത്ത തികച്ചും ശാന്തമായ ഒരു ജലാശയം.

ഞങ്ങൾ തടാകത്തിന് മുന്നിൽ എത്തിയതും അവിടെയുണ്ടായിരുന്ന കുറെയേറെ വരുന്ന കുതിരസവാരിക്കാർ ഞങ്ങളുടെ ചുറ്റും കൂടി. നല്ല ഭംഗിയുള്ളതും ചുണക്കുട്ടന്മാരുമായ കുതിരകളും പഴയ രാജാക്കന്മാരുടെ രഥങ്ങളെ അനുസ്മരിപ്പിക്കുന്ന കുതിരവണ്ടികളും ധാരാളമുണ്ടായിരുന്നു അവിടെ. ഞങ്ങളെപ്പോലെയുള്ള സഞ്ചാരികളാണ് ഇവരുടെ വരുമാന മാർഗ്ഗം. ഒരു വിധത്തിൽ അവരിൽ നിന്നും രക്ഷപ്പെട്ട് ഞങ്ങൾ തടാകത്തിന് തൊട്ടടുത്തെത്തി. കരയിൽ നിന്നും തടാകത്തിലേക്ക് കടന്നു നിൽക്കുന്ന ഒരു വരമ്പുണ്ട്. കഷ്ടിച്ച് രണ്ടുപേർക്ക് പോകാനുള്ള വീതിയെ അതിനുള്ളൂ. ഞാൻ നടന്ന് അതിന്റെ അവസാനഭാഗത്ത് നിലയുറപ്പിച്ചു. അവിടെ നിന്നാൽ തടാകത്തിന്റെ ഏറ്റവും നല്ല കാഴ്ച ആസ്വദിക്കാം മാത്രമല്ല തടാകത്തിന്റെ മധ്യത്തിൽ നിൽക്കുന്ന പോലുള്ള അനുഭവമാണ്. നേരെ നോക്കിയാൽ എതിർവശത്ത് പച്ചപ്പ് മൂടിയ കോക്കാസസ് മലനിരകളുടെ മനോഹരമായ കാഴ്ച്ച കാണാം. അതിന്റെ ഭാഗമായ

ഗാബാല ചിനോട്ട് ഹോട്ടൽ

ഗുല്ലുബുറൂൻ (Gulluburun), ഗോയ്ദാഗ് (Goydhag), യുമുരു (Yumuru) എന്നീ സുന്ദരന്മാരായ മലകളുടെ മധ്യത്തിലാണ് നോഹുർ തടാകത്തിന്റെ സ്ഥാനം.

ഞാൻ വരമ്പിലൂടെ നടന്നതുകണ്ടിട്ട് ജോസും പിറകേ വന്നു. 240 ഹെക്ടർ പ്രദേശത്ത് വ്യാപിച്ചുകിടക്കുന്ന തടാകത്തിന്റെ ഏറ്റവും കൂടിയ ആഴം 24 മീറ്ററാണ്. വരമ്പിന്റെ അറ്റത്ത് നിന്ന് നോക്കുമ്പോൾ അല്പം പേടി തോന്നാതിരുന്നില്ല. വരമ്പിൽ ചവിട്ടുന്ന ഭാഗങ്ങൾ കുറച്ച് താഴ്ന്നു പോയി വെള്ളം കാലിൽ തട്ടിയിരുന്നു. നല്ല തണുപ്പുണ്ടായിരുന്നു വെള്ളത്തിന്. തെളിഞ്ഞ വെള്ളമായിരുന്നെങ്കിലും ധാരാളം പുൽച്ചെടികൾ വളർന്നുനിൽക്കുന്നതിനാൽ തടാകത്തിന്റെ അടിഭാഗം കാണാൻ സാധിച്ചിരുന്നില്ല. ഞാൻ തടാകത്തിന്റെ മറുകരയുടെ ഭംഗി ആസ്വദിച്ചുകൊണ്ട് കുറച്ചുനേരം അവിടെത്തന്നെ നിന്നു. ദൂരെ വടക്കുഭാഗത്തെ തീരത്ത് ഒരു വലിയ ഹോട്ടൽ സമുച്ചയം കാണാം. ഹോട്ടൽ ഒഴിച്ചാൽ അവിടെ മറ്റൊരു കെട്ടിടവും ഇല്ലാതിരുന്നതുകൊണ്ട് മനോഹരമായ ഒരു കാഴ്ച തന്നെയായിരുന്നു അത്. ഗാബാല ചിനോട്ട് (Qabala Chenot) എന്ന ആഡംബര ഹോട്ടലായിരുന്നു അത്.

1949 വരെ അധികമാരാലും ശ്രദ്ധിക്കപ്പെടാതെ കിടന്ന സാധാരണ തടാകമായിരുന്നു ഇത്. ധാരാളം ചെടികളും മറ്റും വളർന്ന് ജൈവ സമ്പുഷ്ടമായ ഒരു പ്രകൃതിജന്യ ജലാശയം. വേനലിൽ വറ്റി വരളുകയും, മഞ്ഞുകാലത്ത് മഞ്ഞിൽ മൂടി നിൽക്കുകയും മഴക്കാലത്ത് വെള്ളം

സഞ്ചാരികളെ കാത്തിരിക്കുന്ന പെഡൽ ബോട്ട്

നിറയുകയും ചെയ്യും. എന്നാൽ വർധിച്ചുവരുന്ന ഗാബാലയിലെ വെള്ളത്തിന്റെ ആവശ്യകത കാരണം, ഈ തടാകത്തിന്റെ തെക്ക് ഭാഗത്ത് ഒരു റിസെർവോയർ സ്ഥാപിച്ചു. കോക്കാസസ് മലനിരകളിലൂടെ ഒഴുകുന്ന ദാമിരപാരൻ (Damiraparan), വണ്ടാം (Vandam) എന്നീ നദികളിൽ നിന്നുള്ള ജലം കൃത്രിമമായി ഈ റിസെർവോയറിലേക്ക് എത്തിക്കുകയും ചെയ്തു. അതിനുശേഷം വേനൽക്കാലത്തും തടാകം വറ്റാറില്ല. ഇതുപയോഗിച്ചാണ് സമീപ പ്രദേശങ്ങളിലെ കുടിവെള്ളം, കൃഷിക്കാവശ്യമായ ജലസേചനം എന്നീ ആവശ്യങ്ങളൊക്കെ നിറവേറ്റുന്നത്. റിസെർവോയർ സ്ഥാപിച്ചതിനുശേഷം തടാകം ശുചിയാക്കുകയുണ്ടായി. കാണാൻ ഭംഗിയും ഒഴിവ് സമയങ്ങൾ ചിലവഴിക്കാൻ പറ്റിയ അന്തരീക്ഷവും കാരണം ആൾക്കാരുടെ ശ്രദ്ധ ആകർഷിക്കുവാൻ തുടങ്ങുകയും ക്രമേണ ഈ തടാകം ഒരു വിനോദസഞ്ചാര കേന്ദ്രമാകുകയും ചെയ്തു. തടാകത്തിൽ നീന്താനുള്ള അനുവാദമില്ലെങ്കിലും മീൻ പിടിക്കുക, പെഡൽ ബോട്ട് സവാരി തുടങ്ങിയ വിനോദങ്ങൾ ഒരുക്കിയിട്ടുണ്ട്.

രാവിലെ മുതൽ യാത്ര ചെയ്ത് ക്ഷീണിച്ചതുകൊണ്ട് ആർക്കും പെഡൽ ബോട്ടിൽ കയറാൻ വലിയ താല്പര്യം ഉണ്ടായില്ല. ഞാൻ തടാകത്തിന്റെ മറ്റൊരു ഭാഗത്തേക്ക് നടന്നു. കുറെ ഭംഗിയുള്ള താറാവുകൾ നീന്തിക്കളിക്കുന്നത് കണ്ടതുകൊണ്ടാണ് ആ ഭാഗത്തേക്ക് നടന്നത്. ഒരു മികച്ച ഫോട്ടോ എടുക്കാനായി എന്നിലെ ഫോട്ടോഗ്രാഫർ വല്ലാതെ കൊതിച്ചു. കണ്ണാടിപോലുള്ള തടാകത്തിന്റെയും ചുറ്റുമുള്ള

നോഹ്ദർ തടാകത്തിലെ അരയന്നങ്ങൾ

പ്രകൃതിയുടെയും പശ്ചാത്തലത്തിൽ താറാവുകൾ അരയന്നങ്ങളെ പോലെ ഭംഗിയുള്ളവയായി തോന്നിച്ചു. ഇടയ്ക്ക് കൊക്കേഷ്യൻ മലനിരകളെ തഴുകി വരുന്ന കാറ്റ് തടാകത്തിൽ ഉണ്ടാക്കിയ കുഞ്ഞോളങ്ങളിൽ പൊങ്ങിയും താണും നീന്തിക്കളിക്കുന്ന അവയുടെ കുറെയേറെ ഫോട്ടോകൾ ഞാൻ ക്യാമറക്കുള്ളിലാക്കി.

അസർബൈജാനിൽ വന്നിട്ട് മരുപ്രദേശങ്ങൾ മാത്രം കണ്ടുമടുത്ത കണ്ണുകൾക്ക് ഈ ജലാശയവും പച്ചപ്പ് നിറഞ്ഞ മലനിരകളും ഒരു കുളിർമ്മ നൽകി. പരമാവധി സമയം അവിടെ ചിലവഴിച്ച് ഞങ്ങൾ മടങ്ങുവാനായി വാഹനത്തിനടുത്തേക്ക് നടന്നു. തിരിച്ചു പോകുന്ന വഴിയരികിൽ നന്നായി വസ്ത്രം ധരിച്ച ഒരു വൃദ്ധൻ കയ്യിൽ ഒരു സിത്താർ പോലുള്ള സംഗീത ഉപകരണവുമായി ഇരിക്കുന്നുണ്ടായിരുന്നു. ഞങ്ങൾ ഇവിടേക്ക് വരുമ്പോഴും അയാൾ അവിടെ ഇരിക്കുന്നുണ്ടായിരുന്നു. പക്ഷെ ഞാൻ വേണ്ടത്ര ശ്രദ്ധിച്ചിരുന്നില്ല. അയാളുടെ മുഖഭാവമായിരുന്നു എന്റെ ശ്രദ്ധ ആകർഷിച്ചത്. അതുവഴി കടന്നു പോകുന്ന സഞ്ചാരികളെ അയാൾ പ്രതീക്ഷയോടെ നോക്കുന്നുണ്ടായിരുന്നു. തന്റെ സംഗീതം ആസ്വദിക്കാൻ ആരെങ്കിലും വന്നിരുന്നെങ്കിൽ എന്നായിരിക്കണം അയാളുടെ ചിന്ത. നിരവധി സഞ്ചാരികളെ തന്റെ സംഗീതം കൊണ്ട് കോൾമയിർക്കൊള്ളിച്ച ഒരു ഭൂതകാലത്തിന്റെ ഓർമ്മകൾ അദ്ദേഹത്തിന്റെ മുഖത്ത് പാടുകളായി കാണപ്പെട്ടു. വിശാലമായ ആ പാർക്കിലെ ഇരിപ്പിടത്തിൽ തന്റെ സംഗീതോപകരണവുമായി

ഇരിക്കുന്നത് കണ്ടപ്പോൾ പഴയ സോവിയറ്റ് കാലത്തെ ഒരു ചിത്രം പോലെ തോന്നി എനിക്ക്. ആംഗ്യത്തോട് കൂടിയുള്ള സമ്മതം വാങ്ങിയ ശേഷം ഞാൻ അയാളുടെ ഒരു ഫോട്ടോ എടുത്തു. പിന്നീട് എന്റെ കൂട്ടു കാരുടെ ഒപ്പമെത്താൻ വേഗത്തിൽ നടന്നു.

വാഹനത്തിൽ കയറിയ ഞങ്ങൾ ബാക്കു-ഗാബാല ഹൈവേയിലൂടെ വീണ്ടും യാത്ര തുടർന്നു. ഇന്നത്തെ ഞങ്ങളുടെ യാത്രകൾ അവസാ നിപ്പിച്ചെങ്കിലും പോകുന്ന വഴിയിൽ ഗാബാലയിലെ ഗ്രാമച്ചന്തയിൽ കുറച്ച് സമയം നിർത്തി. പഴവർഗങ്ങൾ മാത്രം വിൽക്കുന്ന കടകളാണ വിടെയുണ്ടായിരുന്നത്. പലതരം നിറങ്ങളിലുള്ള പഴവർഗങ്ങൾ അടു ക്കിവച്ചിരിക്കുന്നത് കാണാൻ നല്ല ഭംഗിയായിരുന്നു. മിക്ക കടകളിലും പ്രായമായ സ്ത്രീകളായിരുന്നു ഉണ്ടായിരുന്നത്. ആളുകൾ അവരവരുടെ കടകളിലേക്ക് ചെല്ലാൻ വലിയ ശബ്ദത്തിൽ ഒച്ചവെച്ചുകൊണ്ടിരുന്നു. എല്ലാ കടകളിലും കയറിയിറങ്ങിയ ഞങ്ങൾ കുറച്ച് ഉണക്ക ഫ്രൂട്സ് വാങ്ങി. വീണ്ടും യാത്ര തുടർന്നു. കടുത്ത യാത്രാക്ഷീണം കാരണം ഞാൻ ഉറങ്ങിപ്പോയി. 8 മണിയോടെ ഞങ്ങൾ ബാക്കുവിൽ തിരിച്ചെത്തി. മഹാറാണി എന്ന് പേരുള്ള ഇന്ത്യൻ റെസ്റ്റോറന്റിൽ നിന്നും രുചികര മായ നോർത്ത് ഇന്ത്യൻ ഭക്ഷണം കഴിച്ചതിനുശേഷം റൂമിലേക്ക് മടങ്ങി.

കാസ്പിയൻ കടൽത്തീരത്ത് (Caspian Sea)

പതിവ് തെറ്റിക്കാതെ ഞാൻ 5.30 ന് തന്നെ ഉണർന്നു. കുറച്ചു നേരം കൂടി ഉറങ്ങാൻ ശ്രമം നടത്തിയെങ്കിലും വിജയിച്ചില്ല. ജോസ് അപ്പോഴും നല്ല ഉറക്കമായിരുന്നു. ഞാൻ പ്രഭാതകർമ്മങ്ങൾ ഓരോന്നായി തീർത്തിട്ട് കുറച്ച് സമയം കസേരയിൽ ജനലിന് അഭിമുഖമായി വന്നിരുന്നു. രാവിലെ യാത്ര പുറപ്പെടും മുന്നേ ഹോട്ടലിന്റെ പിറകിലുള്ള കാസ്പിയൻ കടൽത്തീരത്തുകൂടി നടക്കാൻ പോകാം എന്ന് തീരുമാനിച്ചതായിരുന്നു. റൂമിലെ ഒരു ചുമരിന്റെ അത്രയും വലിപ്പമുള്ള ജനലിന്റെ കർട്ടൻ ഞാൻ വലിച്ചു നീക്കി. അത് നീക്കിയതോടെ അരണ്ട വെളിച്ചം റൂമിലേക്ക് കയറി. ഞാൻ പുറത്തെ കാഴ്ചകൾ നോക്കി നിന്നു. പ്രഭാതസൂര്യന്റെ സ്വർണ്ണപ്രഭയിൽ കുളിച്ചുനിൽകുന്ന കാസ്പിയൻ കടൽ ഗ്ലാസ്സിനകത്തുകൂടി വ്യക്തമായി കണ്ടു. സൈക്കിൾ സവാരി നടത്തുന്ന ഏതാനും കുട്ടികളും രാവിലെ നടക്കാനിറങ്ങിയ ഒന്നുരണ്ടുപേരെയും കാണാം. ഞങ്ങൾ താമസിക്കുന്ന ബുലെവാർഡ് (Boulevard) ഹോട്ടലും അതിന്റെ ചുറ്റുപാടും തന്നെ കാണാൻ ഏറെയുണ്ടെന്ന് എനിക്ക് തോന്നി.

ഓരോന്നാലോചിച്ചുകൊണ്ട് ഇരിക്കുമ്പോഴാണ് ഒരു ഞരക്കത്തോടുകൂടി ജോസ് എണീറ്റത്. കടൽക്കരയിലേക്ക് പോകണ്ടേ എന്ന് ഞാൻ കിടക്കയിലേക്ക് കഴുത്ത് ചരിച്ച് ചോദിച്ചു. പെട്ടെന്ന് റെഡിയായി വരാം, എന്ന് പറഞ്ഞിട്ട് മൂപ്പർ ബാത്റൂമിലേക്ക് നടന്നു. ഞാൻ വീണ്ടും കടലിലേക്ക് നോക്കിയിരുന്നു. ജോസ് റെഡിയായതിനുശേഷം, ഞങ്ങൾ

ബാക്കു സിറ്റി

റൂമിൽ നിന്നും ഇറങ്ങി ലോബ്ബിയിലേക്ക് ചെന്നു. ലോബ്ബിയിൽ നിന്നും പിറകിലുള്ള പൂന്തോട്ടത്തിലേക്ക് പോകുന്ന വഴിയുണ്ട്. അതിലൂടെ നടന്ന് പൂന്തോട്ടത്തിലെത്തി. ഭംഗിയായി വെട്ടിയൊതുക്കിയ കുറെ ചെടികളും പൂക്കളും നിറഞ്ഞതായിരുന്നു പൂന്തോട്ടം. അവിടെ നിന്നും താഴേക്ക് പോകുവാനുള്ള വലിയ ചവിട്ടുപടികൾ ഇറങ്ങി കടൽ ഭിത്തിയോട് ചേർന്ന് നിർമ്മിച്ച വിശാലമായ നടപ്പാതയിലേക്ക് ഞങ്ങൾ കടന്നു. പ്രത്യേകതരം ഗ്രാനൈറ്റ് കല്ലുകൾ ഉപയോഗിച്ചാണ് പാത നിർമ്മിച്ചിട്ടുള്ളത്. റൂമിൽ നിന്നും നോക്കിയപ്പോൾ കണ്ട കുട്ടികളാണെന്ന് തോന്നുന്നു, കുറെ പേർ വലിയ ആർപ്പുവിളിയുമായി സൈക്കിൾ ഓടിച്ചുകൊണ്ട് ഞങ്ങളെ കടന്നുപോയി. രാവിലെ നടക്കാനിറങ്ങിയ ചിലരൊഴികെ ആരും തന്നെ അവിടെ ഉണ്ടായിരുന്നില്ല. ചുരുക്കത്തിൽ ആ വിശാലവും മനോഹരവുമായ തീരവും നടപ്പാതയും ഏറെക്കുറെ വിജനമായിരുന്നു.

തണുത്ത കാറ്റിനെ വക വയ്ക്കാതെ ഞാനും ജോസും കൂടി നടപ്പാതയിലൂടെ ഒരറ്റത്തേക്ക് നടന്നു. സൂര്യൻ കത്തിജ്വലിച്ചുകൊണ്ട് മുകളിലേക്ക് ഉയർന്നെങ്കിലും കടൽക്കരയിലെ തണുപ്പും മൂടിക്കെട്ടിയ അന്തരീക്ഷവും കാരണം വെയിലിന്റെ കാഠിന്യം അറിഞ്ഞില്ല. ഞങ്ങൾ കടൽഭിത്തിക്ക് മുകളിൽ പണിത മതിലിന് അടുത്ത് പോയി കടലിലേക്ക് നോക്കി കുറെ സമയം നിന്നു. അതിവിശാലവും മനോഹരവുമായ കാസ്പിയൻ കടൽ. കടൽ എന്നാണ് വിളിപ്പേരെങ്കിലും യഥാർത്ഥത്തിൽ ഇതൊരു തടാകമാണ്. കൃത്യമായി പറഞ്ഞാൽ ലോകത്തിലെ ഏറ്റവും വലിയ തടാകം! പിന്നെന്തിന് കടൽ എന്ന് വിളിക്കുന്നു എന്ന് ചോദിച്ചാൽ

കാസ്പിയൻ കടൽ

പ്രധാനമായും രണ്ട് കാരണമാണുള്ളത്. ഒന്ന് സാധാരണ തടാകങ്ങളെ അപേക്ഷിച്ച് ഇതിന്റെ അസാധാരണമായ വലിപ്പമാണ്. ഏകദേശം 371000 ചതുരശ്ര കിലോമീറ്ററാണിതിന്റെ വിസ്തീർണം. രണ്ടാം സ്ഥാനമുള്ള കാനഡയിലെ സുപ്പീരിയർ തടാകത്തിന് 82100 ചതുരശ്ര കിലോമീറ്റർ മാത്രമേ വലിപ്പമുള്ളൂ. രണ്ടാമത്തെ കാരണം, ഇതിന് കടൽ വെള്ളത്തെപ്പോലെ ഉപ്പുരസമാണ് എന്നതാണ്. ഒരുകാലത്ത് കാസ്പിയൻ കടൽ സമുദ്രത്തിന്റെ ഭാഗമായിരുന്നു എന്നും ഭൗമ ഫലകങ്ങളുടെ ചലനം കാരണം എല്ലാഭാഗത്തുനിന്നും കരകൾ വന്ന് ചുറ്റപ്പെടുകയും സമുദ്രത്തിൽ നിന്നും ഒറ്റപ്പെടുകയും ചെയ്തു, അതുകാരണമാണ് ഉപ്പുരസം ലഭിച്ചത് എന്നുമാണ് ഗവേഷകരുടെ കണ്ടെത്തൽ.

കാസ്പിയൻ കടലിനെക്കുറിച്ചുള്ള കൗതുകകരങ്ങളായ അറിവുകൾ വേറെയുമുണ്ട്. ഏഷ്യ, യൂറോപ്പ് എന്നിങ്ങനെ രണ്ട് വൻകരകളിലായി വ്യാപിച്ചു കിടക്കുന്ന തടാകമാണ് കാസ്പിയൻ കടൽ. രണ്ട് രാജ്യങ്ങളിൽ വ്യാപിച്ചുകിടക്കുന്ന കുറെയേറെ തടാകങ്ങൾ ഉണ്ടെങ്കിലും രണ്ട് വൻകരകളിൽ സ്ഥിതിചെയ്യുന്ന തടാകങ്ങൾ വേറെ ഇല്ല. ഏറെ കൗതുകകരമായ മറ്റൊരു കാര്യം ഇത് സമുദ്രനിരപ്പിൽ നിന്നും 27 മീറ്ററോളം താഴ്ന്നാണ് കിടക്കുന്നത് എന്നതാണ്. പ്രധാനമായും 5 രാജ്യങ്ങളാണ് കാസ്പിയൻ കടലിന്റെ തീരങ്ങൾ പങ്കിടുന്നത്. റഷ്യ, ഇറാൻ, അസർബൈജാൻ, തുർകിമിനിസ്താൻ, കസാക്കിസ്ഥാൻ എന്നീ രാജ്യങ്ങളാണവ. എല്ലാ ഭാഗത്തുനിന്നും കരകളാൽ ചുറ്റപ്പെട്ടതുകാരണം ഇതിലെ വെള്ളം എവിടേക്കും ഒഴുകിപ്പോകുന്നില്ല. അതുകൊണ്ട് ജലനഷ്ടം വളരെ കുറവാണ്. ആകെയുള്ള ജലനഷ്ടം ചൂടുകാലത്ത്

നീരാവിയായി പോകുന്നത് മാത്രമാണ്. പ്രധാനമായും 4 നദികളാണ് ഇതിലേക്ക് ഒഴുകിച്ചേരുന്നത്. ഇതിൽ ഏറ്റവും കൂടുതൽ, അതായത് 80% വെള്ളവും കൊണ്ടുവരുന്നത് റഷ്യയിൽ നിന്നും ചേരുന്ന വോൾഗ (Volga) നദിയാണ്. വോൾഗ യൂറോപ്പിലെ ഏറ്റവും നീളം കൂടിയ നദി കൂടിയാണ്. കസാഖിസ്ഥാനിൽ നിന്നും ചേരുന്ന യുറൽ (Ural), അസർബൈജാനിൽ നിന്നും ചേരുന്ന കുറ (Kura), റഷ്യയിൽ നിന്നും ചേരുന്ന രണ്ടാമത്തെ നദിയായ തെരേക് (Terek) എന്നിവയാണ് കാസ്പിയനിൽ ഒഴുകിച്ചേരുന്ന മറ്റുനദികൾ.

ജലാശയങ്ങളുടെ കരയിലാണ് എന്നും മനുഷ്യൻ മഹാസംസ്കാരങ്ങൾ കെട്ടിപ്പടുത്തത്. കാസ്പിയൻ കടലിന്റെ തീരങ്ങളിലെ പുരാതന മനുഷ്യന്റെ കാല്പാടുകൾ തേടിയുള്ള ഗവേഷണം നിരന്തരം നടന്നുവന്നിരുന്നു. കാസ്പിയൻ തീരം വാസസ്ഥാനമായി പുരാതനമനുഷ്യർ തിരഞ്ഞെടുത്തിരുന്നു എന്നാണ് ഗവേഷണത്തിന്റെ വെളിച്ചത്തിൽ അനുമാനിക്കപ്പെടുന്നത്. ആധുനിക മനുഷ്യരുടെ പൂർവികരായി കരുതപ്പെടുന്ന ഹോമോ ഇറക്ടസ് (Homo Eructus) മനുഷ്യരുടെ 1.8 മില്യൺ വർഷങ്ങൾക്ക് മുൻപുള്ള തലയോട്ടികൾ ഇന്നത്തെ ജോർജിയയിലെ ഡമാനിസി (Dmanisi) എന്ന പ്രദേശത്തുള്ള ഗുഹകളിൽ നിന്നും ലഭിച്ചതും അസർബൈജാനിലെ അസിഖ് (Azykh) പ്രദേശത്തുനിന്നും നിയാണ്ടർതാൽ (Nearderthal) മനുഷ്യരുടെ തലയോട്ടികളും അസ്ഥികളുടെ അവശിഷ്ടങ്ങളും ലഭിച്ചതും പാലിയോലിത്തിക് മനുഷ്യരുടെ അവശിഷ്ടങ്ങൾ ഇറാനിയൻ തീരത്തിനടുത്തുനിന്നും ലഭിച്ചതുമൊക്കെ ഈ വാദത്തിന് ബലമേകുന്നു. BCE 6 നൂറ്റാണ്ടുകൾക്ക് മുൻപ് കാസ്പിയൻ കടലിന്റെ തെക്കൻ തീരങ്ങളിൽ ഒരു ഗോത്രവംശജർ താമസിച്ചുവന്നിരുന്നു. "കാസ്പിയൻസ്" (Caspians) എന്നാണവർ അറിയപ്പെട്ടിരുന്നത്. അവരുടെ ഗോത്രത്തിന്റെ പേരിൽ നിന്നാണ് ഈ കടലിന് ആ പേര് ലഭിച്ചത് എന്ന് കരുതപ്പെടുന്നു. അവരെക്കുറിച്ചുള്ള പരാമർശങ്ങൾ ലഭിച്ചത് ഈജിപ്റ്റിൽ നിന്നും, ഗ്രീസിൽ നിന്നും കണ്ടെടുക്കപ്പെട്ട പുരാതന ലിഖിതങ്ങളിൽ നിന്നുമാണ്. ഇന്ന് ആ പേരിൽ ഒരു വംശം നിലനിൽക്കുന്നില്ലെങ്കിലും, ഇറാനിലെ വടക്കൻ പ്രദേശങ്ങളിൽ താമസിച്ചു വരുന്ന ചില ഗോത്രക്കാർ കാസ്പിയൻ വംശജരുടെ പിന്മുറക്കാരാണെന്ന് ഗവേഷകർ അഭിപ്രായപ്പെടുന്നു.

കാസ്പിയൻ കടലിന്റെ തീരപ്രദേശങ്ങൾ പ്രകൃതി വാതകത്തിന്റെയും അസംസ്കൃത എണ്ണയുടെയും കലവറയാണ്. ലോകത്തിലെ വളരെ പഴക്കം ചെന്ന എണ്ണഖനന കേന്ദ്രങ്ങളിലൊന്നുകൂടിയാണ് കാസ്പിയൻ തീരം. തീരങ്ങളിൽ മാത്രമല്ല കടലിലും ധാരാളം എണ്ണയുടെയും പ്രകൃതിവാതകത്തിന്റെയും ഖനികൾ കണ്ടെത്തിയിട്ടുണ്ട്. ലോകത്തിലെ

മൊത്തം ഊർജോല്പാദനത്തിൽ കാസ്പിയൻ കടലിന്റെ സംഭാവന വളരെ വലുതാണ്. ഇതിന്റെ തീരങ്ങളിൽ ഉള്ള നഗരങ്ങളുടെയും രാജ്യങ്ങളുടെയും സാമ്പത്തിക വളർച്ചയുടെ മുഖ്യ പങ്ക് വഹിക്കുന്നത് ഇവിടുത്തെ ധാതുസമ്പത്തും എണ്ണ സ്രോതസ്സുകളുമാണ്. പക്ഷെ കാല ങ്ങളായുള്ള എണ്ണ ഖനനവും സംസ്കരണവും മൂലം ഉണ്ടാകുന്ന മാലിന്യ ങ്ങൾ ഇവിടുത്തെ പ്രകൃതിക്ക് വലിയ കോട്ടമാണുണ്ടാക്കുന്നത്. മാത്രമല്ല ഇവിടെയുള്ള നദികളിൽ നിർമ്മിക്കുന്ന അണക്കെട്ടുകളും, ഒഴുകിവരുന്ന ഫാക്ടറി മാലിന്യങ്ങളും കെമിക്കലുകളും കാസ്പിയൻ കടലിലെ ജൈവ സമ്പത്തിന് വലിയ ഭീഷണിയാണ് ഉണ്ടാക്കിക്കൊണ്ടിരിക്കുന്നത്.

ഞാനും ജോസും ആ നടപ്പാതയിലൂടെ ഓരോന്ന് സംസാരിച്ചുകൊ ണ്ട് നടന്നു. പാതയുടെ ഒരു വശത്ത് ചെടികളും മരങ്ങളും ഭംഗിയായി നട്ടുവളർത്തിയിട്ടുണ്ട്. അവയ്ക്കിടയിലുള്ള സ്ഥലങ്ങളിൽ പച്ചപ്പുല്ല് ഒരേ ഉയരത്തിൽ ഭംഗിയായി വളർത്തിയിരിക്കുന്നു. ഇതൊക്കെ വെട്ടിയൊ തുക്കാനും വൃത്തിയായി പരിപാലിക്കാനും യൂണിഫോം ധരിച്ച കുറേ ആൾക്കാർ അതിരാവിലെ തന്നെ അവിടെ പണിയെടുക്കുന്നുണ്ട്. അധികം അകലെയല്ലാതെ ബാക്കു നഗരത്തിന്റെ മനോഹര ദൃശ്യം വ്യക്തമായി കാണാം. ഭംഗിയുള്ള കെട്ടിടങ്ങൾ പ്രഭാത സൂര്യന്റെ ഇളം വെയിലിൽ പ്രൗഢിയോടെ ഉയർന്നു നിൽക്കുന്നു. എന്ത് സുന്ദരമായാണ് ഈ നഗരം നിർമ്മിച്ചിരിക്കുന്നത് എന്ന് ആരും ചിന്തിച്ചുപോകും.

കുറേ നടന്ന് ക്ഷീണിച്ചപ്പോൾ ഞങ്ങൾ തിരിച്ചു നടക്കാൻ തുടങ്ങി. നമ്മുടെ നാട്ടിൽ വർഷകാലങ്ങളിൽ ശക്തമായ കടലാക്രമം ഉള്ളിടത്ത് പുലിമുട്ടുകൾ സ്ഥാപിക്കാറുണ്ട്. അതായത് വലിയ കരിങ്കൽ ഭിത്തികൾ കടലിലേക്ക് ഒരു പാത പോലെ നിർമ്മിക്കും. വലിയ തിരമാലകൾ ഈ പുലിമുട്ടുകളിൽ തട്ടി മുറിഞ്ഞുപോവുകയും അതിന്റെ ശക്തി കരയിലെ ത്തുമ്പോൾ കുറയുകയും ചെയ്യുന്നു. ഇവിടെയും തിരമാലകളുടെ ശക്തി കുറയ്ക്കാൻ അതുപോലെ കുറേ പുലിമുട്ടുകൾ സ്ഥാപിച്ചിട്ടുണ്ട്. പക്ഷേ നാട്ടിലുള്ളതിൽനിന്നും ഇവിടെ ഒരു വ്യത്യാസം ഉണ്ട്. ഇവിടെ ആ പുലിമുട്ടുകൾക്ക് മുകളിൽ കോൺക്രീറ്റ് കൊണ്ട് ഒരു പാലം പോലെ നിർമ്മിച്ചിരിക്കുന്നു. അതിലൂടെ നമുക്ക് ഏകദേശം ഇരുന്നൂറ് മീറ്ററോളം കടലിനുമുകളിലൂടെ നടക്കാം. അടിഭാഗം ശക്തമായ കരിങ്കൽ ഭിത്തി യായതിനാൽ വലിയ തിരമാലകളെപ്പോലും ഭയക്കേണ്ട. ഞങ്ങൾ അതിലൂടെ നടന്നു. പ്രഭാതവും അസ്തമയവും ആസ്വദിക്കാൻ വരുന്ന വർക്ക് വേണ്ടി ഇരിക്കാനുള്ള ഇരിപ്പിടങ്ങൾ കടലിലേക്ക് പോകുന്ന ഈ പാതകളുടെ ഇരുഭാഗത്തും സ്ഥാപിച്ചിട്ടുണ്ട്. മനോഹരമായ കാൽവിളക്കുകൾ ഈ കടൽപ്പാതയ്ക്കിരുവശവും നാട്ടിയിട്ടുള്ളതിനാൽ

രാത്രിയിലും ഇവിടിരുന്ന് ദൂരെയുള്ള നഗരക്കാഴ്ചകൾ കണ്ടുരസിക്കാം. ആ ഇരിപ്പിടത്തിൽ എത്ര സമയം തണുത്ത കാറ്റും കൊണ്ട് ഇരുന്നു എന്നറിയില്ല. വെയിലിന്റെ തീക്ഷ്ണത കൂടിയപ്പോൾ ഞങ്ങൾ പിന്നെ അവിടെ നിന്നില്ല, നല്ലൊരു പ്രഭാതത്തിന്റെ കുളിരുമായി റൂമിലേക്ക് നടന്നു.

ഖൊബുസ്ഥാനിലെ ശിലാ ചിത്രങ്ങൾ (Rock Carvings Of Qobustan)

രാവിലെ കാസ്പിയൻ തീരത്തുകൂടി നടക്കാൻ പോയതിന്റെ ഉന്മേഷത്തിലായിരുന്നു ഞാൻ. തിരിച്ച് റൂമിലേക്ക് പോകുന്നതിന് മുൻപേ ഞാനും ജോസും ബ്രേക്ഫാസ്റ്റ് കഴിക്കാനായി ചെന്നു. റെസ്റ്റോറന്റ് ലോബിക്കടുത്തായതുകൊണ്ട് കഴിച്ചിട്ട് പോകാം എന്ന് കരുതി. മാത്രമല്ല രാവിലെ കാലാവസ്ഥ അനുകൂലമല്ലാത്തതിനാൽ 10.30 ശേഷമാണ് യാത്ര തുടങ്ങുക എന്ന് സാലിമ പറഞ്ഞിരുന്നു. ശക്തിയായ കാറ്റായിരിക്കും എന്നാണ് അവൾ പറഞ്ഞത്. പക്ഷെ ഒരു മണിക്കൂറിലധികം കടൽത്തീരത്ത് ചെലവഴിച്ചിട്ടും കാലാവസ്ഥ മോശമാകുന്നതിന്റെ ഒരു ലക്ഷണവും എനിക്ക് തോന്നിയില്ല.കുറേ നടന്നതുകൊണ്ട് നല്ല വിശപ്പ് ഉണ്ടായിരുന്നു. ആവശ്യത്തിലധികം സമയം ഉള്ളതുകൊണ്ട് ഭക്ഷണം ആസ്വദിച്ച് കഴിക്കാൻ പറ്റി. എല്ലാം കഴിഞ്ഞ് 10.30 ആയപ്പോൾ ഞാനും ജോസും ലോബിയിൽ വന്നിരുന്നു. സാലിമ വന്നതിന് ശേഷം 10.45 ആയപ്പോൾ ഞങ്ങൾ യാത്ര ആരംഭിച്ചു.

സാധാരണ യാത്ര തുടങ്ങിക്കഴിഞ്ഞ് വാഹനം പ്രധാന നിരത്തിൽ പ്രവേശിച്ചാൽ സാലിമ മൈക് എടുത്ത് വഴിയിലെ കാഴ്ചകളെപ്പറ്റിയും പോകുന്ന സ്ഥലത്തെക്കുറിച്ചും സംസാരിക്കാൻ തുടങ്ങും, ക്രമേണ ഞങ്ങളെ യാത്രയുടെ ആവേശത്തിലേക്ക് കൊണ്ടുവരും. ഇന്നും പതിവ് തെറ്റിച്ചില്ല. പോകുന്ന വഴിയിലെ ചില പ്രധാന കെട്ടിടങ്ങളെക്കുറിച്ച് പറഞ്ഞാണ് തുടങ്ങിയത്. ഇറ്റാലിയൻ മാതൃകയിൽ നിർമ്മിച്ച മനോഹരമായ കെട്ടിടങ്ങൾ കടന്നാണ് ഞങ്ങൾ പോയിരുന്നത്. എന്ത്

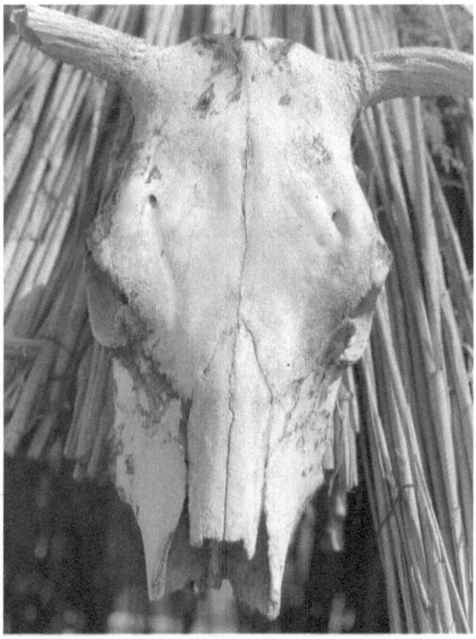

ഉപയോഗിച്ചാണ് ഈ കെട്ടിടങ്ങൾ നിർമ്മിച്ചിരിക്കുന്നത് എന്ന് ജോസ് ചോദിച്ചു. മിക്ക കെട്ടിടങ്ങളും പൂർണ്ണമായോ ഭാഗികമായോ അസിറി ലൈയിം സ്റ്റോൺ (Azeri Lime Stone) അല്ലെങ്കിൽ അഗ്ളായ് (Aglay) എന്നുപേരുള്ള ഒരുതരം കല്ല് കൊണ്ടാണ് നിർമ്മിച്ചിരിക്കുന്നത്. കൊത്തുപണികൾ ചെയ്യാൻ വളരെ അനുയോജ്യമാണ് ഈ കല്ലുകൾ. കാസ്പിയൻ കടലിലെ പാറകളിൽ നിന്നാണ് ഇവ കൂടുതൽ വെട്ടിയെടുക്കുന്നത് സാലിമ പറഞ്ഞു. കാസ്പിയൻ കടൽ എങ്ങനെയൊക്കെയാണ് ഇവരുടെ ജീവിതത്തിന്റെ ഭാഗമാകുന്നത് എന്ന് ഞാൻ അത്ഭുതപ്പെട്ടുപോയി.

ചോദ്യോത്തരങ്ങൾ തുടർന്നുപോയ്ക്കൊണ്ടിരുന്നു. അസർബൈജാനിലെ മതങ്ങളെക്കുറിച്ചായിരുന്നു ജോസിന്റെ അടുത്ത ചോദ്യം. മറുപടിയായി അവൾ പറഞ്ഞു, അസർബൈജാൻ ഒരു മതേതര (Secular) രാജ്യമാണ്. പല കാലഘട്ടങ്ങളിലായി നിരവധി മതങ്ങളും അവയിലെ ഉപവിഭാഗങ്ങളും ഇവിടേക്ക് കടന്നുവന്നിട്ടുണ്ട്. പേർഷ്യൻ സാമ്രാജ്യത്തിന്റെ ഭാഗമായിരുന്നതുകൊണ്ട് സൊറോസ്ട്രിയൻ മതമായിരുന്നു ആദ്യം പ്രബലമായിരുന്നത് പിന്നീട് ഇസ്ലാം വന്നു, അതിനുശേഷം ഇറാനിലെ പോലെ ഷിയാ ഇസ്ലാം പ്രചാരത്തിലായി. ക്രിസ്തുമതം രൂപപ്പെട്ടതു മുതൽ കൃസ്തുമതവും ഇവിടെ പ്രചരിക്കപ്പെട്ടിരുന്നു. ഇന്ന് ഇവിടുത്തെ ജനങ്ങളിൽ 99.2 ശതമാനവും ഇസ്ലാം മതവിഭാഗക്കാരാണ്. അതിൽ 85 ശതമാനവും ഷിയാ മുസ്ലിങ്ങളാണ്. 15 ശതമാനമാണ് സുന്നികൾ.

ക്രിസ്തുമതം, ജൂതമതം, പാഴ്സി എന്നിവർ ന്യൂനപക്ഷവും ഹിന്ദു, സിഖ് എന്നിവർ ചെറുന്യൂനപക്ഷവും ആണ്.

ദശാബ്ദങ്ങളോളം സോവിയറ്റ് യൂണിയനിൽ അംഗമായിരുന്നതുകാരണമാണെന്ന് തോന്നുന്നു ഇവിടുത്തെ ജനങ്ങൾ അധികവും മതനിരപേക്ഷ മനസ്സുള്ളവരാണ്. ആ പാരമ്പര്യം തന്നെയാണ് സ്വാതന്ത്ര്യം നേടിയതിനുശേഷവും അസർബൈജാൻ തുടർന്ന് പോരുന്നത്. സാലിമയുടെ കാര്യം ചോദിച്ചപ്പോൾ അവൾ തുടർന്നു, " ജന്മം കൊണ്ട് ഇസ്ലാമാണെങ്കിലും പക്ഷെ ജീവിക്കുന്നത് സ്വതന്ത്ര ചിന്താഗതിക്കാരിയായിട്ടാണ്. അതുകൊണ്ടുതന്നെ നിസ്കാരം ഉൾപ്പെടെയുള്ള ആചാരങ്ങളൊന്നും അനുഷ്ഠിക്കാറില്ല". ഇത്ര ചെറുപ്പത്തിൽ സ്വതന്ത്ര ചിന്താരീതി ജീവിതത്തിൽ പകർത്തിയതിൽ അവളോട് ആരാധന തോന്നി. മറ്റൊരു സോവിയറ്റ് രാജ്യമായിരുന്ന ഉസ്ബെക്കിസ്ഥാനിൽ പോയപ്പോഴും സമാനമായ അനുഭവം ഉണ്ടായത് ഞാൻ ഓർത്തു.

ഞങ്ങളുടെ സംഭാഷണത്തിന് കടിഞ്ഞാൺ ഇട്ടുകൊണ്ട് പുറത്ത് ശക്തിയായ പൊടിക്കാറ്റ് വീശാൻ തുടങ്ങി. പെട്ടെന്ന് മൂടൽ മഞ്ഞ് വന്നു മൂടിയതുപോലെയായിരുന്നു. വശങ്ങളിൽ ഒന്നും കാണാൻ പറ്റിയിരുന്നില്ല. ഡ്രൈവർ വേഗത നന്നേ കുറച്ചു. പൊടി നിറഞ്ഞ മുന്നിലെ ഗ്ലാസ് ഇടക്ക് വെള്ളം ഉപയോഗിച്ച് കഴുകിക്കൊണ്ടിരുന്നു. ശക്തിയായ കാറ്റടിക്കും എന്ന് രാവിലെ പറഞ്ഞത് ശരിയാണെന്ന് എനിക്ക് തോന്നി. മരുപ്രദേശമായതുകൊണ്ട് ഇടയ്ക്കിടെ പൊടിക്കാറ്റ് സാധാരണമാണ് എന്ന് സാലിമ പറഞ്ഞു. കുറച്ച് കഴിഞ്ഞപ്പോൾ കാറ്റിന്റെ കാഠിന്യം കുറഞ്ഞു, ചുറ്റുമുള്ള കാഴ്ചകൾ വ്യക്തമായിത്തുടങ്ങി. ഡ്രൈവർ ക്രമേണ വാഹനത്തിന്റെ വേഗത കൂട്ടി മുന്നോട്ട് പോയി. 11.50 ആയപ്പോൾ ഞങ്ങൾ ഖൊബുസ്താനിലെ മ്യൂസിയത്തിന് മുന്നിൽ എത്തി. നല്ല വെയിലായിരുന്നു. കുറച്ച് ദൂരെയായി വലിയ പാറക്കഷണങ്ങൾ നിറഞ്ഞ ഖൊബുസ്താൻ മലനിരകൾ കാണാം. വെയിലിന്റെ കാഠിന്യം കാരണം ഞങ്ങൾ സാലിമയുടെ കൂടെ വേഗത്തിൽ മ്യൂസിയത്തിലേക്ക് നടന്നു. ഖൊബുസ്താൻ മലനിരകളിൽ ജീവിച്ചിരുന്ന ഗുഹാമനുഷ്യരെക്കുറിച്ച് കൂടുതൽ അറിയാൻ ഈ മ്യൂസിയം സഹായിക്കുമെന്നും അവരുപയോഗിച്ച ആയുധങ്ങൾ ആഭരണങ്ങൾ മറ്റുപകരണങ്ങൾ എന്നിവ പ്രദർശിപ്പിച്ചിട്ടുണ്ടെന്നും അതിനകത്തേക്ക് കയറുമ്പോൾ അവൾ ഞങ്ങളോടായി പറഞ്ഞു.

ഖൊബുസ്താനിലെ പ്രാദേശിക ഖനികളിൽ പണിയെടുക്കുന്നവരാണ് മലമുകളിലെ കല്ലുകളിലും ഗുഹകളിലും ആലേഖനം ചെയ്തിരുന്ന ചിത്രങ്ങളെ ആദ്യമായി കാണുന്നതും പുറംലോകത്തോട് പറയുന്നതും. അതിന്

ശിലാചിത്രം

ശേഷമാണ് ഇതിന്റെ ചരിത്രപശ്ചാത്തലങ്ങളെക്കുറിച്ച് ആഴത്തി ലുള്ള പഠനം ആരംഭിച്ചത്. ഗവേഷകനായ ഇസാക് ജാഫർസാദേ (Isak Jafersadeh) യുടെ നേതൃത്വത്തിൽ 1947 ആയപ്പോഴേക്കും നിരവധി കണ്ടെത്തലുകൾ നടത്തി. ഏതാണ്ട് 5000 മുതൽ 20000 വർഷങ്ങൾക്കിടയിലെ വ്യത്യസ്ത കാലഘട്ടങ്ങളിൽ, ഖൊബുസ്താനിലെ ജിംഗിർദാഗ് (Jingirdag), ബോയുക്ദാഷ് (Boyukdash), കിചിക്ദാഷ് (Kichikdash), യസിലി (Yasili) എന്നീ മലനിരകളിലെ ഗുഹകളിൽ വ്യത്യസ്ത മനുഷ്യ വംശങ്ങൾ താമസിച്ചിരുന്നു എന്നും ഈ മലനിരകൾ ഉൾപ്പെടെയുള്ള പ്രദേശമെല്ലാം ഒരുകാലത്ത് വെള്ളത്തിനടിയിലായിരുന്നു എന്നും ഗവേഷണഫലമായി കണ്ടെത്തുകയുണ്ടായി. മരുഭൂമിയേക്കാൾ ചുട്ടുപൊള്ളുന്ന ഈ പ്രദേശം കടലിനടിയിലായിരുന്നു എന്ന് കേട്ടപ്പോൾ വിശ്വസിക്കാൻ തോന്നിയില്ല.

അരമണിക്കൂറിലധികം ഞങ്ങൾ മ്യൂസിയത്തിൽ ചിലവഴിച്ചു. ഖൊബുസ്താന്റെ ചരിത്രത്തെക്കുറിച്ച് ഏകദേശരൂപം ലഭിക്കാൻ മ്യൂസിയത്തിലെ കറക്കം സഹായകരമായി. ഇവിടെ വരുന്ന സഞ്ചാരികൾക്ക് ഈ പ്രദേശത്തിന്റെ ആയിരക്കണക്കിന് വർഷങ്ങളുടെ ചരിത്രത്തേക്കുറിച്ചും ഗുഹാമനുഷ്യരുടെ ജീവിതരീതിയെക്കുറിച്ചും ആഴത്തിൽ മനസ്സിലാക്കാനും മ്യൂസിയം ഉപകാരപ്പെടുന്നു. ഞങ്ങൾ മലമുകളിലേക്ക് പോകാനായി പുറത്തിറങ്ങി. മ്യൂസിയത്തിന് പുറത്ത് ഗുഹാമനുഷ്യരുടെ ചില കുടിലുകളുടെയും ആചാരങ്ങളുടെയും മാതൃകകൾ ഉണ്ടാക്കി വച്ചിട്ടുണ്ട്. വൈക്കോലും

ജല സംഭരണി

മൃഗങ്ങളുടെ അസ്ഥികളും കൊണ്ടുണ്ടാക്കിയ കുടിലുകളുടെ മുന്നിൽ നിന്ന് ഞങ്ങൾ ഫോട്ടോ എടുത്തു. മ്യൂസിയത്തിന്റെ എതിർവശത്ത് വളരെ ദൂരെയായി ഒരു വലിയ കെട്ടിടം കാണാം. ഗോബുസ്താനിലെ ജയിൽ ആയിരുന്നു അത്. പാറയെപ്പോലും ഉരുക്കാൻ പോന്ന വെയിലുള്ള ഈ മരുപ്രദേശത്ത് "താമസിപ്പിക്കുക" എന്നതുതന്നെ വലിയ ശിക്ഷയാണെന്ന് ഞാൻ മനസ്സിൽ ഓർത്തു. സഹിക്കാൻ പറ്റാത്ത വെയിലിൽ നിന്നും രക്ഷ നേടാനായി ഞങ്ങളെല്ലാം വേഗത്തിൽ തന്നെ വാഹനത്തിൽ കയറിയിരുന്നു. കല്ലുകളും കുഴികളും നിറഞ്ഞ വഴിയിലൂടെ ഞങ്ങളുടെ വാഹനം മലമുകളിലേക്ക് ഇഴഞ്ഞു നീങ്ങി.

നേരത്തേ സൂചിപ്പിച്ച നാല് മലകൾ ഉൾപ്പെടെ 537 ഹെക്ടറുകളിലായാണ് ശിലാലിഖിതങ്ങളും ഗുഹാചിത്രങ്ങളും ലഭ്യമായിരിക്കുന്നത്. അതിൽ പ്രധാനപ്പെട്ട ചിലതാണ് സഞ്ചാരികൾക്ക് സന്ദർശനത്തിന് അനുവദിക്കപ്പെട്ടിട്ടുള്ളത്. പാറക്കെട്ടുകളുടെ ഇടയിലൂടെയുള്ള റോഡിലൂടെ വളവും തിരിവും കയറ്റങ്ങളും താണ്ടി ഞങ്ങൾ ഗോബുസ്താൻ എന്ന് വലിയ അക്ഷരത്തിൽ കൊത്തി വച്ചിരിക്കുന്ന പ്രവേശന കവാടത്തിന് മുന്നിലെത്തി. വാഹനത്തിൽ നിന്നും ഇറങ്ങി കവാടം കടന്ന് ഉള്ളിലേക്ക് നടന്നു. സന്ദർശകർക്ക് കടന്നു പോകാനുള്ള വഴി കൃത്യമായി കയറുകെട്ടി തിരിച്ചിട്ടുണ്ട്. അത് കടന്ന് പുറത്തേക്ക് പോകരുത് എന്ന് ഇടയ്ക്കിടെ ബോർഡ് എഴുതി വച്ചിട്ടും ഉണ്ട്. വാരിവിതറിയതുപോലെ അലസമായിക്കിടക്കുന്ന പാറക്കല്ലുകളുടെ ഒരു പറുദീസയാണിവിടെ.

കക്കകളുടെ ഫോസിൽ

അതിൽ ചിത്രങ്ങൾ വരയ്ക്കപ്പെട്ട ശിലകളും ഗുഹകളും പ്രത്യേകം അക്കമിട്ട് വച്ചിട്ടുണ്ട്. ആ അക്കങ്ങളെ പിന്തുടർന്നാണ് ഞങ്ങൾ ഓരോന്നും കാണാൻ തുടങ്ങിയത്. കാഴ്ചകൾ ഒന്നും തന്നെ നഷ്ടമാകാതിരിക്കാൻ അധികൃതർ ചെയ്ത ഈ രീതി വളരെ ഫലപ്രദമായിട്ടെനിക്ക് തോന്നി. അക്കങ്ങളിട്ടതുകൊണ്ട്മാത്രം കണ്ട നിരവധി ചിത്രങ്ങൾ ഉണ്ടായിരുന്നു അവിടെ. കാലപ്പഴക്കം കൊണ്ട് പലതും മങ്ങിയിരുന്നു.

ഓരോ നമ്പർ എത്തുമ്പോഴും സാലിമ എല്ലാവരെയും അടുത്തേക്ക് വിളിക്കും. എന്നിട്ട് ആ ചിത്രത്തെക്കുറിച്ചും അതിന്റെ കാലഘട്ടത്തെക്കുറിച്ചൊക്കെ പറഞ്ഞു തരും. വ്യത്യസ്ത കാലഘട്ടങ്ങളിൽ വരയ്ക്കപ്പെട്ട ശിലാചിത്രങ്ങൾ വളരെ ആശ്ചര്യപൂർവം ഞങ്ങൾ കണ്ടു. ഏറ്റവും ലളിതമായ രൂപങ്ങളാണ് ഇവയിൽ ഏറ്റവും പഴയത്. നിയോലിത്തിക് കാലഘട്ടത്തിൽ വരയ്ക്കപ്പെട്ട ചിത്രങ്ങളിൽ ലളിതമായ ആൺ പെൺ രൂപങ്ങൾ അമ്പും വില്ലും ഏന്തിയ മനുഷ്യർ എന്നിവ ഉൾപ്പെടുന്നു. അതിന് ശേഷമുള്ള കാലത്താണ് കാട്ടുപോത്ത്, തോണി, പോരാളികൾ എന്നിവയുടെ ചിത്രങ്ങൾ. പിന്നീട് വന്ന വെങ്കല യുഗത്തിൽ (Bronze Age) വരയ്ക്കപ്പെട്ട ചിത്രങ്ങളാണ് വിവിധ തരം വന്യജീവികൾ കുതിരകൾ പന്നികൾ എന്നിവ. ഇരുമ്പ് യുഗത്തിലെ(Iron Age) ചില ചിത്രങ്ങളും കാണാമിവിടെ, റോമൻ സാമ്രാജ്യകാലത്തെ ലിഖിതങ്ങൾ ഇക്കാലത്തുള്ളവയാണ്. ആയുധമേന്തിയ യോദ്ധാവിന്റെ ചിത്രങ്ങൾ, അറബിയിലും പേർഷ്യൻ ഭാഷയിലും ഉള്ള ലിഖിതങ്ങൾ എന്നിവ മധ്യകാലഘട്ടത്തിൽ

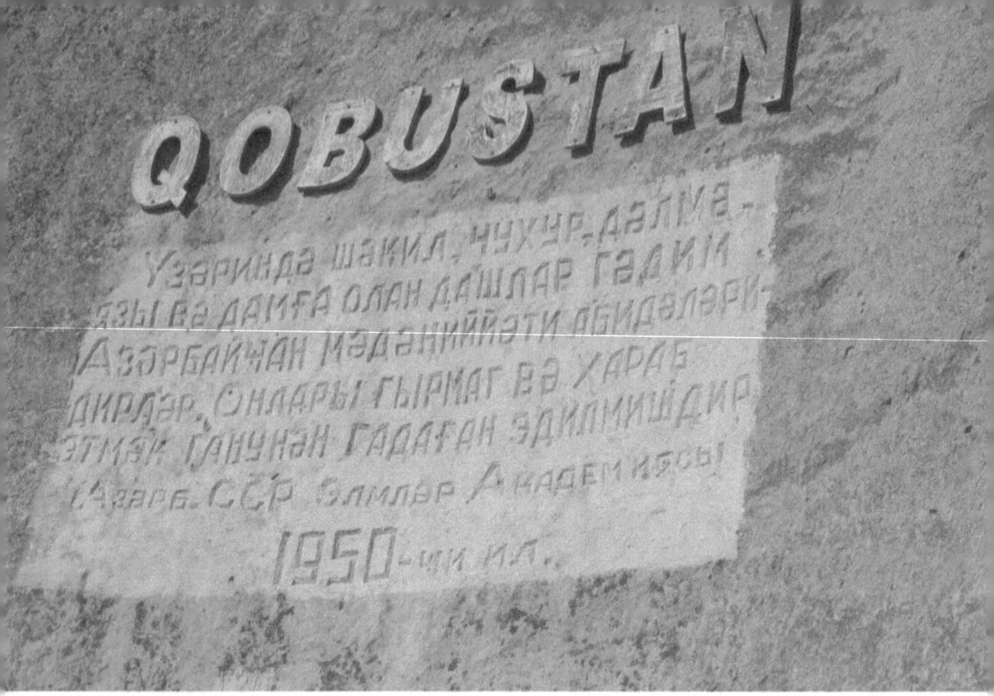

വരയ്ക്കപ്പെട്ടവയാണ്. ഇങ്ങനെ പലകാലങ്ങളിൽ വ്യത്യസ്തരായ ജനവിഭാഗങ്ങൾ ഈ മലമുകളിലെ ഗുഹകളിൽ താമസിച്ചിരുന്നെന്നും അവരുടെ ജീവിതരീതികളും അഭിരുചികളും വ്യത്യസ്തമായിരുന്നെന്നും മനസിലാക്കാൻ സാധിക്കുന്നു. ഇതിന്റെ ചരിത്രപ്രാധാന്യം മനസ്സിലാക്കിയ UNESCO 2007 ൽ ഗോബുസ്താനെ ലോക പൈതൃക പട്ടികയിൽ ഉൾപ്പെടുത്തി.

ഒറ്റപ്പെട്ട പാറകളിൽ മാത്രമല്ല താമസിക്കാൻ ഉപയോഗിച്ചിരുന്ന ഗുഹകളിലും ഉണ്ടായിരുന്നു നിരവധി ചിത്രങ്ങൾ. വയനാട്ടിലെ എടക്കൽ ഗുഹയിൽ പോയപ്പോഴുണ്ടായ അനുഭവം എന്റെ മനസ്സിൽ ഓടിയെത്തി. കുറെയേറെ ഗുഹകൾ പ്രകൃതിക്ഷോഭങ്ങളിൽ നശിച്ചുപോയിരുന്നു. ഒരു ചരിത്ര ഗവേഷണ വിദ്യാർഥിയെപ്പോലെ ഞാൻ ഓരോന്നും അതിശയത്തോടും ശ്രദ്ധയോടും കൂടി നോക്കി മുന്നോട്ട് നടന്നു. നിരപ്പായ പാറയിൽ കുഴികൾ ഉണ്ടാക്കിയിട്ടാണ് ശിലാമനുഷ്യർ വെള്ളം ശേഖരിച്ചിരുന്നത്. ആ കുഴികൾ ഇപ്പോഴും കാണാം. ആ മലയിലെ കാഴ്ചകൾ കണ്ടുകഴിഞ്ഞപ്പോൾ സാലിമ ഞങ്ങളെയും കൂട്ടി പുറത്തേക്ക് നടന്നു. മറ്റൊരു വഴിയിലൂടെയാണ് പുറത്തേക്ക് പോകുന്നത്. കാഴ്ചകൾ കാണാനുള്ള ആവേശത്തിൽ വെയിലിന്റെ ആധിക്യം പോലും ഞങ്ങൾ മറന്നിരുന്നു. പോകുമ്പോൾ ചില പാറകളിൽ കക്കയുടെയും ചെറിയ കടൽജീവികളുടെയും പുറംതോടുകൾ ആഴ്ന്നുകിടക്കുന്നത് സാലിമ കാണിച്ചുതന്നു. ഒരുകാലത്ത് ഇവിടം കടലിനടിയിലായിരുന്നു എന്നതിന്

തെളിവുകളാണവ. തിരിച്ചുപോകുന്ന വഴിയരികിൽ ഉയർന്നു നിൽക്കുന്ന ചില പാറക്കെട്ടുകൾ ഉണ്ട്. അതിന്റെ മുകളിൽ നിന്ന് നോക്കിയാൽ കിലോമീറ്ററോളം പരന്നുകിടക്കുന്ന മരുഭൂമി കാണാം. ഞാൻ പാറയിൽ വലിഞ്ഞു കയറി മുകളിലെത്തി. കണ്ണെത്താദൂരത്തേക്ക് നോക്കിനിൽക്കാൻ നല്ല രസമായിരുന്നു. മരുഭൂമിക്കും അതിന്റേതായ ഭംഗിയുണ്ട്.

സാലിമ വിളിക്കുന്നവരെ അനന്തതയിലേക്ക് പോകുന്ന മരുഭൂമിയുടെ മനോഹാരിതയിൽ ലയിച്ചു നിന്നു. കുറെ ഫോട്ടോകൾ എടുത്തു. അവിടെ നിൽക്കുന്നത് അനുവദനീയമല്ല, അതപകടമാണ് എന്ന് സാലിമ തീർത്തുപറഞ്ഞപ്പോൾ താഴെയിറങ്ങി വണ്ടിയിലേക്ക് നടന്നു.

ചെളി തുപ്പുന്ന കുന്നുകൾ (Mud Volcanos Of Qobustan)

അസർബൈജാനിലെ ടൂറിസം ഭൂപടത്തിൽ ഖൊബുസ്ഥാൻ എന്ന മരുപ്രദേശം ഉൾപ്പെടാൻ രണ്ട് കാരണങ്ങളാണ്. ഒന്ന് UNESCO അതിന്റെ പൈതൃക പട്ടികയിൽ ഉൾപ്പെടുത്തിയ ഗുഹാചിത്രങ്ങൾ ആണ്. രണ്ട് ഖൊബുസ്ഥാന്റെ ഭൂമിശാസ്ത്രപരമായ പ്രത്യേകതയായ മഡ് വോൾകാനോയും (Mud Volcano). ഞങ്ങൾ സന്ദർശിച്ച മ്യൂസിയത്തിൽനിന്നും വളരെ അടുത്താണ് Mud Volcano കൂടുതലായി കാണപ്പെടുന്ന സ്ഥലം.

ഇതിന് മുൻപ് കേട്ടിട്ടുണ്ട് എന്നല്ലാതെ ഞാൻ ഇതുവരെ കണ്ടിട്ടില്ലായിരുന്നു. പേരിൽ Volcano ഉണ്ടെങ്കിലും സാധാരണ അഗ്നിപർവ്വതത്തിൽ നിന്നും വരുന്നപോലെ ചൂടുള്ള ലാവയല്ല ഇതിൽ നിന്നും പുറത്ത് വരുന്നത് മറിച്ച് കുഴമ്പ് രൂപത്തിലുള്ള ചെളിയാണ്. അസർബൈജാൻ ഇത്തരം മഡ് വോൾകാനോകളുടെ ഒരു കലവറയാണ്. ലോകത്തിൽ ആകെ കണ്ടെത്തിയിട്ടുള്ള 800 എണ്ണത്തിൽ 350 ഉം അസർബൈജാനിലാണ്. കാസ്പിയൻ കടലിനടിയിൽ 140 എണ്ണം കണ്ടെത്തിയിട്ടുണ്ട്. കാസ്പിയൻ കടലിലെ ചില ദ്വീപുകൾ ഉണ്ടായത് തന്നെ ഇതുമൂലമാണെന്ന് പഠനങ്ങൾ തെളിയിച്ചിട്ടുണ്ട്.

മ്യൂസിയത്തിൽ നിന്നും യാത്ര ആരംഭിച്ച ഞങ്ങൾ ഒരു തുറസ്സായ സ്ഥലത്തെത്തിയപ്പോൾ വാഹനം നിർത്തി. റോഡരികിൽ കുറച്ച് ദൂരെയായി 2 കാറുകൾ നിർത്തിയിട്ടുണ്ടായിരുന്നു. 2 യുവാക്കൾ അതിന്റെ വെളിയിലിറങ്ങി പരസ്പരം സംസാരിച്ചുകൊണ്ട് നിൽക്കുന്നു. ഞങ്ങളെ

ചെളി തുപ്പുന്ന കുന്നുകൾ

കണ്ടപ്പോൾ അവർ പെട്ടെന്ന് വണ്ടി എടുത്ത് ഞങ്ങളുടെ അടുത്തെത്തി. സാലിമ ഇറങ്ങിയിട്ട് അവരോട് സംസാരിച്ചിട്ട് ഞങ്ങളോട് അങ്ങോട്ട് പോകാൻ ആംഗ്യം കാണിച്ചു. കാര്യം എന്തെന്ന് പിടികിട്ടാതെ ഞങ്ങൾ ഇറങ്ങി കാറിനടുത്തേക്ക് പോയി. കാറുകാരോട് സംസാരിച്ചതിനു ശേഷം സാലിമ ഞങ്ങളോടായി കാര്യം വിശദീകരിച്ചു. " ഇവിടുന്ന് അങ്ങോട്ട് ടാർ റോഡില്ല, മരുഭൂമി പോലുള്ള പ്രദേശത്തുകൂടിയാണ് നമുക്ക് പോകേണ്ടത്. കല്ലും മണ്ണും നിറഞ്ഞ വഴിയാണ്. ഞങ്ങളുടെ വാഹനം അതുവഴി പോകില്ല. അതുകൊണ്ട് ഇതുപോലുള്ള ദുഷ്കരമായ പാതയിലൂടെ പോകുവാൻ പ്രാദേശികമായ വാടക കാറുകളെയാണ് സാധാരണയായി ആശ്രയിക്കാറ് ". കാര്യങ്ങൾ വ്യക്തമായ ഞങ്ങൾ രണ്ടുഗ്രൂപ്പുകളായി ഓരോ കാറിലും കയറി.

നിസ്സാൻ കമ്പനിയുടെ കാറിലായിരുന്നു ഞാൻ കയറിയത്. നിരന്തരം ഈ പൊടിനിറഞ്ഞ വഴിയിലൂടെ യാത്ര ചെയ്യുന്നതുകാരണം വണ്ടിയുടെ യഥാർത്ഥ നിറം പൊടികൊണ്ട് മറഞ്ഞിരുന്നു. ഞങ്ങളോട് ചിരിച്ചുകൊണ്ട് ഡ്രൈവർ വാഹനത്തെ പ്രധാന നിരത്തിൽ നിന്നും ഒരു കൈവഴിയിലേക്ക് തിരിച്ചു. വളരെ പതുക്കെയായിരുന്നു ഓടിച്ചു തുടങ്ങിയതെങ്കിലും നിമിഷങ്ങൾക്കുള്ളിൽ വേഗത കൂട്ടി മണിക്കൂറിൽ 105 കിലോമീറ്റർ വരെയെത്തി. ഞങ്ങൾക്ക് അല്പം ഭയം തോന്നാതി രുന്നില്ല. കാറിന്റെ വളയം അയാൾ ഒരു കളിപ്പാട്ടം പോലെയാണ് കൈകാര്യം ചെയ്തിരുന്നത്. ഇതുപോലുള്ള ഒരു സമതലത്തിലൂടെ

ഇത്രയും വേഗത്തിൽ ഞാൻ സഞ്ചരിച്ചിട്ടില്ലായിരുന്നു. വണ്ടി കൂടുതൽ സമയവും നിലം തൊടാതെയാണ് സഞ്ചരിച്ചിരുന്നത്. ഉള്ളിലിരിക്കുന്ന ഞങ്ങൾ നാലുഭാഗത്തേക്കും ആടിയുലഞ്ഞു. ചിലപ്പോൾ അറിയാതെ ആർത്തുവിളിച്ചു. ഞങ്ങൾ കാണിക്കുന്ന വെപ്രാളം ഡ്രൈവറെ കൂടുതൽ ആവേശഭരിതനാക്കുകയായിരുന്നു. മൂപ്പർ വേഗത പിന്നെയും കൂട്ടി. അപകടം സംഭവിക്കാൻ സാധ്യതയൊന്നും ഇല്ല എന്നതായിരുന്നു ആകെയുള്ള സമാധാനം. കാരണം റോഡില്ലെങ്കിലും നിരപ്പായ ഒരു സമതലത്തിലൂടെയാണ് ഞങ്ങളുടെ യാത്ര. എതിരെ വരുന്ന വണ്ടികളെ മാത്രം ഒന്ന് ശ്രദ്ധിച്ചാൽ മതി. വല്ലപ്പോഴും പോയി തിരിച്ചു വരുന്ന കറു കളൊഴിച്ചാൽ മറ്റു വാഹനങ്ങൾ ഒന്നുമില്ല. പുറത്തോട്ട് നോക്കിയാൽ മനുഷ്യജീവിപോയിട്ട് ഒരു കുഞ്ഞു ചെടിപോലും എവിടെയും കാണാൻ ഇല്ല. വെറും കല്ലും മണ്ണും നിറഞ്ഞ അനന്തമായ മരുഭൂമി മാത്രം. ദൂരെ അങ്ങിങ്ങായി ഉയർന്നുനിൽക്കുന്ന ചെറുതും വലുതുമായ കുന്നുകൾ കാണാം. ചില സിനിമകളിലൊക്കെ കാണുന്ന പോലെ നാലുവശ ത്തേക്കും പൊടിപടലങ്ങൾ ഉയർത്തിവിട്ടുകൊണ്ട് ഞങ്ങളുടെ കാർ അതിവേഗം ആ പാതയിലൂടെ ചീറിപ്പാഞ്ഞു.

ഏതാണ്ട് 20 മിനിട്ടുനേരത്തെ യാത്രക്കൊടുവിൽ വളരെ വ്യത്യസ്തവും കൂണുകൾ പോലെ ഉയർന്നുനിൽക്കുന്നതുമായ ഏതാനും കുന്നുകളുടെ അടുത്തെത്തി. ഡ്രൈവർ കാറിന്റെ വേഗത പെട്ടെന്ന് കുറക്കാൻ തുടങ്ങി. എത്താറായി എന്ന് തോന്നിയിട്ട് ഞാൻ ആകാംക്ഷയോടെ പുറത്തേക്ക്

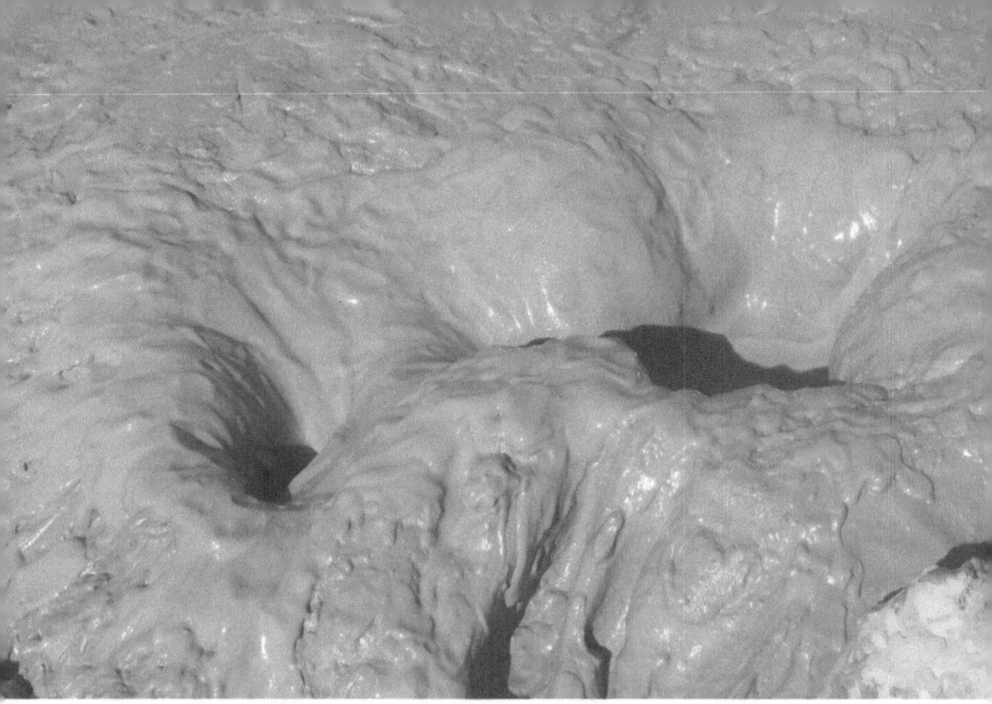

നോക്കി. പെട്ടെന്നാണ് ഞങ്ങളുടെ കാർ അതിസാഹസികമായി കുന്നിനുമുകളിലേക്ക് ഓടിച്ചുകയറ്റിയത്. നിരന്തരം കാറുകൾ പോയി, ഒരു വഴി കുന്നിനുമുകളിലേക്ക് സൃഷ്ടിക്കപ്പെട്ടിട്ടുണ്ടായിരുന്നു. കുന്നിന് മുകളിൽ എത്തിയപ്പോൾ നിരപ്പായ സ്ഥലമാണ് കാണാൻ കഴിഞ്ഞത്. കാർ നിർത്തി ഞങ്ങളിറങ്ങി. പിറകെത്തന്നെ ഉണ്ടായിരുന്ന ഞങ്ങളുടെ മറ്റേ കാറും വന്നുനിന്നു. ഒരത്ഭുതകേന്ദ്രത്തിൽ എത്തിയപോലെ ഞാൻ അതിശയത്തോടെ ചുറ്റുപാടും കണ്ണോടിച്ചു. കുന്നിനുമുകളിലെ നിരപ്പായ സ്ഥലത്ത് പത്തോ അതിൽക്കൂടുതലോ കൊച്ചു കുന്നുകൾ ഉയർന്നു നിൽക്കുന്നു. രണ്ട് മീറ്ററിലധികം ഉയരം കാണില്ല ഒന്നിനും. അവയെ ചൂണ്ടി കാണിച്ചിട്ട് സാലിമ പറഞ്ഞു അവയാണ് " Mud Volcanos ".

വളരെ അത്ഭുതത്തോടും കൗതുകത്തോടും കൂടിയായിരുന്നു ഞാൻ അതിന്റെ അടുത്തേക്ക് പോയത്. രണ്ടുമീറ്ററിൽ താഴെ മാത്രം ഉയരവും ഒരു മീറ്ററിൽ താഴെ വ്യാസവും ഉള്ള മണൽ കൂനപോലെ തോന്നിപ്പിക്കുന്ന ചെറുകുന്നുകളായിരുന്നു അവയെല്ലാം. ഓരോന്നിന്റെയും മുകൾഭാഗം ഉരലിന്റെ വായ്ഭാഗം പോലെ തുറന്നാണ് കിടക്കുന്നത്. അതിലൂടെ ചാര നിറമുള്ളതും കുഴമ്പ് പരുവത്തിലുള്ളതുമായ ചെളി ഇടയ്ക്കിടെ പുറത്തേക്ക് തള്ളി വരുന്നു. പുറംതള്ളപ്പെടുന്ന ചെളി Mud Volcano യുടെ വശങ്ങളിലൂടെ ഒലിച്ചിറങ്ങുകയും അത് പിന്നീട് ഉറച്ച് കട്ടിയായി അതിന്റെ ഭാഗമാവുകയും ചെയ്യുന്നു. Volcano എന്നാണ് വിളിക്കുന്നതെങ്കിലും അഗ്നിപർവ്വതത്തിലെ പോലെ ചൂടുള്ള ലാവയല്ല പുറത്തേക്ക് വരുന്നത് എന്ന് മാത്രം.

മർദ്ദത്തിന്റെയും നിരവധി രാസ പ്രവർത്തനങ്ങളുടെയും ഫലമായി Mud Volcano യിൽ നിന്നും പുറത്ത് വരുന്നത് ചെളിയും, പലതരം വാതകങ്ങളും, വെള്ളവും ഒക്കെയാണ്. മീഥേൻ, കാർബൺ ഡൈ ഓക്സൈഡ്, നൈട്രജൻ എന്നിവയാണ് പ്രധാനമായും പുറന്തള്ള പ്പെടുന്ന വാതകങ്ങൾ. ഭൂമിക്കടിയിലെ വെള്ളം ചൂടായതിനുശേഷം പല ധാതുക്കളുമായി ചേർന്ന് കുഴമ്പുരൂപത്തിലായി ആന്തരിക മർദ്ദ ത്തിന്റെ സഹായത്തോടെ ഭൂമിയുടെ ഉപരിതലത്തിലെ വിള്ളലുക ളിൽക്കൂടി പുറത്തേക്ക് വരുന്ന പ്രവർത്തനമാണ് ഒരു Mud Volcano യിൽ നടക്കുന്നത്. ഒന്ന് മുതൽ രണ്ട് മീറ്റർ വരെ നീളവും അത്രതന്നെ വീതിയുമാണ് സാധാരണ ഇവയുടെ വലിപ്പം. എന്നാൽ ഭൂമിയിൽ 700 മീറ്റർ വരെ ഉയരവും 10 കിലോമീറ്റർ വരെ വീതിയുള്ളതുമായ ഭീമൻ Mud Volcano വരെ കണ്ടെത്തിയിട്ടുണ്ട്. ധാരാളം പ്രകൃതി വാതകവും എണ്ണ നിക്ഷേപവും ഉള്ളിടത്താണ് ഇവ കൂടുതൽ കണ്ടുവരുന്നത്. അസർ ബൈജാൻ ഇവയുടെ കലവറയാണല്ലോ. ഇന്ത്യയിലെ ആൻഡമാൻ നിക്കോബാർ ദ്വീപിൽ ഇതുപോലെ Mud Volcano ഉണ്ട് എന്ന് ഞാൻ കേട്ടിട്ടുണ്ട്...

ഞാൻ ഓടിനടന്ന് അവിടെയുള്ള ഓരോ Mud Volcano യുടെയും അടുത്ത് ചെന്ന് ഫോട്ടോ എടുക്കുകയും അവയുടെ പ്രവർത്തനം നോക്കുകയും ചെയ്തു. ഓരോന്നിലും ചെളി പുറംതള്ളുന്നത് വ്യത്യസ്ത മായ അളവിലും വേഗതയിലുമായിരുന്നു. അതിനിടയിൽ എനിക്കൊരു അബദ്ധം പറ്റി. കൂട്ടത്തിലെ ഏറ്റവും വലിപ്പമുള്ള വോൾകാനോയുടെ മുകളിൽ കയറിയിട്ട് അതിലൂടെ ചെളി പുറത്തേക്ക് തള്ളി വരുന്നതുകാ ണാനും ഫോട്ടോ എടുക്കാനും ശ്രമിക്കുകയായിരുന്നു ഞാൻ. അതിന്റെ വായ് ഭാഗം വിസ്തൃതി കൂടിയതിനാൽ എല്ലാം വ്യക്തമായി കാണാമാ യിരുന്നു. തിളച്ച വെള്ളത്തിൽ കുമിളകൾ ഉണ്ടാകുന്നതുപോലെ ചാര നിറത്തിൽ ചെളിക്കുമിളകൾ ഉണ്ടായി പൊട്ടുന്നത് കാണാമായിരുന്നു. ആ കുമിളയുടെ വ്യക്തമായ ഒരു ഫോട്ടോ എടുക്കാൻ വേണ്ടി ഞാൻ ക്യാമറയും കൊണ്ട് പരമാവധി അതിന്റെ ഉള്ളിലേക്ക് തലകൊണ്ടു പോയി. പെട്ടെന്നാണ് അതിൽ ഒരു വലിയ കുമിള ഉണ്ടാവുകയും അപ്പൊത്തന്നെ പൊട്ടുകയും ചെയ്തത്. അതിൽനിന്നും ചെളി എന്റെ ക്യാമറയിലും ദേഹത്തും നന്നായി തെറിച്ചു. അത് പെട്ടെന്നൊന്നും പോകില്ല എന്ന് സാലിമ പറയുക കൂടി ചെയ്തപ്പോൾ ഞാൻ ആകെ പെട്ടുപോയപോലെ ആയി...

അരമണിക്കൂറിൽ കൂടുതൽ സമയം ഞങ്ങൾ ആ കുന്നിനുമുകളിൽ ചിലവഴിച്ചു. വിശക്കാൻ തുടങ്ങിയിരിക്കുന്നു. പോകാൻ സമയമായി എന്ന് സാലിമ എല്ലാവരോടുമായി വിളിച്ചുപറഞ്ഞു. അവിടെ വന്നിട്ടുള്ള

ഡ്രൈവർമാരെല്ലാം അവർ കൊണ്ടുവന്ന കുപ്പികളിൽ ഇതിലെ ചെളി നിറയ്ക്കുന്ന തിരക്കിലായിരുന്നു. ധാരാളം ധാതുക്കൾ അടങ്ങിയ ഈ ചെളി പലതരം മരുന്നുകളുടെ നിർമാണത്തിന് ഉപയോഗിക്കുന്നുണ്ട്. മാത്രമല്ല ത്വക്ക് രോഗങ്ങൾക്ക് ഈ ചെളി നല്ലതാണെന്ന് ഇവിടെയുള്ളവർ വിശ്വസിക്കുന്നു. അതിന് വേണ്ടിയാണ് ഇത് ശേഖരിക്കുന്നത് എന്നാണ് സാലിമ പറഞ്ഞത്. പ്രകൃതിയിലെ ഒരത്ഭുതം കണ്ട സന്തോഷത്തിലായിരുന്നു ഞാൻ. വന്നപോലെതന്നെ വേഗത്തിൽ ഞങ്ങളുടെ ഡ്രൈവർ വണ്ടി പായിച്ചു. ഞങ്ങളുടെ വാഹനം റോഡിൽ കാത്തുനിൽക്കുന്നുണ്ടായിരുന്നു. പിന്നീട് തിരിച്ച് ബാക്കുവിലേക്കുള്ള യാത്രയിൽ ഒരു കുപ്പി കുടിവെള്ളം ഉപയോഗിച്ച് ക്ഷമയോടെ എന്റെ ക്യാമറയും ജീൻസും വൃത്തിയാക്കാൻ ശ്രമിക്കുകയായിരുന്നു ഞാൻ.

പുരാതന നഗരത്തിൽ (Old Baku City)

ഖൊബുസ്ഥാനിൽ നിന്നും ബാക്കുവിലേക്ക് വന്നതിനുശേഷം ആദ്യം പോയത് ഭക്ഷണം കഴിക്കാനായിരുന്നു. പ്രഭാതഭക്ഷണം നന്നായി കഴിച്ചതുകൊണ്ട് വലിയ ക്ഷീണമൊന്നുമില്ലായിരുന്നു. ഞങ്ങൾ ആദ്യദിനം ഭക്ഷണം കഴിച്ച ഫ്ളേവോഴ്സ് (Flavours) എന്ന റെസ്റ്റോറന്റിലായിരുന്നു ഉച്ചഭക്ഷണം ഒരുക്കിയിരുന്നത്. സമയം കുറെ വൈകിയത് കാരണം വിശപ്പ് ഏറെക്കുറെ ശമിച്ച മട്ടായിരുന്നു എനിക്ക്. 4 മണിയായപ്പോൾ എല്ലാവരും കഴിച്ചിറങ്ങി. ബാക്കുവിലെ ഞങ്ങളുടെ അവസാനത്തെ സന്ദർശനസ്ഥലമായ പുരാതന ബാക്കു നഗരം (Old City) കാണാനായി പോയി. അടുത്തായതിനാൽ നടന്നു പോകാം എന്ന് സാലിമ പറഞ്ഞു. ഞങ്ങൾ സന്തോഷത്തോടെ അത് സമ്മതിച്ചു. ഇപ്പോഴുള്ള അത്യാധുനിക ബാക്കു നഗരം ഉണ്ടാകുന്നതിനു മുന്നേ ഇവിടെ ഒരു പുരാതന നഗരമുണ്ടായിരുന്നു. അതൊരു വലിയ കോട്ടമതിൽകെട്ടിനുള്ളിലാണ് സംരക്ഷിച്ചു നിർത്തിയിട്ടുള്ളത്. മതിൽകെട്ടിനകത്തേക്ക് പ്രവേശിക്കാൻ ഒന്നിൽകൂടുതൽ വാതിലുകൾ ഉണ്ട്. സാലിമ ഞങ്ങളെയും കൂട്ടി അതിനകത്തേക്ക് പ്രവേശിച്ചു..

കഴിഞ്ഞ ഏതാനും ദിവസങ്ങളിൽ ഞങ്ങൾ കണ്ടനുഭവിച്ച ബാക്കു നഗരം ലോകത്തിലെ വൻകിട നഗരങ്ങളുമായി കിടപിടിക്കുന്ന തരത്തിൽ അത്യാധുനികമായിരുന്നു. അതിൽ നിന്നും വളരെ വ്യത്യസ്തമായ ഒരു മുഖം കൂടിയുണ്ട് ബാക്കുവിന്.പഴയ ബാക്കു നഗരത്തിന് പുറത്താണ് വികസിതമായ ഇന്നത്തെ നഗരം നിർമ്മിച്ചിരിക്കുന്നത്.

എന്നാൽ ചരിത്രമുറങ്ങുന്ന പഴയ നഗരത്തെ അവർ നശിപ്പിച്ചില്ല. അത് ഒരു കോട്ടമതിൽക്കെട്ടിനുള്ളിൽ ഒരു സ്വത്തായി ഇന്നും സംരക്ഷിച്ച വരുന്നു. നഗരത്തിനുള്ളിലെ നഗരം എന്ന് വേണമെങ്കിൽ പറയാം. പഴയ നഗരത്തിന്റെ ചരിത്രം സാലിമ പറ്റുന്ന വിധത്തിൽ പറഞ്ഞു തന്നു. പന്ത്രണ്ടാം നൂറ്റാണ്ടിലാണ് പഴയനഗരത്തിന്റെ നിർമ്മാണം നടന്നതെന്നാണ് പൊതുവിലുള്ള അഭിപ്രായം. അതിന് കാരണം ഇവിടുത്തെ പ്രധാന കെട്ടിടങ്ങളും മതിൽകെട്ടും നിർമ്മിച്ചിരിക്കുന്നത് പന്ത്രണ്ടാം നൂറ്റാണ്ടിലോ അതിന് ശേഷമോ ആയിരുന്നു. എന്നാൽ ചില ഗവേഷകരും ചരിത്ര പണ്ഡിതന്മാരും ഏഴാം നൂറ്റാണ്ടുമുതൽക്ക് തന്നെ ഈ നഗരം ഇവിടെ ഉണ്ടായിരുന്നു എന്ന് വിശ്വസിക്കുന്നു. അങ്ങിനെ വിശ്വസിക്കാനും കാരണമുണ്ട്. പഴയ നഗരത്തിൽ നടത്തിയ ഉല്ഖനനത്തിൽ ഏഴാം നൂറ്റാണ്ടിൽ നിർമ്മിക്കപ്പെട്ടു എന്ന് കരുതുന്ന ചരിത്രാവശിഷ്ടങ്ങൾ കണ്ടെത്തിയിരുന്നു.

1804-ൽ റഷ്യയും പേർഷ്യയുമായി ആരംഭിച്ച യുദ്ധത്തിൽ റഷ്യ ജയിക്കുകയും ബാക്കു ഉൾപ്പെടെയുള്ള അസർബൈജാന്റെ പ്രധാന ഭാഗങ്ങൾ എല്ലാം സാർ (Tsar) ചക്രവർത്തിയുടെ അധീനതയിൽ ആവുകയും ചെയ്തു. 1806-ലാണ് അസർബൈജാന്റെ അന്നത്തെ തലസ്ഥാനമായ പുരാതന ബാക്കു നഗരം റഷ്യ ഏറ്റെടുത്തത്. അതിന് ശേഷം കോട്ട മതിലിന്റെ വിസ്തൃതി കൂട്ടുകയും നേരത്തെ രണ്ട്

ഖനനത്തിൽ കണ്ടെത്തിയ കെട്ടിടാവശിഷ്ടങ്ങൾ

കോട്ടവാതിലുള്ളത് 4 എണ്ണമായി വർധിപ്പിക്കുകയും ചെയ്തു. പുറത്ത് നിന്നുള്ള ആക്രമണത്തെ നേരിടാൻ മതിലിന് മുകളിൽ ധാരാളം പീരങ്കികൾ സ്ഥാപിച്ചു. റഷ്യൻ ഭരണത്തിന് കീഴിൽ ധാരാളം പുതിയ കെട്ടിടങ്ങൾ നിർമ്മിക്കപ്പെടുകയും ക്രമേണ ബാകു നഗരം കോട്ടമതിലിന് പുറത്തേക്ക് വ്യാപിക്കുകയും ചെയ്തുകൊണ്ടിരുന്നു. അങ്ങനെ പഴയ ബാകു നഗരം കോട്ട മതിലിനുള്ളിൽ നഗരത്തിനുള്ളിലെ നഗരമായി സംരക്ഷിക്കപ്പെടുകയും ചെയ്തു.

കോട്ടമതിൽക്കെട്ടിനുള്ളിൽ കടന്ന ഞങ്ങൾ പഴയ നഗരവീഥിയിലൂടെ നടക്കാൻ തുടങ്ങി. കഷ്ടിച്ച് ഒരു കാറിന് പോകാനുള്ള വീതിയെ ഉള്ളൂ കല്ല് പതിപ്പിച്ച ആ പാതയ്ക്ക്. വാഹനങ്ങളും തിരക്കും ഇല്ലാതിരുന്ന കാലത്ത് ഇതുമതിയായിരുന്നു. പാതയ്ക്കിരുവശവും അധികം ഉയരമോ വലിപ്പമോ ഇല്ലാത്ത കെട്ടിടങ്ങൾ മുട്ടിയുരുമ്മി നിരയായി കിടക്കുന്നു. മിക്കവയും നൂറ്റാണ്ടുകൾ പഴക്കമുള്ളവയാണെന്ന് കാഴ്ചയിൽ തന്നെ മനസിലാക്കാം. ചിലത് പഴയതാണെങ്കിലും അല്പസ്വല്പം മോടിപിടിപ്പിച്ചിട്ടുണ്ട്. പഴയ പേർഷ്യൻ മാതൃകയിലാണ് കെട്ടിടങ്ങൾ നിർമ്മിച്ചിരിക്കുന്നത്. പാതയോരത്ത് അസർബൈജാനിലെ പരമ്പരാഗതമായ കരകൗശല വസ്തുക്കളും, പാത്രങ്ങളും, കാർപറ്റുകളും ഒക്കെ വിൽക്കുന്ന കടകളാണ് കൂടുതലും. ചില കടക്കാർ ഞങ്ങളെ അവരുടെ കടയിലേക്ക് ക്ഷണിക്കുന്നുമുണ്ട്. അതൊന്നും ശ്രദ്ധിക്കാതെ ഞങ്ങൾ സാലിമയുടെ കൂടെ നടന്നു..

കാഴ്ചകളൊക്കെ കണ്ട് കുറച്ചുദൂരം നടന്നപ്പോൾ ധാരാളം വൈൻ ഷോപ്പുകൾ ഉള്ള ഒരു ഭാഗത്തെത്തി. മുന്നിൽ നടന്നിരുന്ന സാലിമ തിരിഞ്ഞു നിന്നിട്ട് ഞങ്ങളോടായി പറഞ്ഞു "മദ്യം വാങ്ങി നാട്ടിലേക്ക് കൊണ്ടുപോകാൻ ആഗ്രഹിക്കുന്നവർ ഉണ്ടെങ്കിൽ ഇവിടെ നിന്നും വാങ്ങാം, എയർപോർട്ടിൽ ഉള്ളതിനേക്കാൾ വിലക്കുറവിൽ കിട്ടും" എന്ന്. ചുമ്മാ കയറി നോക്കിയാലോ എന്ന് പറഞ്ഞ് ജോസ് കാണാൻ ഭംഗിയുള്ള ഒരു കടയിലേക്ക് കയറി. പിറകെ ഞങ്ങളും. പലതരം പഴവർഗങ്ങൾ കൊണ്ട് ഉണ്ടാക്കിയ വൈൻ കുപ്പികൾ നിരത്തിവച്ചിരിക്കുന്നത് കാണാൻ നല്ല ഭംഗിയായിരുന്നു. വൈൻ മാത്രമായിരുന്നില്ല, മദ്യവും ലഭ്യമായിരുന്നു ആ കടയിൽ. മുന്തിരിയും ഉറുമാൻപഴവും കൊണ്ടുള്ള വൈനുകളാണ് അവിടെ കൂടുതലും ഉണ്ടായിരുന്നത്. ഉറുമാൻപഴം ഉപയോഗിച്ചുണ്ടാക്കുന്ന വൈൻ ഇതുവരെ ഞാൻ രുചിച്ചിട്ടില്ലായിരുന്നു. അത് ഒരു കുപ്പി വാങ്ങാൻ തീരുമാനിച്ചു. എല്ലാവരും അവരവർക്ക് വേണ്ടുന്ന സാധനങ്ങൾ വാങ്ങി. നാട്ടിലേക്ക് കൊണ്ടുപോകാനുള്ളതാണെന്ന് പറഞ്ഞപ്പോൾ കടക്കാരി അത് ഭംഗിയായി പൊതിഞ്ഞുതരികയും ചെയ്തു..

മദ്യത്തിന്റെ ഉല്പാദനവും ഉപഭോഗവും ഇസ്ലാമിക രാജ്യങ്ങളിൽ പൊതുവെ കുറവാണെങ്കിലും അസർബൈജാൻ അതിനൊരപവാദമാണ്. മദ്യ ഉപഭോഗത്തിന്റെ കാര്യത്തിൽ ലോകാരോഗ്യ സംഘടനയുടെ കണക്കനുസരിച്ച് 188 രാജ്യമുള്ളതിൽ 38 ആം സ്ഥാനമാണ് അസർബൈജാന്. ബിയർ ആണ് ഏറ്റവും കൂടുതൽ ഉപയോഗിക്കുന്നത്. രണ്ടാം സ്ഥാനമാണ് വൈനിന്. വീര്യം കൂടിയ മദ്യം വളരെക്കുറവായാണ് ഉപയോഗിക്കുന്നത്. വൈൻ നിർമാണത്തിന്റെ കാര്യത്തിൽ അസർബൈജാന് നൂറ്റാണ്ടുകളുടെ പാരമ്പര്യമുണ്ട്. ബിസി രണ്ടാം നൂറ്റാണ്ടിൽ ഉപയോഗിച്ചിരുന്ന വൈൻ നിർമിക്കാനുള്ള ഉപകരണങ്ങളും അത് സൂക്ഷിച്ചുവയ്ക്കാനുള്ള ജാറുകളുമൊക്കെ പല സ്ഥലങ്ങളിൽ നിന്നും കണ്ടെത്തിയിട്ടുണ്ട്. അസർബൈജാന്റെ വടക്ക് പടിഞ്ഞാറൻ ഭാഗങ്ങളിൽ നിന്നും പ്രത്യേകിച്ച് ടോവൂ (Tovuz) സിൽ നിന്നുമാണ് കൂടുതൽ തെളിവുകൾ ഗവേഷണഫലമായി ലഭിച്ചത്. മാത്രമല്ല അറേബ്യൻ, ഗ്രീക്ക് സാഹിത്യങ്ങളിലും, സഞ്ചാരികളുടെ കുറിപ്പുകളിലും അസർബൈജാനിലെ വൈൻ നിർമാണത്തെപ്പറ്റി വിവരിക്കുന്നുണ്ട്..

പത്തൊമ്പതാം നൂറ്റാണ്ടിൽ ജർമനിയിൽ നിന്നും വൈൻ നിർമ്മാണത്തിൽ നിപുണരായ ആൾക്കാരുടെ കുടിയേറ്റത്തിന് ശേഷമായിരുന്നു അസർബൈജാനിൽ വൈൻ ഉല്പാദനത്തിന് പുതുജീവൻ ഉണ്ടായത്. സാർ ചക്രവർത്തിമാരുടെ ഭരണത്തിൻ കീഴിലായിരുന്ന

അന്ന് അസർബൈജാൻ. വൈൻ നിർമ്മാണത്തിനും വിപണനത്തിനും ഇവിടെയുള്ള സാധ്യത മനസ്സിലാക്കിയ അവർ വൻതോതിൽ നിക്ഷേപം നടത്തുകയുണ്ടായി. അതിന് ശേഷം സോവിയറ്റ് ഭരണത്തിൽ പ്രത്യേകിച്ചും 70 കളിലും 80 കളിലുമൊക്കെ കമ്മ്യൂണിസ്റ്റ് ഗവൺമെന്റ് വൈൻ വ്യവസായത്തിന് നല്ല പ്രോത്സാഹനം നൽകിയത് കാരണം ഉത്പാദനവും കയറ്റുമതിയും വർധിക്കുകയും ഇതുവരെയില്ലാത്തവിധം വരുമാനവളർച്ച നേടുകയും ചെയ്തു. റഷ്യയിലേക്കാണ് കൂടുതലും കയറ്റുമതി നടന്നിരുന്നത്. എന്നാൽ പിന്നീട് ഗോർബച്ചേവിന്റെ ഭരണകാലത്ത് സോവിയറ്റ് യൂണിയനിൽ മദ്യ നിരോധന കാമ്പയിനുകൾ കൊണ്ടുവരികയും അതേത്തുടർന്ന് ഉത്പാദനം ഗണ്യമായി കുറയുകയും ചെയ്തു. അസർബൈജാൻ സ്വാതന്ത്ര്യമായതിനുശേഷം വൈൻ വ്യവസായം ആധുനികവത്കരിക്കുകയും ഉത്പാദനം പുതിയ ഉയരത്തിൽ എത്തുകയും ചെയ്തു. ഇന്ന് കാസ്പിയൻ കടലിന് ചുറ്റുമുള്ള രാജ്യങ്ങളിൽ ഏറ്റവും കൂടുതൽ വൈൻ ഉല്പാദിപ്പിക്കുന്ന രാജ്യമായി അസർബൈജാൻ മാറിക്കഴിഞ്ഞു.

വൈൻ ഷോപ്പിൽ നിന്നും ഇറങ്ങി വീണ്ടും നടന്നു. കുറച്ച് ദൂരം നടന്നപ്പോഴേക്കും കയ്യിലുള്ള സഞ്ചി ഒരു ബാധ്യതയായിട്ട് എനിക്ക് തോന്നി. അക്കാര്യം പറഞ്ഞപ്പോൾ മറ്റുള്ളവരുടെ അഭിപ്രായവും വ്യത്യസ്തമായിരുന്നില്ല. ഞങ്ങളുടെ വാഹനത്തിന് അടുത്തെത്തണമെങ്കിൽ ഇനിയും കുറെ നടക്കണം. നമ്മുടെ നാട്ടിലെ ഉത്സവച്ചന്തകളിൽ കാണാറുള്ളതു പോലെ വഴിയോരക്കച്ചവടങ്ങൾ ഇവിടെയും ധാരാളമുണ്ട്. നല്ല ചന്തമുള്ള മാലയും വളയും വിൽക്കുന്ന വഴിയോരക്കച്ചവടക്കാരുടെ അടുത്ത് പോകാതിരിക്കാൻ ഞങ്ങൾക്കായില്ല. ഇതിലൊക്കെ താല്പര്യമുള്ള ഒരാൾ ഞങ്ങളുടെ കൂട്ടത്തിലുണ്ടായിരുന്നു. "ആമിന"..അവൾ ആവേശത്തോടെ അതൊക്കെ നോക്കിക്കൊണ്ടിരുന്നു. അവർ അവിടെ നിന്നും സാധനങ്ങൾ വാങ്ങുമ്പോഴും എന്റെ കണ്ണുകൾ കൂടുതൽ കാഴ്ചകൾക്കായി പരതി നടക്കുകയായിരുന്നു...

മുന്നോട്ട് നടക്കുന്തോറും പട്ടണത്തിന്റെ വളരെയേറെ പഴക്കമുള്ള ഭാഗങ്ങളിലേക്ക് പോകുന്ന പ്രതീതിയായിരുന്നു. കാരണം ഭൂമിക്കടിയിലേക്ക് ഇറങ്ങി നിൽക്കുന്ന കെട്ടിടഭാഗങ്ങൾ കൂടുതലായി കാണാൻ തുടങ്ങി. അതായത് ഞങ്ങൾ നിൽക്കുന്ന നിരപ്പിൽ നിന്നും താഴേക്കുള്ള ചവിട്ടുപടികൾ ഇറങ്ങിയാൽ അനേകം മുറികളുള്ള മറ്റൊരു സമുച്ചയം കാണാം. അതൊക്കെ ഇപ്പോഴുള്ള നഗരം ഉണ്ടാകുന്നതിനുമുന്നെ ഇവിടെയുണ്ടായിരുന്ന കെട്ടിടാവശിഷ്ടങ്ങളാണ്. അവ ഗവേഷണത്തിന്റെ ഭാഗമായി മണ്ണ് നീക്കിയപ്പോൾ കാണപ്പെട്ടതാണ്. പലതും ഇഷ്ടികകൾ

മുഹമ്മദ് മോസ്ക്

ഇളകിയ നിലയിലായിരുന്നു. ചിലതൊക്കെ അറ്റകുറ്റപ്പണികൾ ചെയ്ത് ഉപയോഗിക്കുന്നുമുണ്ട്. വളരെ കൗതുകം തോന്നിപ്പിച്ച ഒരു പഴയ കെട്ടിടത്തിനകത്തേക്ക് ഞങ്ങൾ കയറിനോക്കി. അവിടെ പൊളിഞ്ഞുവീഴാറായി എന്ന് തോന്നിപ്പിക്കും വിധത്തിലുള്ള ഒരു കവാടവും ഉണ്ടായിരുന്നു. കവാടം കടന്നാൽ ഒരു വലിയ മുറ്റമായിരുന്നു. അതിന് ചുറ്റും നൂറ്റാണ്ടുകൾ പഴക്കമുള്ള കടകളും. ഓട്ടുപാത്രങ്ങൾ, അത്തറുകൾ, അസർബൈജാനിലെ പരമ്പരാഗത രീതിയിൽ നിർമ്മിച്ച തുണിത്തരങ്ങൾ, കാർപെറ്റുകൾ എന്നിവയൊക്കെയാണ് വിൽക്കപ്പെടുന്നത്... വില്പനവസ്തുക്കളിലേക്കല്ല എന്റെ കണ്ണുകൾ പോയത് മറിച്ച് പുരാതനമായ ആ കെട്ടിടവും അന്തരീക്ഷവും ഉൾപ്പെടുന്ന നൂറ്റാണ്ടുകളുടെ പഴമയിലേക്കായിരുന്നു. പൊളിഞ്ഞുവീഴാറായ ഈ കെട്ടിടങ്ങൾ അതേപോലെ സംരക്ഷിച്ച് അതിന്റെ പഴമ ചോരാതെ നിലനിർത്താനുള്ള അധികാരികളുടെ വൈഭവം എത്ര പ്രശംസിച്ചാലും മതിയാവില്ല.

ഞങ്ങൾ നടന്ന് ചരിത്രപ്രാധാന്യമുള്ള മുഹമ്മദ് മോസ്കിന്റെ മുന്നിലെത്തി. Old City യിലെ പഴക്കമേറിയ കെട്ടിടങ്ങളിൽ ഒന്നാണിത്. 1078-79 കാലഘട്ടത്തിൽ പട്ടണത്തിന്റെ മേയറും പ്രമുഖ മതപ്രചാരകനും കൂടിയായ മുഹമ്മദ് അബൂബക്കർ ഇഗ്ലൂ (Muhammed Aboobekr Iglu) തന്റെ സമ്പാദ്യം ഉപയോഗിച്ചാണ് ഈ പള്ളിയുടെ നിർമ്മാണം പൂർത്തിയാക്കിയത്. അദ്ദേഹത്തിന്റെ പേരിൽ നിന്നാണ് ഇതിന് മുഹമ്മദ് മോസ്ക് എന്ന പേര് ലഭിച്ചത്...എന്നാൽ 1723 മുതൽ

സിനിഗ്ഗല മോസ്ക് (Siniggala Mosque) എന്ന പേരിലും അറിയപ്പെടാൻ തുടങ്ങി. അസർബൈജാനി ഭാഷയിൽ സിനിഗ്ഗല എന്ന വാക്കിന് അർത്ഥം തകർക്കപ്പെട്ട മിനാരം എന്നാണ്. അതായത് തകർക്കപ്പെട്ട മിനാരമുള്ള പള്ളി എന്നാണ് സിനിഗ്ഗല മോസ്കിന്റെ അർത്ഥം. 1722 മുതൽ 1723 വരെ നടന്ന റഷ്യ-പേർഷ്യൻ യുദ്ധത്തിനിടയിൽ കാസ്പിയൻ കടലിലൂടെയുള്ള റഷ്യൻ നാവികപ്പടയുടെ ആക്രമണത്തിലാണ് ഈ മിനാരം തകർക്കപ്പെട്ടത്. റഷ്യൻ നാവികസേന ബാക്കു നഗരത്തിന്റെ ഭരണാധികാരികളോട് കീഴടങ്ങാൻ ആവശ്യപ്പെട്ടിരുന്നു. ആവശ്യം നിരസിച്ചപ്പോഴാണ് ബോംബാക്രമണം നടത്തിയത്. അതിൽ ഒരു ബോംബ് വന്നു വീണത് മുഹമ്മദ് മോസ്കിന്റെ മിനാരത്തിലായിരുന്നു. പിന്നീട് നഗരം കീഴടങ്ങുകയും റഷ്യൻ സേന ആക്രമണം അവസാനിപ്പിക്കുകയും ചെയ്തു..

പള്ളിക്ക് രണ്ടുനിലകളാണ് ഇപ്പോഴുള്ളത്. അതിൽ രണ്ടാമത്തെ നിലയ്ക്ക് അഭിമുഖമായാണ് ഞങ്ങൾ നിൽക്കുന്നത്. ഒന്നാമത്തെ നില താഴെയാണ്. അവിടേക്ക് ഇറങ്ങാൻ പടികളുണ്ട്. പുരാതന ഇസ്ലാമിക് രീതിയിൽ നിർമ്മിച്ച പള്ളിയുടെ മുറ്റം റോഡിൽ നിന്നും വ്യക്തമായിക്കാണാം. ഖനനത്തിൽ നിന്നും ലഭിച്ച ശിലാഫലകങ്ങൾ മുറ്റത്ത് ഭംഗിയായി ക്രമീകരിച്ചുവച്ചിട്ടുണ്ട്. ധാരാളം ആളുകൾക്ക് ഒത്തുചേരാനും പ്രാർത്ഥിക്കുവാനുമുള്ള സൗകര്യം ഇവിടെയുണ്ട്. ആദ്യകാലത്ത് ഒരു നിലയേ ഉണ്ടായിരുന്നുള്ളൂ. ചുറ്റുമുള്ള കെട്ടിടങ്ങൾ പൊളിച്ചപ്പോൾ ഇവിടെ പള്ളി മാത്രമായി. അതിന് ശേഷമാണ് മുകളിലെ നില പണിതത്. നിർമാണത്തിന് ഉപയോഗിച്ച കല്ലുകളെല്ലാം പകുതിമാത്രമേ മിനുക്കിയിട്ടുണ്ടായിരുന്നുള്ളൂ. അതുകാരണം കെട്ടിടത്തിന് കാഴ്ച്ചയിൽ കൂടുതൽ പഴക്കം തോന്നിച്ചിരുന്നു. ഇസ്ലാമിക നിർമ്മാണത്തിൽ മിനാരങ്ങൾക്ക് വളരെ പ്രാധാന്യമുണ്ട്. ചതുരാകൃതിയിൽ നിർമ്മിച്ച തറയിൽ നിന്നും മുകളിലേക്ക് പോകുന്തോറും വ്യാസം കുറഞ്ഞുവരുന്ന രീതിയിലാണ് മിനാരത്തിന്റെ നിർമ്മാണം.ഇതിന്റെ ഉള്ളിൽ കയറാനുള്ള ചവിട്ടുപടികൾ വൃത്താകൃതിയിൽ ചുറ്റി മുകളിലേക്ക് പോകുന്നു. തന്ത്രപ്രധാനമായ സ്ഥലത്തായതുകൊണ്ട് ആദ്യകാലത്ത്, ഇതൊരു Watch Tower ആയി ഉപയോഗിച്ചിട്ടുണ്ടാവാം എന്ന് പറയപ്പെടുന്നു.

ചരിത്രപ്രാധാന്യമുള്ള സ്ഥലം എന്ന നിലയ്ക്ക് നിരവധി തവണ ഗവേഷണത്തിനും ഉൽഖനനത്തിനും വിധേയമായിട്ടുണ്ട് Old City. അതിന്റെ ഫലമായി ഇപ്പോഴുള്ള നഗരത്തിന് താഴെ വ്യത്യസ്ത കാലഘട്ടങ്ങളിൽ പണിത രണ്ട് നിലകൾ കൂടി ഉണ്ടായിരുന്നു എന്ന് കണ്ടെത്തി. പഠനങ്ങളുടെ വെളിച്ചത്തിൽ ഈ നഗരത്തിന്റെ വളർച്ചയെ മൂന്നായി

തിരിച്ചു. ആദ്യത്തെ നില ഏറ്റവും പുരാതനകാലം മുതൽ ഒമ്പതാം നൂറ്റാണ്ടുവരേയുള്ളതും, രണ്ടാമത്തെ നില ഒമ്പതാം നൂറ്റാണ്ടുമുതൽ പതിമൂന്നാം നൂറ്റാണ്ടുവരേയുള്ളതും, ഇപ്പോൾ കാണുന്ന നില 13 മുതൽ പതിനേഴാം നൂറ്റാണ്ടുവരേയുള്ള കാലത്തും നിർമ്മിച്ചവയാണ് എന്ന് കണക്കാക്കുകയുണ്ടായി. 1988 ൽ മുഹമ്മദ് മോസ്കിന്റെ പരിസരങ്ങളിൽ നടത്തിയ പുരാവസ്തുഗവേഷണത്തിൽ പല അറിവുകളും ലഭിക്കുകയുണ്ടായി. ഖനനത്തിൽ നിരവധി പാത്രങ്ങളും നാണയങ്ങളും കണ്ടെടുത്തു. കണ്ടെടുക്കപ്പെട്ടതിൽ ഒരു മുറിയുടെ അവശിഷ്ടവും ഉണ്ടായിരുന്നു. ചില ഗവേഷകരുടെ അഭിപ്രായത്തിൽ അത് ഇസ്ലാം വരുന്നതിനുമുന്നെ ഇവിടെ നിലനിന്നിരുന്ന സൊറാസ്ട്രിയൻ മതവിശ്വാസപ്രകാരമുള്ള ക്ഷേത്രത്തിന്റെ അവശിഷ്ടമാണ് എന്നതാണ്.

സമയം ഇല്ലാത്തതുകൊണ്ടാണോ അതോ അമിത പ്രാധാന്യമില്ലാത്തതുകൊണ്ടാണോ എന്നറിയില്ല സാലിമ ഞങ്ങളെയും കൂട്ടി മുന്നോട്ട് നടന്നു.

അവ്യക്തത നിറഞ്ഞ മെയ്ഡൻ ടവർ (Maiden Tower)

ബാക്കു എന്ന പ്രദേശത്തിന്റെ ചരിത്രപരവും സാംസ്കാരികവുമായ ശേഷിപ്പുകൾ ഇന്നും കേട്ടുകൂടാതെ നിലനിർത്തിയിട്ടുള്ള Old City യുടെ ഇടുങ്ങിയ തെരുവിലൂടെ കൂടുതൽ കാഴ്ചകൾക്കായി ഞങ്ങളുടെ നടത്തം തുടർന്നു. സൂര്യപ്രകാശത്തിന്റെ കാഠിന്യം കുറഞ്ഞു വരുന്തോറും ആ സായാഹ്നം കൂടുതൽ ഹൃദ്യമായി തോന്നി. തണുത്ത കാറ്റ് പതുക്കെ വീശുന്നുണ്ടായിരുന്നു. ഭൂരിഭാഗം കെട്ടിടങ്ങൾക്കും ഇളം മഞ്ഞ നിറമായിരുന്നു. അവ മങ്ങിയ പ്രകാശത്തിൽ കൂടുതൽ ഭംഗിയുള്ളതായിത്തീർന്നു. നമ്മുടെ അവസാന ലക്ഷ്യസ്ഥാനമായ മെയ്ഡൻ ടവർ കണ്ടുകഴിഞ്ഞിട്ട് തിരിച്ചുപോകാം എന്ന് സാലിമ നടത്തത്തിനിടയിൽ പറഞ്ഞു.

UNESCO യുടെ പൈതൃക പട്ടികയിൽ ഇടം നേടിയിട്ടുള്ള ഭാഗത്തേക്കാണ് ഞങ്ങൾ നടന്നത്. അസർബൈജാന്റെ മുഖമുദ്രയായ മെയ്ഡൻ ടവറും ഷിർവാൻഷായുടെ കൊട്ടാരവും അവിടെയാണ്. ഷിർവാൻഷാ (Shirvansha) എന്ന് കേട്ടപ്പോൾ ഒരു വ്യക്തിയുടെ പേര് പോലെയാണ് എനിക്ക് തോന്നിയത്. എന്നാൽ ഷിർവാൻ എന്ന പ്രവിശ്യയുടെ ഭരണകർത്താവ് എന്നാണ് ഇതിനർത്ഥം. ഇസ്ലാം വരുന്നതിന് മുൻപേയുള്ള പുരാതന ഇറാനിന്റെ ഭാഗമായിരുന്നു ഷിർവാൻ. ഇപ്പോൾ ഇത് അസർബൈജാനിലാണ്. നേരത്തെ സൂചിപ്പിച്ച കുറ (Kura) നദി മുതൽ അസർബൈജാന്റെ പടിഞ്ഞാറൻ തീരം വരെയുള്ള പ്രദേശമാണ് ഷിർവാനിൽ ഉൾപ്പെടുന്നത്. ഒമ്പതാം നൂറ്റാണ്ടിന്റെ

മധ്യഭാഗം മുതൽ പതിനാറാം നൂറ്റാണ്ടിന്റെ ആദ്യഭാഗം വരെ ഇവിടം ഭരിച്ചിരുന്നവരെയാണ് ഷിർവാൻഷാ എന്ന് വിളിച്ചുവന്നിരുന്നത്.

അറേബ്യയിൽ ഇസ്ലാം പ്രചരിക്കുന്നതിനുമുൻപ് തന്നെ അറബ് വംശജരായ ഇവർ ഷിർവാനിലേക്ക് വരികയും താമസമാരംഭിക്കുകയും വളരെ പെട്ടെന്ന് തന്നെ പേർഷ്യൻ ജീവിതവുമായി ഇഴുകിച്ചേരുകയും ചെയ്തു. സസാനിഡ് (Sasanid) രാജഭരണത്തിന് കീഴിലുള്ള ഒരു പ്രാദേശിക ഭരണകർത്താക്കൾ മാത്രമായിരുന്ന ഇവർ പിന്നീട് ഷിർവാനിലെ ഭരണം കയ്യാളുകയായിരുന്നു. യസീദ് മസ്യാദ് അൽ ഷായ്ബാനി (Yasid Mazyad Al Shaybani) യാണ് ഷിർവാൻഷാ ഭരണത്തിന് തുടക്കം കുറിച്ചത്. പിന്നീട് പതിനാറാം നൂറ്റാണ്ട് വരെ നിരവധി പിന്തുടർച്ചക്കാർ ഷിർവാൻ ഭരിച്ചു. ആദ്യത്തെ സഫാവിദ് (Safavid) രാജാവായ ഇസ്മായിൽ ഒന്നാമനാണ് (Ismail 1) ഷിർവാൻഷായുടെ ഭരണം അവസാനിപ്പിച്ച് ഇറാനിയൻ സൂഫി പാരമ്പര്യമുള്ള സഫാവിദ് ഭരണം ഈ പ്രദേശത്ത് ആരംഭിച്ചത്. ഷിർവാൻഷാ ഭരണകാലത്തെ ഏറ്റവും പ്രധാന നിർമിതികളാണ് ഷിർവാൻഷായുടെ കൊട്ടാരവും (Palace Of Shirvan Sha) മെയ്ഡൻ ടവറും (Maiden Tower). ചരിത്രപ്രാധാന്യമുള്ള ഇവ രണ്ടും കൂടി ചേർന്നാണ് പൈതൃക പട്ടികയിൽ UNESCO ഉൾപ്പെടുത്തിയിട്ടുള്ളത്.

ഖനനത്തിൽ ലഭിച്ച ശിൽപ്പം

എന്താണെന്നറിയില്ല ഷിർവാൻഷായുടെ കൊട്ടാരം ഞങ്ങളുടെ ഈ യാത്രയിൽ ഉൾപ്പെടുത്തിയിരുന്നില്ല. അത് താത്കാലികമായി അടച്ചിട്ടിരിക്കുകയാണെന്നും സഞ്ചാരികൾക്ക് പ്രവേശനമില്ലെന്നു മാണ് അറിയാൻ കഴിഞ്ഞത്. സുന്ദരമായ ആ സായാഹ്നത്തിൽ ഞങ്ങൾ മെയ്ഡൻ ടവർ കാണാനായി നടന്നു. കാഴ്ചകളുടെ ചരിത്ര പശ്ചാത്തലങ്ങൾ പറഞ്ഞുതരാൻ സാലിമയും ശ്രദ്ധിച്ചിരുന്നു. ഒടുവിൽ ഞങ്ങൾ Old City യുടെ പ്രധാന ആകർഷണവും യുനെസ്കോയുടെ പൈതൃകപട്ടികയിൽ ഇടം നേടിയിട്ടുള്ളതുമായ സാക്ഷാൽ മെയ്ഡൻ ടവറിന്റെ മുന്നിലെത്തി. പ്രധാന ടൂറിസ്റ്റ് കേന്ദ്രമായതുകൊണ്ടാണെന്ന് തോന്നുന്ന Old City യിൽ എവിടെയും കാണാത്ത ആൾക്കൂട്ടം ഇവിടെ യുണ്ടായിരുന്നു.!!! വിദേശീയരായ സഞ്ചാരികൾ മാത്രമല്ല, സായാഹ്നം ആസ്വദിക്കാനായി എത്തിയ തദ്ദേശീയരായ ആൾക്കാരും ധാരാളം ഉണ്ടായിരുന്നു.

ദൂരെ നിന്നും കാണാൻ പറ്റുമെങ്കിലും അടുത്തെത്തിയപ്പോഴാണ് മെയ്ഡൻ ടവറിന്റെ ഭംഗി എനിക്ക് ശരിക്കും അനുഭവപ്പെട്ടത്. അധികം ഉയരമില്ലാത്ത, എന്നാൽ സാധാരണ ടവറിനേക്കാൾ രണ്ടോ മൂന്നോ ഇരട്ടി വ്യാസമുള്ള വൃത്താകൃതിയിലുള്ള ഒരു കെട്ടിടവും അതിന്റെ

മെയ്ഡൻ ടവർ

തുടർച്ചയായി അത്ര തന്നെ വലിപ്പമുള്ള ഒരു പരന്ന കെട്ടിടവും ചേർന്നതാണ് മെയ്ഡൻ ടവർ. ടവറിന്റെ പകുതി ഉയരം വലിയ ഇഷ്ടികകൾ കൊണ്ടും മുകളിലെ പകുതി ഭാഗം ചെറിയ ഇഷ്ടികൾ കൊണ്ടുമാണ് നിർമ്മിച്ചിരിക്കുന്നത്. കണ്ടാൽ രണ്ടും രണ്ട് വ്യത്യസ്ത കാലത്ത് കെട്ടിയുണ്ടാക്കിയതാണെന്നുതോന്നും. അതിനടുത്തായി അവിടെ ഖനനം ചെയ്തപ്പോൾ കിട്ടിയ ശിലാരൂപങ്ങളും കെട്ടിടാവശിഷ്ടങ്ങളും ഭംഗിയായി അടുക്കിവച്ചത് കാണാം. ഞാൻ അതിന്റെ ചുറ്റും നടന്നുകണ്ടു. കുറെ സമയം നോക്കിയിട്ടും ഈ കെട്ടിടം എന്താണർത്ഥമാക്കുന്നത് എന്ന് മനസ്സിലായില്ല. എനിക്കുണ്ടായ ഇതേ സംശയം ഇതിനെക്കുറിച്ച് പഠിച്ച ഗവേഷകർക്കും ഉണ്ടായിരുന്നു എന്ന് പിന്നീട് സാലിമ വിശദമായി പറഞ്ഞപ്പോൾ എനിക്ക് മനസ്സിലായി. എല്ലാവരും കണ്ടുകഴിഞ്ഞപ്പോൾ സാലിമ മെയ്ഡൻ ടവറിനെക്കുറിച്ച് അവൾക്കറിയാവുന്ന ചില കാര്യങ്ങൾ പറഞ്ഞു തുടങ്ങി..

നിർമ്മാണകാലഘട്ടത്തെക്കുറിച്ച് നിലനിൽക്കുന്ന വ്യത്യസ്തമായ അഭിപ്രായങ്ങളെക്കുറിച്ച് പറഞ്ഞാണ് തുടങ്ങിയത്. ബാകുവിന്റെ ചരിത്രകാരനായ സാറ അഷുർബെയ്ലി (Sara Ashurbayli) യുടെ അഭിപ്രായത്തിൽ AD നാല് മുതൽ ആറ് വരെയുള്ള കാലഘട്ടത്തിനിടയ്ക്കാണ്

ഇതിന്റെ നിർമ്മാണം നടന്നിട്ടുള്ളത്. നിർമാണത്തിലുള്ള അസാധാരണത്വവും, ഇതിലും ചുറ്റുമുള്ള മറ്റു കെട്ടിടങ്ങളിലും ഉപയോഗിച്ചിരിക്കുന്ന കല്ലുകളുടെ കാലപ്പഴക്കം തമ്മിലുള്ള താരതമ്യപഠനത്തിന്റെ വെളിച്ചത്തിലുമാണ് അദ്ദേഹം ഈ നിഗമനത്തിൽ എത്തിച്ചേർന്നത്.

എന്നാൽ മെയ്ഡൻ ടവർ നിർമ്മിക്കപ്പെട്ടിട്ടുള്ളത് പന്ത്രണ്ടാം നൂറ്റാണ്ടിലാണ് എന്ന് അഭിപ്രായപ്പെടുന്ന ഗവേഷകരും കുറവല്ല. അതിന് കാരണം മെയ്ഡൻ ടവറിന്റെ ഉള്ളിൽ നിലത്തുനിന്നും 14 അടി ഉയരത്തിൽ, ചുവരിൽ മസൂദ് ഇബൻ ദാവൂദ് (Masud Ibn Davud) എന്ന പേര് പുരാതന അറബി ഭാഷയിൽ കൊത്തിവച്ചിട്ടുള്ളതുകൊണ്ടാണ്. ഇത് പതിനാലാം നൂറ്റാണ്ടിൽ ജീവിച്ചിരുന്ന പ്രമുഖ കെട്ടിടനിർമ്മാണ വിദഗ്ദനായ അബ്ദുൾ മജീദ് ഇബൻ മസൂദിന്റെ (Abdul Majid Ibn Masud) പിതാവാണ് എന്ന് കരുതപ്പെടുന്നു.

നിർമ്മാണകാലഘട്ടത്തെക്കുറിച്ചുള്ള അവ്യക്തത പോലെ തന്നെയാണ് മെയ്ഡൻ ടവർ എന്തിനുവേണ്ടിയാണ് ഉണ്ടാക്കിയതെന്ന് ചോദിച്ചാലും ഉത്തരം കിട്ടുക. കാരണം അതിനും ചരിത്ര ഗവേഷകരുടെ ഇടയിൽ കുറെയേറെ വ്യത്യസ്ത അഭിപ്രായങ്ങൾ നിലനിൽക്കുന്നുണ്ട്. പ്രൊഫ. ദാവൂദ് അഖുൻഡോവ് (Prof. Davud A Akhundov)ന്റെ അഭിപ്രായമാണ് ഇക്കൂട്ടത്തിൽ വ്യാപകമായി സ്വീകാര്യത കിട്ടിയ ഒന്ന്. അദ്ദേഹത്തിന്റെ അഭിപ്രായപ്രകാരം ഇത് ഇവിടെ പുരാതനകാലം മുതലേ ഉണ്ടായിരുന്നു എന്നും അന്ന് ഇത് ഒരു സൊറോസ്ട്രിയൻ അഗ്നി ക്ഷേത്രമായിരുന്നു എന്നുമാണ്. ടവറിന് മുകളിൽ കാണുന്ന 7 അടുപ്പുകൾ പോലെ തോന്നിക്കുന്ന നിർമ്മിതികൾ ചൂണ്ടിക്കാട്ടിയാണ് അദ്ദേഹം ഈ വാദം ഉന്നയിക്കുന്നത്. കാരണം സൊറോസ്ട്രിയൻ വിശ്വാസപ്രകാരം 7 പടികൾ അല്ലെങ്കിൽ 7 ആകാശങ്ങൾ കടന്നുവേണം സ്വർഗത്തിൽ എത്താൻ.ഏഴ് ആകാശങ്ങളെക്കുറിച്ച് ഇസ്ലാമിലടക്കം നിരവധി മതഗ്രന്ഥങ്ങളിൽ പരാമർശിക്കുന്നുണ്ടെങ്കിലും ഇസ്ലാം വരുന്നതിനുമുമ്പേ സൊറോസ്ട്രിയൻ വിശ്വാസമായിരുന്നു ബാക്കു ഉൾപ്പെടുന്ന പേർഷ്യയിൽ നിലനിന്നിരുന്നത്.

Old City യുടെ പുറത്ത് നിർമ്മിച്ച കോട്ടമതിലുകളുടെ കൂട്ടത്തിൽ തന്നെ നിർമ്മിക്കപ്പെട്ടതാണ് മെയ്ഡൻ ടവറും എന്നാണ് ചില ഗവേഷകർ പറയുന്നത്. അതായത് ശത്രുക്കളുടെ ആക്രമണങ്ങളെ ചെറുക്കാനും, അവരുടെ ആക്രമണ നീക്കങ്ങൾ വളരെ ദൂരത്തുനിന്നും നിരീക്ഷിക്കാനും വേണ്ടി നിർമ്മിച്ച നിരീക്ഷണ ഗോപുരമായിട്ടാണ് ഇവർ 31 മീറ്റർ ഉയരമുള്ള മെയ്ഡൻ ടവറിനെ കാണുന്നത്. തീരെ ദുർബലമായ വാദമാണെങ്കിലും ചില ഗവേഷകർ ഇത് ഒരു വാനനിരീക്ഷണ കേന്ദ്രമാണെന്നും അഭിപ്രായപ്പെടുന്നുണ്ട്.

നിർമ്മാണം, ഉപയോഗം എന്നീ കാര്യങ്ങളിൽ ഇത്രയൊക്കെ അവ്യക്തതകൾ നിറഞ്ഞു നിൽക്കുന്ന ഒരു ചരിത്ര സ്മാരകവും വേറെ ഉണ്ടെന്ന തോന്നുന്നില്ല. മാത്രമല്ല അസർബൈജാനിലെ മറ്റേതൊരു ചരിത്രസ്മാരകത്തിനും ഇല്ലാത്ത അത്രയും ഐതിഹ്യങ്ങളും മിത്തുകളും മെയ്ഡൻ ടവറുമായി ബന്ധപ്പെട്ട് നിലനിൽക്കുന്നുണ്ട്. ഏറെയുണ്ടെങ്കിലും പ്രധാനപ്പെട്ട ഒരു കഥ പറയാം എന്ന് പറഞ്ഞ് സാലിമ കഥയിലേക്ക് കടന്നു.

പണ്ട് ബാക്കുവിലെ രാജാവിന് അതിസുന്ദരിയായ ഒരു മകൾ ഉണ്ടായിരുന്നു. അവളുടെ സൗന്ദര്യത്തിന്റെ ഖ്യാതി അന്യദേശത്തു പോലും എത്തിയിരുന്നു. അന്യരാജ്യങ്ങളിലെ രാജകുമാരന്മാരും പ്രഭുക്കന്മാരും ഒക്കെ അവളെ കല്യാണം കഴിക്കാൻ മോഹിച്ചുനടന്നു. പക്ഷെ പിതാവായ ബാക്കു രാജാവ് ആർക്കും അവളെ കല്യാണം കഴിച്ച് കൊടുത്തില്ല, കാരണം അവളുടെ സൗന്ദര്യത്തിൽ ആകൃഷ്ടനായ പിതാവ് അവളെ വിവാഹം കഴിക്കാൻ ആഗ്രഹിച്ചിരുന്നു. പിതാവിന്റെ ആഗ്രഹം മനസ്സിലാക്കിയ രാജകുമാരിക്ക് സഹിക്കാൻ കഴിഞ്ഞില്ല. അവൾ ഇതിൽ നിന്നും പിതാവിനെ പിന്തിരിപ്പിക്കാൻ ആവുന്നതും ശ്രമിച്ചു നോക്കി. പക്ഷെ രാജാവ് പിന്മാറിയില്ല.

തീർത്തും നിരാശയിലായ രാജകുമാരി കൊട്ടാരത്തിൽ നിന്നും രക്ഷപെടാനുള്ള ശ്രമങ്ങൾ നടത്തിത്തുടങ്ങി. പക്ഷെ ഓരോ തവണയും രാജകിങ്കരന്മാരുടെ കണ്ണിൽ പെട്ട് പിടിയിലാവുകയാണുണ്ടായത്. ഇത് രാജാവിന്റെ ചെവിയിൽ എത്തുകയും കോപിതനായ രാജാവ് രാജകുമാരിയെ വീട്ടുതടങ്കലിലാക്കുകയും ചെയ്തു. പിന്നീടും രാജകുമാരി പല കാരണങ്ങൾ പറഞ്ഞ് വിവാഹം നീട്ടിക്കൊണ്ടുപോകാൻ പരമാവധി ശ്രമിച്ചു. പക്ഷെ എന്തുചെയ്തിട്ടും രാജാവ് അവളെ പിന്തുടർന്നുകൊണ്ടേയിരുന്നു. അധിക കാലം ഇങ്ങനെ മുന്നോട്ട് പോകാൻ പറ്റില്ലെന്ന് രാജകുമാരിക്ക് മനസ്സിലാവുകയും അവൾ മരിക്കാൻ തീരുമാനിക്കുകയും ചെയ്തു. ഒരു ദിവസം അവൾ രാജാവിനോട് ഒരു വലിയ ടവർ നിർമ്മിക്കാൻ ആവശ്യപ്പെട്ടു. അതിന്റെ മുകളിൽ വച്ച് കല്യാണം നടത്താം എന്ന് സമ്മതിച്ചു. ഇതുകേട്ട രാജാവിന് സന്തോഷമായി. ഉടനെ ഏറ്റവും ഭംഗിയുള്ളതും ഉയരമുള്ളതുമായ ടവർ നിർമ്മിക്കാൻ ഉത്തരവിടുകയും ചെയ്തു.

ഏതാനും മാസങ്ങൾക്കുള്ളിൽ ആ രാജ്യത്തെ ഏറ്റവും ഉയർന്നതും മനോഹരവുമായ ടവറിന്റെ പണി പൂർത്തിയയായി. നിർമ്മാണം പൂർത്തിയായ ടവർ സന്ദർശിക്കാൻ അനുമതിവാങ്ങിയ രാജകുമാരി തന്റെ തോഴിമാരോട് കൂടി ടവറിന്റെ മുകളിലേക്ക് കയറി. മരിക്കാൻ

ഉറച്ചുകൊണ്ടായിരുന്നു രാജകുമാരി ടവറിന്റെ മുകളിലെത്തിയത്. തോഴിമാരുടെ ശ്രദ്ധ തെറ്റിയ ഒരു നിമിഷത്തിൽ യാതൊരു സങ്കോചവും കൂടാതെ രാജകുമാരി ടവറിന്റെ മുകളിൽ നിന്നും താഴേക്ക് ചാടി ആത്മഹത്യ ചെയ്തു. അതിന് ശേഷമായിരുന്നു കന്യക എന്നർത്ഥം വരുന്ന മെയ്ഡൻ ടവർ എന്ന പേര് വന്നത് എന്നാണ് ഐതിഹ്യം. ഒരു ദീർഘനിശ്വാസത്തോടെ സാലിമ കഥ പറഞ്ഞവസാനിപ്പിച്ചു. യാതൊരുവിധത്തിലുമുള്ള ആധികാരികതയും ഇല്ലെങ്കിലും ബാകുവിന്റെ സംസ്കാരവുമായി ഈ കഥ ഇഴുകിച്ചേർന്നിരുന്നു. ഈ ഐതിഹ്യം പല അസർബൈജാനി കഥകളിലും കവിതകളിലും നാടകങ്ങളിലും ഇന്നും ഇതിവൃത്തമായി തുടരുന്നു.

കഥ കേട്ട് കഴിഞ്ഞപ്പോൾ ആ ടവറിന് മറ്റൊരു മുഖം കൈവന്ന തായി തോന്നി എനിക്ക്. സുന്ദരിയായ രാജകുമാരി സങ്കടം നിറഞ്ഞ മുഖഭാവത്തോടെ ആ ടവറിന്റെ മുകളിൽ നിന്നും താഴേക്ക് ചാടുന്ന ദൃശ്യം മനസ്സിൽ തെളിഞ്ഞു. കൂടുതൽ സമയം അവിടെ നിന്നില്ല. സൂര്യൻ തന്റെ കൈ വിളക്കുമായി എങ്ങോ പോയ്മറഞ്ഞു. വെളിച്ചം നന്നേ കുറഞ്ഞു. ഞങ്ങൾ പഴയനഗരത്തിൽ നിന്നും പുറത്തേക്കുള്ള വഴിയിലൂടെ നടന്നു നീങ്ങി. സാലിമ വിളിച്ചു പറഞ്ഞിട്ടാണെന്നുതോന്നുന്നു, ഡ്രൈവർ വണ്ടി യുമായി കവാടത്തിനടുത്ത് കാത്തുനിൽക്കുന്നുണ്ടായിരുന്നു. ഞങ്ങൾ അന്നത്തെ അവസാന പരിപാടിയായ രാത്രിഭക്ഷണത്തിനുവേണ്ടി പുറപ്പെട്ടു.

മടക്കയാത്ര...

ഓൾഡ് സിറ്റിയിൽ നിന്നും പുറപ്പെട്ട ഞങ്ങൾ സമയം 7.30 കഴിഞ്ഞതോടെ റെസ്റ്റോറന്റിന് മുന്നിൽ എത്തി. പ്രീമിയർ പാലസ് എന്നായിരുന്നു അതിന്റെ പേര്. അകത്തേക്ക് കടന്ന ഞങ്ങളോട് അല്പസമയം ഇരിക്കാൻ അവർ അഭ്യർത്ഥിച്ചു. കുറച്ചധികം പേർ ഒരുമിച്ച് കഴിക്കുന്ന ഗാല ഡിന്നർ (Gala Dinner) ആയിരുന്നു ഞങ്ങൾക്ക് വേണ്ടി ഒരുക്കിയത്. ഭക്ഷണത്തിന് ശേഷം സാധാരണ യായി എന്തെങ്കിലും കലാപരിപാടികളും ഉണ്ടാകും. ബെല്ലി ഡാൻസ് (Belly Dance) ആയിരുന്നു ഇവിടെ. ഞങ്ങൾ അകത്തേക്ക് നടക്കു മ്പോൾ തന്നെ നൃത്തകലാകാരികൾ ഒരുങ്ങി നിൽക്കുന്നുണ്ടായിരുന്നു. ഭക്ഷണത്തെത്തുടർന്നാണ് പരിപാടികൾ ക്രമീകരിച്ചിരുന്നെങ്കിലും, കുറെ സമയം അവിടെ ചിലവഴിക്കാൻ ഞങ്ങൾ വിസമ്മതിച്ചതിനെ തുടർന്ന് ഭക്ഷണത്തിന്റെ കൂടെ തന്നെ പരിപാടികളും നടത്താൻ തീരു മാനിച്ചു..

അങ്ങനെ നാലിൽ കുറയാത്ത കലാകാരികളുടെ നൃത്തവും ആസ്വ ദിച്ച് ഞങ്ങൾ ഭക്ഷണം കഴിക്കാൻ ആരംഭിച്ചു. മിഡിൽ ഈസ്റ്റ് പ്രദേശ ങ്ങളിൽ ഏറ്റവും അധികം പ്രചാരത്തിലിരിക്കുന്ന ഒരു നൃത്തരൂപമാണ് അറബിക് ഡാൻസ് (Arabic Dance) എന്നും അറിയപ്പെടുന്ന ബെല്ലി ഡാൻസ്. ഈജിപ്തിലാണ് ആവിർഭവിച്ചതെങ്കിലും പിന്നീട് മിഡിൽ ഈസ്റ്റിലെ മിക്ക രാജ്യങ്ങളിലും പ്രചാരത്തിലാവുകയായിരുന്നു. രാജ്യ ങ്ങൾ മാറുന്നതിനനുസരിച്ച് തലയും കഴുത്തും കൈകാലുകളും ഒഴിച്ചുള്ള ശരീരഭാഗങ്ങളുടെ ചടുലമായ ചലനമാണ് ഈ നൃത്തത്തിന്റെ പ്രത്യേകത.

ദർബുക്ക (Darbuka) അഥവാ ഗോബ്ലെറ്റ് ഡ്രം (Goblet Drum) എന്ന ഉപകരണമാണ് ബെല്ലി ഡാൻസിന്റെ സംഗീതത്തിൽ പ്രധാനമായും ഉപയോഗിക്കുന്നത്. ഒരു ഭാഗം തുറന്നതും, നമ്മുടെ പഞ്ചവാദ്യത്തിലെ തിമിലയോട് സാമ്യമുള്ളതുമായ സംഗീതോപകരണമാണിത്. സാധാരണയായി സ്ത്രീകളാണ് കൂടുതലും ഇത് അവതരിപ്പിക്കാറുള്ളത്. എന്നാൽ തുർക്കി പോലുള്ള രാജ്യങ്ങളിൽ പുരുഷന്മാരും ഈ നൃത്തം അവതരിപ്പിക്കാറുണ്ട്.

മൂന്നോ നാലോ നൃത്തം കഴിയുമ്പോഴേക്കും ഞങ്ങൾ ഭക്ഷണം കഴിച്ചു കഴിഞ്ഞു. പിന്നീട് അധികസമയം അവിടെ നിന്നില്ല, അവരോട് യാത്ര പറഞ്ഞ് റൂമിലേക്ക് മടങ്ങി. തങ്ങളുടെ ഭക്ഷണവും പരിപാടിയും ഇഷ്ടപ്പെടാത്തത്കൊണ്ടാണോ വേഗം മടങ്ങുന്നത് എന്ന പരിഭവം അവർ അറിയിക്കാതിരുന്നില്ല. ഞങ്ങൾ അടുത്ത ദിവസം മടങ്ങുകയാണെന്നും പുറപ്പെടാനുള്ള ഒരുക്കങ്ങൾ ചെയ്യണമെന്നും, കൂടാതെ രാവിലെ യാത്ര ആരംഭിച്ചതുകൊണ്ട് എല്ലാവരും ക്ഷീണിതരാണെന്നും ഒക്കെ പറഞ്ഞാണ് അവിടെ നിന്നും പോന്നത്. ക്ഷീണം കാരണം ബാഗ് പാക്ക് ചെയ്യുന്നത് ഞാൻ അടുത്ത ദിവസത്തേക്ക് മാറ്റി. കുറെയൊക്കെ സാധനങ്ങൾ അടുക്കി വച്ചിരുന്നത് കൊണ്ട് എനിക്ക് കാര്യമായ പണികൾ ഒന്നുമില്ലായിരുന്നു. കുളിച്ച് കഴിഞ്ഞ് കിടക്കയിൽ കിടന്നതേ ഓർമ്മയുണ്ടായിരുന്നുള്ളൂ, വേഗത്തിൽ ഉറങ്ങിപ്പോയി.

08.10.2019-ന് രാവിലെത്തന്നെ ഒരുക്കങ്ങളെല്ലാം പൂർത്തിയാക്കി ഞാനും ജോസും ബ്രേക്ഫാസ്റ്റിനായി പോയി. 6.30 മുതൽ പ്രഭാതഭക്ഷണം ലഭ്യമാണ്. ഞങ്ങൾ റെസ്റ്റോറന്റിൽ എത്തിയപ്പോഴേക്കും കൂട്ടുകാരൊക്കെ നേരത്തെ തന്നെ സ്ഥലം പിടിച്ചിട്ടുണ്ടായിരുന്നു. വളരെ വേഗത്തിൽ കഴിച്ചിറങ്ങി, 9.30 മണിയോടെ ഞങ്ങളെല്ലാവരും ലോബ്ബിയിൽ എത്തിച്ചേർന്നു. റൂമിന്റെ താക്കോൽ തിരിച്ചേൽപ്പിച്ചിട്ട് 10 മണിയോടെ ഞങ്ങൾ അവിടം വിട്ടു. ഷോപ്പിംഗിനായി ഒരു വലിയ മാളിന് മുന്നിൽ വണ്ടി നിർത്തി. ഒന്നര മണിക്കൂർ സമയമാണ് ഷോപ്പിംഗിനു അനുവദിച്ചിരുന്നത്. അത് പൂർണമായും പ്രയോജനപ്പെടുത്തിയിട്ട് കുറച്ച് സാധനങ്ങൾ ഞാനും വാങ്ങി. വലിയ വിലക്കുറവൊന്നും അനുഭവപ്പെട്ടില്ല. നമ്മുടെ നാട്ടിലെപ്പോലെ തന്നെയാണ് വിലനിലവാരം. ഷോപ്പിംഗ് കഴിഞ്ഞ് 12 മണിയോടെ ഞങ്ങൾ ബാക്കു എയർപോർട്ടിന് പുറത്തെത്തി.

ഏതാനും ദിവസങ്ങൾ കൊണ്ട് ഞങ്ങളുടെ സുഹൃത്തായി മാറിയ ഗൈഡ് സാലിമയോട് നന്ദി പറഞ്ഞു. അവൾക്ക് ഉപഹാരം നൽകി സന്തോഷത്തോടെ പിരിഞ്ഞു. കൃത്യം 3.40 ന് FZ708 എന്ന ഫ്ലൈറ്റ് ദുബായ്

ഫ്ലൈറ്റിന് ഞങ്ങൾ ബാക്കുവിൽനിന്നും ദുബായ് എയർപോർട്ടിലേക്ക് പറന്നു. ദുബായ് സമയം വൈകിട്ട് 6.30 ന് ഞങ്ങൾ ദുബായ് എയർ പോർട്ടിൽ എത്തി. കൊച്ചിയിലേക്കുള്ള ഫ്ലൈറ്റിന് അധികം സമയം ഇല്ലായിരുന്നു. കൃത്യം 8 മണിക്ക് തന്നെ FZ 441 എന്ന ഫ്ളൈറ്റിൽ ഞങ്ങൾ കൊച്ചിയിലേക്ക് മടങ്ങി. പുലർച്ചെ 1.40 ന് ഞങ്ങൾ നെടുമ്പാശ്ശേരി എയർപോർട്ടിൽ വിമാനമിറങ്ങി. മനോഹരമായ ഒരു യാത്രയുടെ നിറമാർന്ന ഓർമ്മകളുമായി ഞാൻ വീട്ടിലേക്ക് മടങ്ങി.....

ആമിനയുടെ കൂടെ അഗ്നിക്ഷേത്രത്തിൽ

യാത്രാ സംഘത്തോടൊപ്പം ഖൊബുസ്താനിൽ

ഗൈഡ് സാലിമയോടൊപ്പം

സുഹൃത്തായ ജോസിനോടൊപ്പം നോഹർ തടാകക്കരയിൽ

www.ingramcontent.com/pod-product-compliance
Lightning Source LLC
LaVergne TN
LVHW100827051026
849519LV00006B/2205
* 9 7 8 9 3 5 5 1 7 5 4 1 0 *